Nguyễn Xuân Thu

Hành trình từ trường làng đến Đại học Quốc tế RMIT Việt Nam

(Hồi ký)

NGƯỜI VIỆT BOOKS

Hành trình từ trường làng
đến Đại học Quốc tế RMIT Việt Nam (Hồi ký)
Tác giả: Nguyễn Xuân Thu
Người Việt Book xuất bản lần thứ nhất tại Hoa Kỳ, 2014

Bìa: Trần Minh Triết

ISBN: 978-1-62988-338-0

Hành trình từ trường làng
đến Đại học Quốc tế RMIT Việt Nam

(Hồi ký)

Mục lục

Lời giới thiệu:
Nguyễn Xuân Thu và tầm của cái tâm

Nguyễn Hưng Quốc

Sinh ra trong một gia đình nghèo khổ, ở một làng quê nghèo khổ thuộc một địa phương nổi tiếng nghèo khổ nhất nước (Vĩnh Linh, Quảng Trị), lớn lên trong một giai đoạn khó khăn và cùng khổ nhất thời hiện đại: hết Pháp thuộc đến Nhật thuộc với cả triệu người chết đói và, sau đó, chiến tranh Việt Pháp kéo dài và đầy khốc liệt, Nguyễn Xuân Thu rõ ràng không phải là người may mắn. Chưa hết. Mồ côi bố từ năm năm tuổi, mồ côi mẹ từ năm 13 tuổi; không có bà con nội ngoại gì cả, phải bỏ nhà ra đi lang thang kiếm sống bằng vô số các nghề lặt vặt và bần cùng từ năm 14 tuổi, có thể nói Nguyễn Xuân Thu thuộc loại kém may mắn nhất trong những người kém may mắn. Vậy mà, bằng nghị lực, chỉ thuần bằng nghị lực, không có gì khác, Nguyễn Xuân Thu đã học hành đến nơi đến chốn, không những xong trung học và đại học mà còn tốt nghiệp tiến sĩ tại Mỹ, sau đó, trở thành giám đốc Nha Sưu tầm và Nghiên cứu thuộc

Bộ giáo dục ở miền Nam và là một trong những người Việt khá hiếm hoi được phong hàm giáo sư thực thụ tại một đại học lớn ở Úc.

Chỉ với riêng cái nghị lực phi thường của ông thôi, đã đáng phục. Nhưng tôi phục Nguyễn Xuân Thu hơn là ở cái tâm của ông. Bình thường, sau khi vượt biên và định cư ở nước ngoài, sau khi đã có một công việc thích hợp và đời sống kinh tế ổn định, sau khi con cái đã thành đạt và có gia đình êm ấm hết, mọi người có thể, nói theo Nguyễn Công Trứ, "thảnh thơi thơ túi rượu bầu", an hưởng tuổi già bằng cách dung dăng dung dẻ đi du lịch đây đó, hết nước này sang nước khác, thử hết món ăn lạ này đến món ăn lạ khác. Nhưng Nguyễn Xuân Thu thì không. Dường như lúc nào ông cũng đau đáu muốn làm một cái gì đó cho đất nước. Đang là giáo sư ở một đại học lớn tại Úc (trường RMIT), ông bỗng quyết định từ chức, rút tiền hưu trí ra sớm để trả hết tiền nhà, và mang số còn lại về Việt Nam sống và làm tư vấn không lương cho Bộ giáo dục và nhiều trường đại học ở Hà Nội, nơi ông phải chịu đựng rất nhiều sự nghi ngờ và kỳ thị từ chính quyền. Gia đình ông bất ngờ. Bạn bè ông càng bất ngờ. Cuối cùng, mấy năm sau, người ta nhìn thấy kết quả của những việc ông làm: trường đại học RMIT, một trường đại học quốc tế, với chất lượng và văn bằng quốc tế, đầu tiên được thành lập ở Việt Nam, trở thành một cơ sở giáo dục có uy tín nhất trong cả nước.

Nhưng, oái oăm thay, ngay sau khi các thủ tục thành lập chi nhánh trường đại học RMIT tại Việt Nam vừa hoàn tất, Nguyễn Xuân Thu lại bị trục xuất khỏi Việt Nam và bị cấm nhập cảnh vào Việt Nam trong vòng bốn năm vì bị nghi ngờ là... CIA. Khi cái hạn bốn năm ấy trôi qua, đã đến tuổi về hưu, đáng lẽ nghỉ ngơi, Nguyễn Xuân Thu lại quay về Việt Nam. Không một chút thù hận, ông vẫn nhiệt tình giúp đỡ nhiều trường đại học ở Việt Nam trong việc liên kết với thế giới bên ngoài để nâng cao chất lượng giáo dục tại Việt Nam. Với những việc làm như thế, không ít người ở hải ngoại cho là ông... thân Cộng.

Đứng giữa hai làn đạn, bị hiểu lầm từ nhiều phía, Nguyễn Xuân Thu vẫn không nguôi tha thiết làm một cái gì đó cho đất nước và cho người khác. Bây giờ, về già, gần 80 tuổi, vì đã rút hết tiền hưu trí trước khi về làm việc thiện nguyện ở Việt Nam năm 1994, ông chỉ sống bằng tiền trợ cấp ít ỏi dành cho người già. Nghèo, nhưng ông vẫn vui. Mỗi khi có ai cần gì, ông cũng lại nhiệt tình giúp đỡ. Quen thân với ông đã trên 20 năm, nhưng những lúc nhìn ông tận tụy giúp hết người này đến người khác, bày hết dự án này đến dự án khác cho người khác, tôi vẫn cứ ngạc nhiên về tầm của cái tâm của ông.

Ở đời, rất nhiều người có tâm. Nhưng tâm lớn như Nguyễn Xuân Thu có lẽ là hiếm. Tôi viết lời giới thiệu này, cho cuốn hồi ký không-dính-dáng-gì-đến-văn-chương của ông, với tất cả sự ngưỡng mộ trước cái tâm của ông. Một cái tâm rất có tầm.

Nguyễn Hưng Quốc
Chủ nhiệm Ban Việt ngữ và Việt học
Victoria University
Melbourne, Australia

Chương 1:
Đứa trẻ mồ côi

Ba tôi mất lúc tôi còn rất bé, có lẽ chưa tới năm tuổi, vì thế tôi không có nhiều kỷ niệm về ông. Ký ức đầu tiên mỗi lần nhớ đến ba tôi là lúc ông bị một người chú trong họ đuổi chạy quanh gốc một cây mít trước nhà và lần sau cùng là lúc ba tôi mất khi ấy tôi được mặc áo tang vui vẻ ngồi nhìn mọi người khóc bên quan tài. Tôi không còn nhớ khuôn mặt của ba nhưng nghe người ta nói rằng tôi rất giống ông. Người ta còn nói ông là người rất giỏi chữ Hán và đặc biệt là ông viết thứ chữ này rất đẹp. Sau khi ông mất trong nhà còn rất nhiều sách chữ Hán bằng giấy dó[1] và những người hàng xóm thỉnh thoảng đến xin một vài quyển để làm giấy vấn thuốc hút. Tôi cũng được nghe nói ông thường hay uống rượu, đánh bạc và ngao du với bạn bè trong nhiều làng lân cận. Ông kiếm sống bằng nghề dạy học tại nhà và chữa bệnh cho người trong làng. Ngoài ra tôi không biết gì thêm về ông, kể cả tên tuổi của ông bà nội tôi.

---

[1] Giấy rất mỏng nhưng bền, làm bằng vỏ cây dó, dùng để vẽ tranh mỹ thuật dân gian Việt Nam.

Ba tôi có hai người vợ. Người vợ đầu có với ba tôi hai người con, một gái là chị Liễu và một anh trai tên Chút[1]. Sau khi bà mất một thời gian thì ba tôi cưới mẹ tôi, người quê ở Ba Đồn, phần đất ở phía bắc của tỉnh Quảng Bình giáp giới với tỉnh Hà Tĩnh. Đến bây giờ tôi vẫn không biết duyên nợ nào họ gặp nhau. Mẹ tôi sinh ra được bốn người con. Chị cả tên Em, chị thứ hai là Luyến[2], tôi và một đứa em trai tôi không nhớ tên. Lúc được một hai tuổi gì đó thì em tôi mất vì bị bệnh.

Ít lâu sau khi ba tôi mất, mẹ tôi cho tôi đi học với một thầy giáo làng tên Huy. Trong làng tôi thời ấy có ít trẻ con thuộc lứa tuổi của tôi được đến trường. Mẹ cho tôi đi học vì bà không muốn lớn lên tôi sẽ phải bị bắt làm "xâu", một lớp dân cùng đinh phải phục dịch mọi chức sắc trong làng và còn bị đánh đập, chửi mắng thậm tệ. Phần khác bà muốn tôi đến trường để bà còn rảnh rang làm lụng trong vườn nuôi ba chị em chúng tôi.

Nhà tôi không có ruộng, chỉ có khoảng bốn sào đất vườn trồng khoai, môn, sắn. Trong vườn còn có cau, trầu, chè, mít, ổi, bưởi và có hai cái ao nhỏ. Công việc làm vườn chỉ có mẹ tôi và chị đầu của tôi lúc ấy khoảng 10 tuổi phụ giúp. Chị Liễu và anh Chút con của bà vợ đầu của ba tôi đi ở đợ cho những người trong làng và thỉnh thoảng năm ba tháng mới ghé về nhà thăm và chỉ ở lại một đêm rồi đi. Chẳng biết sao mẹ tôi có ác cảm rất lớn đối với hai anh chị cùng cha khác mẹ của tôi. Ngược lại tôi rất thương họ, đặc biệt là anh Chút. Mẹ tôi không

---

[1] Nguyễn Thị Liễu bị bệnh mất năm 1947 và Nguyễn Xuân Chút chết tại làng vì bom B 52 của Mỹ năm 1968.

[2] Nguyễn Thị Em đã mất năm 2000 lúc đó tôi đang ở Úc và Nguyễn Thị Luyến mới mất năm 2011, có tôi dự đám tang.

hề nói cho tôi biết bất cứ một điều gì về ba tôi cũng như về quá khứ của bà. Từ lúc bà mất, mấy chị em chúng tôi hoàn toàn mất liên lạc với gia đình bên ngoại.

Mẹ tôi có bề ngoài khá duyên dáng. Nhiều người trong làng rất quý bà, thường gọi bà là bác "Phó", có lẽ vì ba tôi lúc còn sống có làm phó cho một chức sắc nào đó trong làng. Mỗi lần đi chợ hoặc đi thăm bà con, mẹ tôi thường mặc áo dài nhuộm nâu và có mảnh vá ở vai bằng vải màu trắng. Trong những đêm mùa hè oi ả, mẹ tôi thường ngồi ăn trầu và quạt cho tôi ngủ. Trong một thời gian dài của tuổi thơ, tôi được yên giấc trong vòng che chở của mẹ. Thời thanh bình ấy kéo dài không lâu.

Làng tôi gần đường quốc lộ số 1. Địa thế gồm phần đất thấp ở dưới dốc và vùng đất cao ở trên dốc. Khoảng giữa năm 1947, lúc lính Pháp đến đóng đồn ở Hồ Xá, cán bộ Việt Minh vận động dân trong làng xây "Hàng rào Chiến đấu"[1]. Nhà tôi ở dưới dốc, ngoài Hàng rào Chiến đấu nên ban ngày do "địch" kiểm soát. Còn phần phía sau Hàng rào Chiến đấu có dân quân du kích canh gác cẩn mật. Nếu có lính Tây đi vào làng là có báo động để dân làng kịp thời trốn chạy vào các làng ở vùng sâu. Dân chúng sống trong vùng ngoài hàng rào chiến đấu chịu ách một cổ hai tròng. Ban ngày thì lính Tây đi lùng, bắt người khả nghi, hãm hiếp đàn bà con gái. Còn ban đêm thì do du kích và cán bộ Việt Minh kiểm soát, hạch hỏi, thu thuế, thủ tiêu những người họ nghi ngờ.

---

[1] "Hàng rào chiến đấu" do Việt Minh và dân trong làng dựng lên bằng tre để ngăn không cho lính Pháp vào làng đốt phá và hãm hiếp đàn bà con gái. Dọc Hàng rào chiến đấu có nhiều chốt gác, mỗi chốt có dân quân du kích túc trực canh gác ngày đêm.

Mẹ tôi qua đời lúc tôi lên 13 tuổi sau gần một tuần lâm bệnh. Tôi trở thành đứa bé mồ côi cả cha lẫn mẹ. Người chị cả của tôi tên Em lúc này là một thiếu nữ 18 tuổi, khá xinh xắn. Nếu ở vào thời buổi bình yên thì chị có thể đi làm thuê hay buôn bán kiếm đủ tiền nuôi tôi và chị Luyến của tôi. Nhưng lúc ấy là thời chiến tranh đang rất khốc liệt. Thành thử chị phải đi lánh vào các làng trong vùng xa đồn Tây và năm mười hôm mới về nhà thăm chúng tôi một lần vào buổi tối và mang về cho chúng tôi một ít khoai, sắn. Ở nhà còn lại chỉ có chị kế tôi và tôi. Quá đói, người tôi tiều tụy, gầy nhom. Tôi thèm từng hạt cơm rơi, từng miếng vỏ khoai lang cho heo ăn của hàng xóm. Đây là thời gian tôi và chị kế của tôi đói và bệnh triền miên. Trước mắt, tương lai hai chị em tối mịt.

Những kỷ niệm thời tuổi thơ

Kỷ niệm còn để lại dấu ấn sâu đậm nhất trong tôi là cuộc cắm trại do trường tổ chức tại một địa điểm trong làng không xa nhà tôi bao nhiêu. Lúc đó tôi mới lên 7, 8 tuổi gì đó, nên chị tôi phải dắt tôi đi bộ đến địa điểm cắm trại. Tuy nhà thuộc loại nghèo nhưng mẹ tôi đã cố dành dụm khá lâu để có thể mua cho tôi các thứ thức ăn tươm tất hơn ngày thường và các thứ cần thiết cho ba ngày cắm trại. Hôm đầu tiên thật tuyệt vời, tôi thỏa thích vui chơi với chúng bạn. Nhưng đến tối tôi nhớ nhà quá sức và cứ khóc mãi cho đến lúc chìm vào giấc ngủ. Sáng hôm sau trong lúc tôi đang ngồi ủ rũ thì thấy chị tôi đến xin cho tôi về nhà vì mẹ tôi nhớ tôi quá. Gặp lại nhau chỉ sau một đêm và chưa đến hai ngày, thế mà cả hai mẹ con đều khóc nức nở. Đó là lần đầu tiên trong đời tôi xa nhà.

Rồi những đêm mùa hè nóng nực, mẹ tôi ngồi miệng ăn trầu còn tay thì cầm chiếc mo cau quạt cho tôi ngủ, những giấc ngủ thật an lành và hạnh phúc khiến cho tôi hơn mấy chục năm sau vẫn không thể nào quên được hình ảnh của mẹ. Hồi ấy vì còn quá nhỏ, chưa bao giờ tôi dám hỏi điều gì về mẹ, nhưng tôi có cảm giác bà có một quá khứ không mấy vui vì giữa hai giấc ngủ tôi thấy mẹ thường ngồi tư lự, ánh mắt xa vắng và buồn rầu. Mẹ tôi có một đời chồng và có một người con trai trước khi bà lấy ba tôi. Tất cả quá khứ ấy đều đã xảy ra tại quê của mẹ, ở tận ngoài sông Gianh, nơi tôi chỉ có một lần theo bà về thăm lúc tôi còn rất bé và quê tôi còn thanh bình. Có lẽ chị Em của tôi có biết đôi chút về gia đình của mẹ, nhưng cho đến ngày chị mất, tôi chưa bao giờ có dịp để hỏi chị.

Tôi biết mẹ tôi rất thương tôi vì tôi là đứa con trai duy nhất của mẹ. Mẹ tôi thương tôi đến nỗi trong lúc hấp hối bà vẫn còn trối trăn rằng bà sợ rồi sẽ không còn có ai để chăm lo cho tôi, tôi sẽ đói và khổ. Thế rồi bà ra đi vĩnh viễn vào một đêm giữa mùa đông, để lại trong tôi quá nhiều nhớ thương và đau khổ đến tận cùng.

Thời đi học của tôi cũng không được êm đềm. Đó là khoảng thời gian đất nước Việt Nam có nhiều biến cố nhất. Khởi đầu là sự hiện diện của quân Nhật. Rồi máy bay Đồng minh bắn phá hàng ngày. Người bị bắn chết trên đồng ruộng, kẻ bị cháy lúc đang ngồi trong xe ôtô, có người bị bắn chết ngay tại dốc sau nhà tôi. Có lúc đang ngồi học trong lớp, nghe tiếng máy bay, chúng tôi phải vội vã chạy xuống hầm trốn. Rồi nạn đói xảy ra, người chết như rạ. Tận mắt tôi thấy xác chết mỗi buổi sáng. Chiến tranh cũng ảnh hưởng rất lớn đến việc học tập của tôi. Một ngày học, năm ba ngày nghỉ. Sau khi mẹ tôi mất, tôi vĩnh viễn giã từ học đường. Năm ấy tôi mới lên 12, 13 tuổi, vừa mới bắt đầu học lớp nhì (lớp 4 bây giờ).

Có một ký ức về chiến tranh cứ ám ảnh tôi mãi cho đến bây giờ. Đó là cái chết và bị thương của năm người dân trong làng do quân đội Tây bắn trong lúc họ thắp đuốc đi bắt nhái ban đêm. Bốn người chết rất thảm thương còn người bị thương sáng hôm sau được cáng vào điều trị tại bệnh viện Quảng Trị. Trên đường về lại làng, một trong số mấy người tải thương bị cán bộ Việt Minh bắt và mãi mấy tháng sau anh mới được tha về. Thế rồi một hôm, lính Tây đến bắt anh và đem ra bắn trước mặt dân làng. Lính Tây bảo rằng họ có bằng chứng là anh ấy đã vẽ sơ đồ của đồn Châu Thị và trao cho Việt Minh để Việt Minh chuẩn bị tấn công. Như vậy là một đêm đi bắt nhái làng tôi mất năm mạng người. Đó là một mảng trong số vô vàn ký ức đen tối trong cuộc chiến trên quê hương tôi.

Trong nhà tù

Đến năm tôi lên gần 14 tuổi, chỉ vài hôm sau Tết Nguyên đán, tôi được tin chị Em của tôi bị lính Tây bắn bị thương và đem về nhốt trong trại tù Hồ Xá. Đồn Tây tại Hồ Xá là đồn lớn nhất tại huyện Vĩnh Linh, chỉ cách làng tôi khoảng 3 cây số. Thời gian này nhiều thanh niên và những đứa trẻ ở trạc tuổi của tôi trong làng bị lính Tây đi lùng bắn chết dần. Hôm trước nghe tin người này bị bắt hôm sau lại được tin kẻ khác bị giết.

Một hôm, lúc tôi và một đứa bạn đang đứng tại một ngã tư ở chốt gác đầu làng chiến đấu thì bị lính Tây bắn, thằng bạn đứng cạnh tôi chết ngay tại chỗ còn tôi thì thoát được. Nhưng rồi chỉ ít ngày sau tôi cũng bị lính

Tây bắt tại nhà và đưa về nhốt tại đồn Hồ Xá. Chúng nghi tôi làm liên lạc cho du kích Việt Minh.

Lúc đưa về đến đồn, tôi bị hai người lính Việt Nam làm việc cho Tây thay nhau điều tra. Một người lấy dây điện thoại E8 cột vào hai ngón tay cái của tôi và người kia quay máy điện thoại. Bị điện giật, tôi khóc toáng lên vì đau đớn và sợ hãi. Họ tiếp tục quay máy điện thoại nhiều lần nhưng tôi trả lời là tôi còn nhỏ không hề làm gì cho ai cả. Tiếp đến, họ tháo dây điện thoại từ hai ngón tay của tôi ra và bỏ vào trong miệng tôi và người kia tiếp tục quay máy điện thoại. Lần này tôi té bật xuống sàn nhà và bất tỉnh. Sau nhiều lần tra tấn như thế, tôi vẫn nhất quyết nói là tôi không làm gì cho ai cả. Thực tế đúng là như thế. Không khai thác được gì, họ vẫn đưa tôi vào trại tù. Không ngờ tôi lại gặp chị tôi cũng đang bị giam tại đây.

Trại tù là một ngôi nhà chật chội, hôi hám, giam tù nhân cả nam lẫn nữ, người già lẫn trẻ em như tôi. Chung quanh nhà tù được bao bọc bằng dây thép gai và có hai vọng gác thường xuyên canh chừng tù nhân.

Cứ vài hôm có một số tù nhân mới được đưa vào và cũng cứ vài hôm có một số tù nhân được đưa ra khỏi nhà tù và không bao giờ thấy trở lại. Trong thời gian mới nhập trại, các tù nhân thường xuyên bị tra tấn, đánh đập, nhiều người bị đem ra bắn công khai trước mặt tù nhân và sau đó bị kéo xác xuống mấy cái hố đào sẵn ngay phía sau trại. Ghê sợ nhất là có những đêm khi bị lính Việt Minh bắn vào đồn, lính gác trong đồn Tây cứ chĩa súng bắn vào hướng nhà tù nơi các tù nhân chúng tôi đang bị giam giữ.

Tù nhân được cho ăn mỗi ngày ba bữa. Bữa sáng có khoai sắn. Bữa trưa và tối, được ăn cơm nấu từ gạo cũ và cá khô mặn được chuyển từ trong Nam ra. Dĩ nhiên không bao giờ đủ no. Rất nhiều tù nhân bị bệnh và có người chết vì bệnh hoặc thiếu dinh dưỡng.

Hàng ngày tù nhân phải đi lao động, trừ những người bị liệt vào diện nguy hiểm, đợi điều tra thêm hoặc đợi đem đi bắn. Người khoẻ mạnh thì được đưa đi lấp đường do Việt Minh đào, phá ban đêm. Người già và trẻ con thì bị đưa đi quét dọn và làm các công việc tạp dịch trong trại. Tôi nhờ có biết một ít tiếng Pháp nên được đưa vào quét dọn và phục vụ trong câu lạc bộ hạ sĩ quan có cả nhà ăn và quầy bán rượu. Lúc đầu tôi được phân công lau chùi và rửa chén bát. Về sau họ cho tôi phụ bán rượu (bartender) trong câu lạc bộ. Công việc khá nhẹ nhàng. Nhiệm vụ chính của tôi là bán rượu và ghi chép sổ sách những người chưa trả tiền. Tù nhân làm trong câu lạc bộ này, kể cả tôi, được phép ăn những thứ dư thừa. Tôi làm việc ở đó đến ngày được tha. Tổng cộng thời gian ở tù là trên tám tháng.

Suốt thời gian ấy, chỉ có một số ít người bệnh nặng và già cả được tha về nhà. Có một số thanh niên và trẻ em từ 16 tuổi trở lên được đưa đi vào làm việc cho các đồn điền cao su ở miền Nam. Lúc ấy tôi chưa đến 16 tuổi nên có muốn đi vào Nam cũng không được.

Ra khỏi tù, bỏ làng ra đi

Đầu năm 1949, sáng ngày 30 Tết âm lịch, tôi được tha và đi thẳng đến làng Châu Thị rất gần làng tôi vì không dám về và ở lại làng ban đêm. Đến chiều cùng ngày chị Em tôi được tha về. Đêm Giao thừa ấy hai chị em chúng tôi ở nhờ nhà một người bà con trong Đồn Hương vệ[1] tại làng Châu Thị. Sáng ngày mồng một Tết, chúng tôi mới dắt nhau về nhà trong làng. Lúc ấy, chị Luyến của tôi đang bị bệnh nằm rên hừ hừ trên giường. Trong nhà hoàn toàn không có lấy một thức ăn gì, kể cả gạo hay khoai sắn. Đói và buồn, cả ba chị em chúng tôi chỉ biết ngồi khóc gần hết buổi sáng. Đến chiều, chị Em và tôi về lại đồn Châu Thị. Làng của chúng tôi lúc này bao trùm không khí chiến tranh. Một làng ở vùng "tề" thời ấy gặp rất nhiều nguy hiểm. Ban ngày thì họa lính Tây còn ban đêm thì cán bộ Việt Minh dò xét, tra hỏi, bắt bớ. Người dân là nạn nhân của cả hai bên. Người trong làng bảo nhỏ với tôi rằng tôi không thể ở lại trong làng được.

Trở lại đồn Châu Thị, tôi ở với chị Em của tôi được ba hôm, đến ngày mồng bốn Tết, tôi bỏ làng ra đi. Mãi đến nửa thế kỷ sau, cuối năm 1991, tôi mới có dịp về lại thăm làng.

---

[1] Hương vệ là một loại lính không chính quy được chính phủ Nam triều thành lập để bảo vệ hương chức trong làng và những ai không sống được trong vùng "tề".

Chương 2:
Những chặng đường học tập

Học hành dang dở

Gia đình tôi ở vùng nông thôn rất nghèo. Như đã nói ở trên, mẹ tôi cố gắng cho tôi đi học chỉ vì bà thương tôi, không muốn tôi bị thất học phải bị bắt làm xâu.

Tôi không nhớ chính xác ngày đầu cắp sách đến trường, lúc ấy tôi bao nhiêu tuổi. Tôi chỉ nhớ hôm ấy mẹ tôi dắt tôi đến trường của thầy giáo Huy trong làng. Thật ra đây chỉ là một ngôi nhà không có người ở. Thầy Huy mướn làm trường dạy con em trong làng. Trường có trên dưới 10 học trò học các lớp từ vỡ lòng đến biết đọc biết viết. Mấy học trò lớn hơn có học thêm môn toán cộng trừ nhân chia. Thầy giáo Huy chưa bao giờ dạy tôi mà chỉ có mấy học trò lớn chỉ cho học trò nhỏ tập đọc, tập viết. Mỗi buổi sáng thầy giáo Huy chỉ dạy mấy trò lớn một lúc rồi nằm dài trên một bộ phản và bắt các trò thay nhau nhổ tóc bạc. Khi thầy giáo ngủ thì chúng tôi ra sân chơi nhưng không đứa nào dám làm ồn vì sợ làm thầy thức giấc.

Trong thời gian học tại trường thầy giáo Huy tôi chỉ còn nhớ vài chuyện nho nhỏ. Chuyện thứ nhất là nhổ tóc bạc cho thầy. Đó là việc mà bọn trẻ con chúng tôi rất sợ.

Đến phiên trò nào nhổ thì biết chắc là sẽ nhổ rất lâu vì các trò khác bỏ chạy ra chơi ngoài sân hết, không có trò nào thay thế. Muốn đi tiểu cũng không dám. Thời ấy, ở làng quê hẻo lánh không có ai có đồng hồ.

Gần nhà tôi có trò Phàn cũng đi học cùng trường. Mỗi buổi sáng Phàn đi qua nhà tôi rủ tôi cùng đi. Một hôm trên đường đi chúng tôi gặp một bác lớn tuổi. Chúng tôi khoanh tay chào. Bác hỏi: "Các con đi học trường nào?" Tôi trả lời: "Dạ, trường thầy giáo Huy". Đi được một lúc, trò Phàn bảo: "Sao trò dám gọi tên tục của thầy? Tôi sẽ đến thưa thầy." Tôi sợ quá, năn nỉ Phàn đừng thưa với thầy. Từ đó mỗi lúc có gì không vui Phàn dọa "sẽ mách thầy". Có lẽ phải mất rất lâu sau Phàn mới quên chuyện ấy. Thời đó lũ học trò nhỏ ít ai dám gọi tên tục của bất cứ ai, từ thầy giáo, cha mẹ, cho đến người lớn tuổi. Đó là kỷ niệm tôi còn nhớ mãi về ngôi trường đầu đời của tôi.

Tôi học ở trường thầy giáo Huy có thể gần được hơn một năm. Khi tôi biết đọc biết viết và làm được toán cộng trừ nhân chia thì mẹ tôi cho chuyển đến học trường sơ cấp trong làng. Từ nhà đến trường đi bộ thong thả chỉ mất khoảng từ 10 đến 15 phút. Vì khoảng thời gian học tại đây quá ngắn, có lẽ khoảng dưới một năm nên tôi không có kỷ niệm nào đáng kể về nó.

Sau đó tôi được chuyển lên học lớp 5 (bây giờ gọi là Lớp 1) trường tiểu học Vĩnh Linh tại Hồ Xá. Trường tiểu học này có 6 lớp gồm các Lớp Năm, Lớp Tư, Lớp Ba, Lớp Nhì nhất niên, Lớp Nhì nhị niên và lớp Nhất. Tiếng Pháp được dạy từ lớp thấp nhất. Học hết ba lớp năm, tư, ba thì đi thi lấy bằng Yếu Lược. Học tiếp các lớp Nhì Nhất Niên, Nhì Nhị Niên và lớp Nhất (Lớp 5 bây giờ) thì đi thi lấy bằng Primaire (bằng Tiểu học). Có bằng Tiểu học và được 17 tuổi là có thể xin đi dạy học tại các trường làng[1]. Mỗi buổi sáng học sinh phải chào cờ và hát bài quốc ca Pháp.

Đối với tôi, hồi ấy trường Tiểu học Vĩnh Linh là một ngôi trường rất đẹp và rộng bao la. Đi vào cổng trường phía bên phải là khu nhà thầy hiệu trưởng, bên trái là vườn hoa. Đi tiếp lên một bậc cao hơn là sân dưới, đi tiếp là đến sân trên, nơi học trò thường xếp hàng chào cờ trước khi vào lớp mỗi buổi sáng. Những buổi chào cờ học trò đứng rất nghiêm trang.

Ngôi trường là một dãy nhà ngói vách gạch rất đồ sộ, được chia ra làm 6 phòng, mỗi phòng dành cho một lớp. Không có phòng dành cho văn phòng hiệu trưởng hay phòng họp của giáo viên. Nhà vệ sinh không nằm chung trong dãy nhà này mà nằm riêng bên ngoài. Gần khu vệ sinh có nhà dành cho phu trường (bảo vệ) ở.

Phía sau trường là một giải đất được chia làm 6 ô, mỗi ô khoảng 30 mét vuông được chia cho mỗi lớp. Học sinh các lớp, trừ lớp Đệ nhất (Lớp 5 ngày nay), học môn Cách trí thường ra ô vườn của lớp mình trồng và chăm sóc cây vào các ngày thứ năm hàng tuần. Đây là môn học giúp tôi biết yêu quý cây cỏ, quý từng tấc đất và nhớ mãi trong đời.

Tôi học tại trường này khoảng chưa đầy ba năm thì Việt Minh khởi nghĩa. Lúc bấy giờ còn nhỏ tôi chẳng biết Việt Minh là gì. Chỉ nghe nói có Việt Minh là không có vua. Cảm nhận sâu sắc nhất của tôi lúc bấy giờ là sau ngày Việt Minh khởi nghĩa, ông hiệu trưởng bị mất chức và cả gia đình ông phải dọn đến ở trong nhà dành cho phu trường gần khu vệ sinh hôi hám.

---

[1] Có một số ít học trò học lớp Nhất trong trường tôi thời đó đã có vợ trong khi còn đi học.

Học tại trường Vĩnh Linh được thêm ít lâu nữa thì tôi bỏ học vì lúc này máy bay Đồng minh thường bắn khắp vùng. Nhiều chiếc xe Peugeot 203 màu đen chạy qua trên đường quốc lộ gần Hồ Xá đã bị bắn bốc cháy. Khu đất trồng các loại hoa đẹp trước mặt trường trước đây nay đã được đào thành các đường hầm để học sinh tránh máy bay. Số học sinh bỏ học như tôi cũng rất nhiều.

Sau một thời gian Việt Minh lên nắm chính quyền, phong trào chống nạn mù chữ ra đời. Các lớp học "chống nạn mù chữ" được mở ra các buổi tối. Dân chúng già trẻ nếu chưa biết chữ đều phải đến dự các lớp học này. Nhiều bảng kiểm tra "biết đọc biết viết" được dựng lên tại các lối đi vào chợ. Những ai không biết đọc thì không cho vào chợ. Các trường làng dạy học sinh cũng được mở trở lại. Tôi học thêm được một thời gian ngắn tại trường làng, chưa hết lớp Nhì (Lớp 4 ngày nay) thì chiến tranh bùng nổ, quân đội Pháp đến.

Học trung học tại Huế

Tháng 8 năm 1954, tức là 7 năm sau khi học dang dở bậc tiểu học, nhờ một người quen trong làng lúc ấy đang làm sĩ quan trong quân đội ở Huế làm giấy tờ giúp, tôi được nhận vào học trường Thiếu Sinh Quân Huế (TSQ)[1]. Lúc ấy tuổi thực của tôi là 19. Nhưng điều kiện để được nhận vào học lớp Đệ thất (ngày nay gọi là Lớp 6), lại

---

[1] Trường Thiếu sinh quân (tiếng Pháp gọi là "École des Enfants de Troupes") lúc đầu do quân đội Pháp lập ra để nuôi dạy con em của những quân nhân đã chết hay bị thương trên chiến trường. Về sau các trường nhận cả các em có quan hệ họ hàng với những người trong quân đội.

không được quá 14 tuổi. Vì vậy tôi phải làm giấy khai sinh lại, khai sụt gần 6 tuổi.

Tuy đã ngoài 19 tuổi nhưng người bé nhỏ và da trắng nên ít người biết tuổi thật của tôi. Từ khi có cơ hội đi học trở lại, tôi rất cố gắng, học tập miệt mài ngày đêm. Một mặt, tôi học tập bài vở của lớp Đệ thất, mặt khác, ôn lại bài vở lớp Nhất (lớp 5) của bậc tiểu học vì trong những năm chiến tranh ở quê tôi chưa hề học qua lớp này.

Trường Thiếu Sinh Quân Huế có khoảng 300 học sinh. Một phần ba là học sinh bậc trung học, số còn lại là học sinh tiểu học. Số học sinh học các lớp Đệ thất (lớp 6) và Đệ lục (lớp 7) thì học tại trường. Học sinh các lớp đệ Ngũ (lớp 8) và đệ Tứ (lớp 9) thì được đưa đến học Trường Trung học Nguyễn Tri Phương. Một số rất ít học các lớp cao hơn (lớp Đệ tam, Đệ nhị) thì được đưa đến học trường Khải Định (sau này gọi là trường Quốc Học). Tất cả các học sinh đến cuối năm 17 tuổi thì dù học lớp nào cũng đều phải nhập ngũ. Những em TSQ có bằng Trung học Đệ nhất cấp (Lớp 9) thì được đưa đi học các lớp sĩ quan Đà Lạt để sau này trở thành các sĩ quan chuyên nghiệp trong Quân lực Việt Nam Cộng hòa.

Các TSQ từ 14 đến 16 tuổi, ngoài chương trình học các lớp văn hóa của Bộ Quốc gia Giáo dục, còn phải học các lớp quân sự. Các lớp quân sự thường được dạy toàn thời gian trong dịp nghỉ hè còn trong năm học thì chỉ dạy một ngày mỗi tuần. Nếu tốt nghiệp lớp CC1 thì lúc rời trường đi nhập ngũ được mang cấp bậc Hạ sĩ còn CC2 thì mang cấp bậc Trung sĩ.

Học sinh của Trường TSQ Huế phần lớn có cha hoặc mẹ hoặc bà con gần ở trong quân đội. Đa số gia đình nghèo không đủ điều kiện nuôi con. Số mồ côi cả cha lẫn mẹ rất ít. Tôi là một TSQ đặc biệt, mồ côi cả cha lẫn mẹ và không có người thân ở trong quân đội.

Trường TSQ Huế rất có kỷ luật. Trường áp dụng kỷ luật quân đội đối với tất cả TSQ từ nhỏ đến lớn. Học tập, giờ ăn, giờ nghỉ đều có thời gian biểu rõ ràng. Đa số các em rất chăm học và ngoan vì không ai muốn khi nhập ngũ phải làm binh nhì (lính không có cấp bậc gì). Chế độ ăn uống trong trường cũng không quá tệ. Ăn mỗi ngày 3 bữa. Trừ bữa sáng, các bữa trưa và chiều đều có canh, món xào và cá hay thịt. Tuy thức ăn không ngon nhưng có đủ chất dinh dưỡng nên em nào cũng khoẻ mạnh, tươi tỉnh. Ngoài ra, mỗi tháng mỗi em được nhận 30 đồng để mua sắm các thứ cần thiết (30 đồng thời ấy có thể mua được 10 tô phở hay một quyển sách học tiếng Anh "Anglais Vivant"). Các TSQ có gia đình ở Huế hay các tỉnh gần Huế thường có người thân đến thăm hoặc về thăm nhà trong những ngày nghỉ. Cả trường có khoảng dưới 10 em, trong đó có tôi, có gia đình ở xa hoặc thuộc diện mồ côi không có người thân thích.

Ở trường, buồn nhất là các dịp Tết. Mỗi lần Tết đến, các em đều về thăm gia đình. Cả trường chỉ còn lại ba, bốn em ở lại. Tôi thường xuyên là một trong số các em không may mắn ấy.[1] Trong dịp Tết, trường không có người chăm lo cơm nước như ngày thường. Ngày Tết không có người thân bên cạnh, không được hưởng hương vị ngày xuân. Tuổi trẻ trong những ngày Tết như thế không thể không buồn tủi, không xót xa trong lòng. Một người bạn cùng lớp của tôi tên Nguyễn Tàu có cha mẹ ở Đà Lạt thuộc nhóm TSQ ở lại trường trong dịp Tết.

---

[1] Tôi có hai người chị ruột và một người anh cùng cha khác mẹ nhưng tất cả đều ở phía bắc của vĩ tuyến 17.

Anh thường xuyên đắp mền nằm khóc trong những ngày Tết và sau này khi đi lính anh có thói quen khóa trái cửa phòng nhà trọ và không tiếp xúc với bất cứ ai trong những ngày đầu năm.

Một kỷ niệm khó quên nhất đối với tôi trong những ngày ở trường TSQ Huế là Tết năm 1955. Chiều 30 Tết, trường vắng ngắt. Chỉ còn lại vài ba đứa như tôi. Mỗi đứa có một nỗi niềm riêng. Buồn quá, tôi đi lang thang ra phố. Phố xá nhộn nhịp và đông đúc nhưng tôi vẫn thấy lẻ loi. Tự nhiên tôi có ý nghĩ đi thăm chùa Linh Mụ. Sau hơn hai giờ đi bộ, tôi đến chùa. Chùa lúc này không có bao nhiêu khách. Tôi gặp một chú tiểu đang thắp nhang ở dưới chân tháp. Mùi thơm của nhang và khung cảnh u tịch của chùa trong chiều 30 Tết đã làm tôi nhớ da diết đến những cái Tết lúc còn có mẹ. Tôi đi một vòng quanh chùa rồi rảo bước về. Trên đường về, chợt nhớ đến một người bạn cũ ở Đông Hà, tôi bèn nhảy lên xe lửa đi tìm bạn. Tôi đi chui không mua vé mà kỳ thực tôi không có đồng nào trong túi. Sau hơn ba tiếng thì tàu đến ga Đông Hà tôi vội tìm đến nhà bạn tôi. Vào nhà lúc ấy đã hơn 7 giờ tối. Bạn tôi đi vắng. Anh đã về quê ăn Tết. Trong nhà chỉ còn lại hai người em gái xấp xỉ lứa tuổi của tôi. Họ biết tôi là bạn thân của anh Quang. Tôi phân vân chẳng biết đi đâu thì được hai chị em mời ở lại qua đêm. Họ cũng mời tôi ăn tối nhưng tôi từ chối lấy lý do là tôi đã ăn tối rồi nhưng thực ra bụng tôi rất đói. Sáng sớm hôm sau, sáng mồng 1 Tết, tôi từ giã chủ nhà, đi chui xe lửa trở lại Huế. Đến trường, tôi chạy vào nhà bếp kiếm gì ăn nhưng trong nồi chỉ còn cơm cháy. Quá đói, lúc tôi đang ngấu nghiến mấy miếng cơm cháy thì Nghẹt, một người bạn thời hàn vi, bấy giờ đang đi lính, đến thăm. Anh rủ tôi ra phố kiếm gì ăn. Sau đó trước khi chia tay, Nghẹt nhét vào trong túi áo của tôi 100 đồng, một món tiền rất lớn lúc ấy (bằng một phần ba lương một tháng của một người lính). Đó cũng là một kỷ niệm khó quên trong đời tôi.

Tôi ở trường TSQ Huế được hơn hai năm thì trường được lệnh phải đóng cửa. Tất cả TSQ được chuyển vào Vũng Tàu. Trong thời gian ở Huế, tôi học xong hai lớp Đệ thất và Đệ lục. Tôi học khá tốt, trên trung bình và có một mối tình thầm lặng đơn phương với một người con gái chưa một lần nắm tay.

Học tập ở Vùng Tàu và Sài Gòn

Khoảng tháng 9 năm 1956 tất cả TSQ ở Huế cũng như ở Mỹ Tho và Pleiku được đưa đến Vũng Tàu. TSQ Huế ở xa nhất nên chúng tôi được đưa đi bằng đường biển. Từ Huế chúng tôi được đưa đi bằng xe quân đội vào Đà Nẵng và từ Đà Nẵng vào Sài Gòn bằng đường thủy, trên chiếc tàu rất lớn mang tên "Ville de Haiphong". Sau hai ngày trên tàu, chúng tôi đến trường mới. Đây là một khu đất rộng mênh mông, có nhiều tòa nhà. Khu nhà ở là một toà nhà năm tầng, rất dài, đồ sộ, nằm sát chân núi, có nhiều phòng ngủ, phòng vệ sinh và nhà ăn, chứa được trên 1500 em. Toà nhà này được người Pháp xây dựng đã rất lâu, khoảng đầu thế kỷ. Phía trước trường, bên kia đường, là Bệnh viện Phục hồi Vũng Tàu dành cho bệnh nhân quân đội tĩnh dưỡng sau khi ra khỏi bệnh viện và trước khi trở về lại đơn vị của mình. Ngôi trường này ngày nay là trụ sở của công ty xăng dầu của nhà nước.

Trường TSQ Vũng Tàu có khoảng trên 1500 em, gồm nhiều sắc tộc, nhưng tuyệt đại đa số là người Kinh. Chương trình học tại đây cũng như ở Huế, có cả văn hóa lẫn quân sự. Lúc này tôi học lớp Đệ ngũ và về quân sự thì tôi học Lớp CC2, nghĩa là tương đương với chương trình huấn luyện bậc trung sĩ của quân đội Việt Nam Cộng hòa. Nếu không có gì thay đổi thì cuối năm học 1956-57 thì tôi sẽ phải từ giã nhà trường để gia nhập quân đội. Nghĩ đến ngày nhập ngũ không một ai không lo lắng, u buồn. Riêng tôi, để chuẩn bị cho ngày ấy, tôi đã cố gắng học gấp đôi, tôi học cả lớp Đệ ngũ và lớp Đệ tứ một lúc, nghĩa là học nhảy để đến tháng 5 năm 1957 có thể đi thi (thí sinh tự do) lấy bằng Trung học Đệ nhất cấp (THĐ1C), tương đương với Chứng chỉ học hết cấp 2 bây giờ. Nếu đậu được bằng THĐ1C thì khi nhập ngũ tôi được vào trường Sĩ quan Đà Lạt thay vì phải vào trường Hạ sĩ quan Quang Trung. Vì cố gắng quá sức nên tôi bị bệnh và phải nhập viện. Lúc đầu tôi được đưa vào Bệnh viện Phục hồi Vũng Tàu, sau chuyển lên Bệnh viện Cộng Hoà (bệnh viện quân đội) tại Sài Gòn. Tôi nằm bệnh viện tại Sài Gòn trên 3 tháng. Trong thời gian này tôi vừa tự học để đi thi vừa tìm cách trốn ra khỏi trường TSQ. Đến lúc xuất viện, thay vì về trường TSQ Vũng Tàu, tôi ở lại Sài Gòn, tìm đến nhà anh chị Hùng - Hương, bạn của gia đình chị Chi[1], một chị y tá đã săn sóc tôi trong thời gian tôi nằm ở Bệnh viện Phục hồi Vũng Tàu.

Nhà của anh chị Đinh Xuân Hùng ở trong một hẽm nhỏ trên đường Lê Văn Duyệt tại khu Hòa Hưng. Anh Hùng và chị Hương không khá giả nhưng thấy tôi túng thiếu nên cho tôi ăn ở không, chẳng lấy một đồng nào. Chị Hương rất thương tôi, xem tôi như là người em ruột

---

[1] Chị Cao Kim Chi đã giúp đỡ tôi rất nhiều trong thời gian tôi nằm ở Bệnh viện Phục hồi Vũng Tàu và những năm đầu lúc tôi mới đến sống ở Sài Gòn. Qua chị Chi mà tôi quen được gia đình anh chị Hùng Hương. Sau năm 1975 tôi hoàn toàn mất liên lạc với chị. Có lẽ gia đình chị Chi hiện đang sống ở Hoa Kỳ.

và tôi cũng rất thương và kính mến chị như là người chị ruột của tôi và các con của anh chị thường gọi tôi là cậu. Tôi ở nhà anh chị Hùng - Hương được gần một năm từ tháng 6 năm 1957 đến tháng 5 năm 1958 thì chuyển đến ở nhà trọ để cho việc học hành được thuận tiện hơn. Thời gian này tôi học cả lớp Đệ tam và lớp Đệ nhị (lớp 10 và 11). Về sau dù ở đâu hay làm gì, nếu có cơ hội tôi đều tìm đến thăm anh chị Hùng Hương. Ngày chị lâm bệnh và mất vì ung thư, không đến thăm được, tôi cứ ân hận mãi.

Ăn ở tại nhà anh Hùng và chị Hương, tôi đi dạy kèm thêm cho con cái một số gia đình khá giả để trang trải phí học tập. Ngoài ra, tôi cũng nhận được giúp đỡ của một người bạn Pháp tên Yves Touchet. Tôi gặp Yves và quen biết với anh năm 1952 lúc tôi làm việc cho một câu lạc bộ hạ sĩ quan ngành công binh Pháp tại Đông Hà. Đến đầu năm 1955, anh đến thăm tôi ở Huế lúc tôi đang đi học lại tại trường Thiếu sinh quân Huế trước lúc anh rời Việt Nam để theo quân đội trở về Pháp. Từ đó chúng tôi liên lạc với nhau qua thư từ rất thường xuyên và chính anh là chỗ dựa tinh thần của tôi. Đến năm 1957 trước lúc tôi quyết định rời khỏi trường Thiếu sinh quân tại Vũng Tàu, anh hứa sẽ giúp tôi một ít tiền hàng tháng để trả học phí và một phần tiền sinh hoạt ở Sài Gòn. Nhờ thế mà tôi bớt vất vả trong thời gian học những năm cuối của bậc trung học phổ thông. Sau khi đỗ xong bằng Tú tài phần 1, với mảnh bằng ấy tôi có thể tự kiếm sống, anh không còn phải giúp đỡ cho tôi. Đối với tôi, ơn nghĩa của anh quá lớn. Không có anh, tôi đã không có cuộc sống như ngày nay. Năm 1990, lúc ở Úc tôi có mời anh qua chơi ba tháng và sau đó, với nguyện vọng tha thiết của anh, tôi mua vé cho anh về thăm Việt Nam. Từ đó cho đến lúc anh mất tại Việt Nam năm 2011, mỗi năm anh sống ở Việt Nam trên 6 tháng. Thời gian này, mỗi lúc tôi ở Việt Nam, hai anh em thường gặp nhau. Ngày anh lâm bệnh và mất, không có tôi bên anh, nhưng tôi có nhờ một người bạn thân trong chuỗi ngày gian khó thay tôi lui tới chăm sóc anh. Hiện vịm tro của anh để trong một nhà thờ trên xa lộ Hà Nội.

Mùa thi năm 1958, mặc dầu rất cố gắng, tôi vẫn không thành công. Tôi tiếp tục học lại chương trình lớp Đệ nhị và đến giữa năm 1959 thì tôi thi đậu bằng Tú Tài 1. Thi Tú Tài 1 hồi đó rất khó. Ít có năm tỷ lệ đậu được trên 40%. Thông thường từ 25 đến 35%. Số thí sinh nam thi rớt hoặc tiếp tục học lại hoặc phải đi quân dịch nếu lúc ấy đã đến 18 tuổi. Một khi thi rớt thì phải nhập ngũ vì không còn đủ điều kiện để được hoãn dịch nữa.

Có bằng Tú Tài 1 tôi nộp đơn xin học lớp Đệ nhất (lớp 12) tại trường Chu Văn An trong năm học 1959-1960. Đến tháng 6 năm sau (1960) tôi thi đậu bằng Tú Tài 2, ban Toán (B), kết thúc bậc giáo dục trung học phổ thông.

Học đại học

Với bằng Tú Tài 2 ban Toán, tôi có nhiều lựa chọn. Một là vào trường Sĩ quan Võ bị Đà Lạt để trở thành sĩ quan chuyên nghiệp. Người thấp, tôi thấy ngành võ không thích hợp với mình. Hai là thi vào ngành sư phạm để làm nghề dạy học. Nghề này thì có thể hợp với tôi nhưng thi vào trường Đại học Sư phạm không phải dễ đậu. Vả lại tôi còn sợ bằng tốt nghiệp ĐHSP không được học lên cao. Ba là thi vào ngành Quốc gia Hành chính để sau này làm công chức. Thi vào ngành này lúc bấy giờ còn tương đối dễ nhưng tôi không có thiện cảm với ngành công bộc này lắm. Bốn là học tiếp lên đại học. Vốn thích tự do nên tôi chọn giải pháp này.

Trong năm học 1960-1961, tôi ghi danh (đăng ký) học lớp Dự bị trường Đại học Văn khoa thuộc Viện Đại học Sài Gòn ở đường Nguyễn Trung Trực bên cạnh Thư viện Quốc gia. Tôi cũng có ghi danh vào học năm thứ nhất tại trường Đại học Luật khoa ở gần hồ Con Rùa. Ghi danh nhưng tôi chỉ mua tài liệu về học ở nhà và học được một năm. Sau khi đậu Chứng chỉ Dự bị Đại học Văn khoa, tôi bỏ hẳn giấc mộng theo đuổi ngành luật.

Tôi đi học lớp Dự bị Đại học Văn khoa khá thường xuyên. Trong số nhiều môn học ở lớp Dự bị này, tôi thích nhất môn triết học đại cương. Đây là lần đầu tiên trong đời tôi được tiếp xúc với môn học Lịch sử Triết học phương Tây, từ thời tiền Socrate qua thượng cổ, trung cổ, cận đại và hiện đại. Ba trường phái triết học đang thịnh hành trong nửa đầu thế kỷ 20 được giới thiệu một cách rất có hệ thống. Trải qua nhiều kinh nghiệm đau thương trên đất nước, có một số sinh viên nghi ngờ tính khả thi và sự ưu việt của chủ nghĩa Mác. Đối với trường phái triết học Nhân vị của Emmanuel Mounier thì có sinh viên thích, có sinh viên không. Riêng triết học Hiện sinh của Jean-Paul Sartre thì hầu hết mọi sinh viên trẻ đều say mê. Môn Văn học sử Việt Nam và môn Lịch sử Việt Nam cũng là những môn hấp dẫn đối với tôi. Hai môn học này đã cho tôi cơ hội trở về với quá khứ, sống với hơi thở của tiền nhân từ thời dựng nước cho đến những triều đại Lý, Trần, Lê, Nguyễn sau này. Môn học Pháp văn cũng cho tôi làm quen được với những Pascal, Montesqieu, Jean-Jacque Rousseau, Voltaire, Lamartine, Victor Hugo.

Để có đủ tiền đi học, tôi phải xin đi dạy mỗi tuần khoảng 6 giờ tại Bà Điểm, gần khu Quang Trung ngày nay. Tôi dạy môn Toán cho các lớp Đệ thất và Đệ lục (tức các lớp 6 và 7 bây giờ). Số tiền kiếm được không nhiều nhưng cũng tạm đủ để chi dùng cho bản thân.

Năm học trôi qua khá nhanh. Thời gian này, tôi bắt đầu có nhiều bạn bè trong lớp. Tôi khó có thể quên được Phạm Văn Hải (họa sĩ, hiện định cư tại Hoa Kỳ), cặp Đại-Khâm sau này trở thành vợ chồng và Trương Mỹ Nam (tất cả đều đang định cư tại Úc), Nguyễn Thị Hoàng về sau là tác giả của quyển tiểu thuyết nổi tiếng *Vòng tay học trò* (hiện nay còn ở Việt Nam). Động lực học tập nhen nhúm từ những ngày ở Huế vẫn còn ngự trị trong tôi. Thỉnh thoảng nó loé lên như một tia sáng nhắc nhở tôi quyết tâm theo đuổi hướng đi của đời mình. Trong kỳ thi cuối năm học, tôi là một trong số những sinh viên may mắn đỗ Chứng chỉ Dự bị Văn khoa kỳ đầu (tháng 6). Tôi tự thưởng cho mình một kỳ nghỉ hè ở Huế.

Tôi rời Sài Gòn về Huế trên một chuyến tàu lửa. Con tàu đi qua các tỉnh miền Trung dọc theo bờ biển và chỉ ngừng lại ở những ga chính. Tại mỗi nơi, qua khuôn mặt, lối phục sức của người dân, tôi thấy cuộc sống của họ không đến nỗi thiếu thốn như tôi tưởng. Mặc dù miền Nam lúc này tương đối còn yên, đặc biệt là tại các thành phố chưa có cảnh bom đạn cày xới, nhưng trên khuôn mặt của họ đã thấy ẩn hiện vẻ lo lắng, bồn chồn. Chuyến tàu đến Huế đúng giờ. Huế buổi sáng thật yên bình, đẹp và rất nên thơ.

Tôi tìm đến xin ở lại nhà của Châu. Châu là một trong số hai người bạn cùng quê hiện đang ở trọ học tại Huế. Người bạn kia là chị Giỏi, đã có gia đình. Ngoài hai người bạn này, tôi còn có một mối tình đơn phương và những kỷ niệm vui buồn trong những năm tôi sống trong trường TSQ. Tuy là mối tình đơn phương nhưng chính cô gái ấy là động lực khiến tôi tìm về nghỉ hè trong thành phố cổ kính này.

Tại Huế, Châu và tôi có đến thăm người con gái ấy, người yêu trong mộng của cả hai đứa chúng tôi. Biết cô đã có người yêu, buồn bã, tôi bỏ ra Quảng Trị dự tính sẽ ở thăm ít hôm rồi trở lại Sài Gòn sớm hơn dự định. Thế nhưng, một cơn mưa giữa mùa hè đã làm thay đổi hoàn toàn kế hoạch của tôi. Tôi vào tránh mưa trước hành lang của một lớp học, trong đó có cô giáo tên Hồng vốn là bạn thân của người con gái trong mộng của tôi. Tôi gặp cô một vài lần trước đó nhưng không thân. Qua câu chuyện, chúng tôi bắt đầu làm quen với nhau. Cô mời tôi nếu thuận tiện đến nhà cô chơi. Đúng ngày hẹn, hai hôm sau, tôi đến nhà thăm cô. Tình cảm giữa hai chúng tôi không ngờ nẩy nở rất nhanh. Sau buổi đến nhà Hồng, tôi vào Huế trước và chúng tôi hẹn sẽ gặp lại nhau tại đây.

Tại Huế, Hồng và tôi gặp nhau nhiều lần. Chúng tôi bắt đầu thấy yêu nhau. Tôi quyết định không trở lại học ở Sài Gòn nữa mà ở lại Huế, nộp hồ sơ xin thi vào trường Đại học Sư phạm và theo dự định nếu đậu tôi sẽ ở lại Huế học luôn.

Kết quả, trong mùa hè năm 1961 này, tôi đã đạt được một mục tiêu nằm trong kế hoạch là đậu được Chứng chỉ Dự bị Đại học Văn khoa Sài Gòn và hai mục tiêu chưa bao giờ nghĩ tới. Đó là có được người yêu và thi đậu vào trường Đại học Sư phạm thuộc viện Đại học Huế. Thi đậu được vào trường Đại học Sư phạm rất quan trọng đối với tôi lúc này, vì trong thời gian đi học tôi có học bổng hàng tháng đủ để sống mà không phải đi làm thêm và lúc ra trường được Bộ Giáo dục bổ nhiệm đi dạy học tại các trường công lập.

Tại miền Nam lúc bấy giờ chỉ có hai viện đại học: viện Đại học Sài gòn được thành lập năm 1954 và viện Đại học Huế năm 1957. Viện Đại học Huế có trường Đại học Khoa học, trường Đại học Văn khoa, trường Đại học Luật khoa, trường Đại học Y khoa, trường Đại học Sư phạm, trường Nông Lâm Súc, trường Âm nhạc và một số trung tâm nghiên cứu. Trường Đại học Sư phạm có nhiều ngành học và có nhiệm vụ đào tạo giáo viên cho các trường trung học đệ nhị cấp (cấp ba) thuộc các tỉnh miền Trung và vùng Cao nguyên.

Lớp Đại học Sư phạm ban Việt Hán của tôi năm ấy có 30 sinh viên được trúng tuyển. Đa số là nam, chỉ có hai nữ: Bùi Thị Ấu Lăng và Lê Thị Thanh Vân[1]. Sau ba năm học chỉ có 7 sinh viên tốt nghiệp, trong đó có tôi. Trong số 23 sinh viên còn lại, khoảng 15 người ở lại lớp, một số đi nhập ngũ, vài người tham gia phong trào tranh đấu Phật giáo hoặc đi theo Mặt trận Giải phóng miền Nam lên rừng.

Trong năm đầu tại Huế, ngoài việc học năm thứ nhất ban Việt Hán của trường Đại học Sư phạm Huế, tôi còn ghi danh vào học Chứng chỉ Hán văn và Chứng chỉ Ngữ học Việt Nam tại trường Đại học Văn khoa. Số sinh viên học trong mỗi lớp thường không quá 10 người. Cuối năm, tôi được lên năm thứ hai của trường Đại học Sư phạm và đậu cả hai chứng chỉ tại trường Đại học Văn khoa. Dĩ nhiên là tôi đã đầu tư rất nhiều thời gian và trí tuệ tương đương với quỹ thời gian ba năm học để đạt được những kết quả trên. Thực tế hầu như không có

---

[1] Bùi Ấu Lăng là một nữ sinh viên xuất sắc trong lớp, mới mất vài năm gần đây tại Sài Gòn, có chồng và các con rất thành đạt.

sinh viên nào trong một năm đậu được ba chứng chỉ như vậy.

Đầu tháng tư của năm học thứ nhất, Hồng và tôi quyết định làm lễ thành hôn tại Quảng Trị, một thành phố cách Huế khoảng 70 km về phía Bắc. Trong số ít ỏi bạn bè đến dự có Trần Quang Long, đại diện sinh viên cùng lớp. Long là nhà thơ khá nổi tiếng và sau này anh tử trận trên chiến trường Tây Ninh.

Trong năm học 1962-1963, tôi học năm thứ hai của trường Đại học Sư phạm và ghi danh vào học hai chứng chỉ còn lại tại trường Đại học Văn khoa: Chứng chỉ Lịch sử Triết học và Chứng chỉ Văn chương Việt Nam. Đây là hai chứng chỉ có nội dung bao trùm rất nhiều lĩnh vực và đòi hỏi sinh viên phải đọc sách rất nhiều. Có nhiều sinh viên học nhiều năm mà không đậu được chứng chỉ Lịch sử Triết học. Về sau, vì môn học quá nặng cho nên mỗi chứng chỉ trên được chia thành hai chứng chỉ. Ví dụ chứng chỉ Lịch sử Triết học được phân làm hai, gồm chứng chỉ Lịch sử Triết học Đông phương và Chứng chỉ Lịch sử Triết học Tây phương, hoặc chứng chỉ Văn chương Việt Nam thành hai là chứng chỉ Văn chương Hán văn và chứng chỉ Văn chương chữ Nôm.

Cuối năm học này, tôi lại một lần nữa gặp may mắn: được lên năm thứ ba tại trường Đại học Sư phạm và đậu cả hai chứng chỉ khó nhất của bằng Cử nhân lúc bấy giờ. Với 5 chứng chỉ: Chứng chỉ Dự bị đại học, Chứng chỉ Hán văn, Chứng chỉ Ngữ học Việt Nam, Chứng chỉ Lịch sử Triết học và Chứng chỉ Văn chương Việt Nam, tôi được

Bộ Giáo dục chính thức cấp "Văn-bằng Cử-nhân Văn-khoa Giáo-khoa"[1].

Cuối năm học 1963-1964, tôi tốt nghiệp trường Đại học Sư Phạm Huế và đến đầu tháng 10 được Bộ Giáo dục bổ nhiệm đi dạy tại trường Trung học Nguyễn Huệ, thành phố Tuy Hòa, một tỉnh thời đó được xem là nơi khỉ ho cò gáy.

Đi học tại Hoa Kỳ

Ra trường đi dạy học ở một tỉnh nhỏ, thời đó ai cũng nghĩ là con đường học vấn đã hoàn toàn chấm dứt. Không ngờ chỉ bảy năm sau tôi lại có dịp được đi học lại, không phải tại Việt Nam mà tại Hoa Kỳ, một quốc gia mà tôi không bao giờ dám nghĩ tới. Cơ hội thật bất ngờ.

Nhân một buổi chiều, trong lúc mệt mỏi với công việc, tôi tâm sự với một đồng nghiệp ở cơ quan tại Bộ Giáo dục ở Sài Gòn là tôi muốn tìm một học bổng đi học ở nước ngoài một thời gian. Chị bạn bảo là với tôi, chuyện xin học bổng đi học nước ngoài là không khó. Vài hôm sau, chị cho tôi biết là có cơ quan cấp học bổng cho biết là họ có thể thu xếp cho tôi một học bổng đi học Cao học tại Mỹ nếu tôi có ý định xin đi học thật sự[2]. Tôi không tin câu chuyện có thể dễ dàng như vậy nên tôi đã

---

[1] Đăng tịch tại Bộ Quốc gia Giáo dục ngày 21/05/1964, số 25-GD/CNVK/H

[2] Nguyễn Thị Thương, một chuyên viên xuất sắc của Nha Kế hoạch và Pháp chế Học vụ thuộc Bộ Giáo dục. Chị hiện nay định cư tại Hoa Kỳ.

nhờ một anh bạn người Mỹ tên Jean Andre Sauvageot[1] tìm hiểu thêm. Hôm sau anh cho biết là Tổ chức Văn hóa Á Châu khẳng định là họ có thể cấp cho tôi một học bổng trong chương trình học bổng lãnh đạo (leadership scholarship) để đi học tại Hoa Kỳ và yêu cầu tôi liên hệ trực tiếp với họ. Thế là tôi làm một cuộc hẹn gặp Giám đốc của cơ quan này và sau đó tôi nộp hồ sơ.

Lúc bấy giờ tôi đang làm việc cho Bộ Giáo dục, công việc rất bề bộn nên tôi quên bẵng việc nộp hồ sơ xin đi du học. Nhưng khoảng ba tháng sau, tôi nhận được một mảnh giấy nhỏ do cô thư ký ghi lại: "Ông gọi điện thoại ngay cho văn phòng Tổ chức Văn hóa Á châu." Thế là chiều hôm đó tôi đến gặp Giám đốc của tổ chức này và ký giấy tờ nhận học bổng. Khoảng hai tuần lễ sau, vào giữa tháng 8 năm 1971, tôi đáp máy bay PAN AM đến Mỹ, để kịp vào nhập học khóa mùa thu năm ấy.

Với ngành giáo dục, tôi được khuyên nên chọn viện Đại học Indiana, vì viện Đại học này có Trường Giáo dục và Khoa quản trị đại học rất nổi tiếng. Khoa quản trị đại học thuộc trường Giáo dục nằm tại cơ sở Bloomington, bang Indiana.

---

[1] Jean André Sauvageot, Trung tá rồi Đại tá của quân đội Hoa Kỳ, nói tiếng Việt rất giỏi, làm cố vấn tại Trung tâm Huấn luyện Cán bộ XDNT Vũng Tàu, tháng 12 năm 1968 làm thông dịch viên cho phái đoàn Mỹ trong buổi thảo luận trao trả tù binh với Mặt trận Giải phóng miền Nam Việt Nam tại Tây Ninh. Về sau, có lần làm thông dịch viên cho phái đoàn Hoa Kỳ họp với Nguyễn Cơ Thạch tại Pháp. Lần tôi gặp anh cuối cùng năm 2006 tại Hà Nội lúc ấy André đang làm trưởng đại diện cho General Electric tại Việt Nam. Nhiệm vụ chính của anh tại GE Hà Nội là đàm phán và ký hợp đồng cho Việt Nam thuê máy bay Boing và bán đầu máy tàu xe hoả, máy phát điện. GE là một trong 6 tập đoàn lớn nhất của nước Mỹ.

Trước lúc vào học chính thức chương trình trên đại học, tôi được học ba tháng tiếng Anh để được bổ sung các kỹ năng ngôn ngữ và phương pháp học tập. Đây là một khóa học rất cần thiết và bổ ích vì vốn liếng tiếng Anh của tôi từ thời học phổ thông rất hạn chế về mặt nói và nghe. Thời học phổ thông, học sinh học tiếng Anh từ các quyển sách tiếng Anh "Englais vivant" nhập khẩu từ Pháp về và do các thầy giáo người Việt thường có giọng đọc không được chuẩn. Do đó, học sinh chú trọng đến ngữ pháp và kỹ năng viết nhiều hơn những kỹ năng nói và nghe. Trình độ tiếng Anh của tôi cũng có khá hơn trong mấy năm đi làm việc nhờ tiếp xúc với người bản ngữ nói tiếng Anh nhưng trình độ đó thật sự còn xa mới đạt tiêu chuẩn tiếng Anh học thuật. Biết được điểm yếu của mình, những năm học đại học, ngoài những môn học chuyên môn, tôi đã có những nỗ lực phi thường để san lấp những hạn chế về tiếng Anh của mình.

Thời gian học tại Đại học Indiana cũng là những ngày tháng học tập tốt nhất trong cuộc đời ngồi ghế nhà trường của tôi. Khuôn viên Bloomington là một trong những khuôn viên đại học đẹp và rộng trên nước Mỹ. Nó đẹp và quá nên thơ. Trong những lúc có thì giờ nghỉ giữa các tiết học, tôi thường ngồi trên ghế đá dọc lối đi chung quanh bao phủ bằng cây xanh. Trên cao lúc nào cũng có các chú chim bay hót líu lo. Khung cảnh tại đây thật bình yên, một thế giới hoàn toàn khác hẳn với đất nước Việt Nam lúc bấy giờ, một đất nước đang đắm chìm trong cuộc chiến tranh dai dẳng triền miên ngay từ những ngày tôi mới chào đời và đến nay đang ở vào giai đoạn khốc liệt nhất.

Cũng như đa số sinh viên khác, tôi ở nội trú, trong toà nhà Eighenman Hall, gồm có 14 tầng và có hình tứ giác, một tòa nhà dành riêng cho sinh viên sau đại học, độc thân hoặc không có gia đình đi theo.

Đây là thời gian tôi rất hạnh phúc. Tôi không phải lo tiền học, tiền sách vở, tiền ăn ở đi lại như thời tôi ở Việt Nam. Mọi thứ đã có học bổng chi trả đầy đủ. Với điều kiện và môi trường học tập lý tưởng như vậy, nhiều bạn của tôi cố gắng kéo dài thời gian học ở Mỹ càng lâu càng tốt. Riêng tôi thì ngược lại. Tôi nhớ vợ con da diết. Tôi có một vợ và năm đứa con nhỏ còn ở Việt Nam, đứa nhỏ nhất được sinh ra lúc tôi đang ở Mỹ. Việc làm của tôi ở Việt Nam trước khi đi du học cũng rất tốt. Tôi biết rất rõ lúc tốt nghiệp trở về tôi sẽ có việc làm tốt hơn so với lúc ra đi. Với những lý do đó, tôi đã cố gắng học ngày học đêm.

Vào thời tôi đi học trong những năm 1970, trường Đại học Indiana là một trong 25 trường đại học có khoa Giáo dục Đại học (Department of Higher Education) nổi tiếng ở Mỹ. Đa số bạn học cùng lớp với tôi là những người đang nắm giữ nhiều vai trò quản lý then chốt trong các trường đại học ở tại các bang thuộc vùng Trung Tây của Mỹ. Các môn học hoàn toàn mới lạ và rất hấp dẫn. Tôi rất mê các môn lịch sử phát triển giáo dục đại học, lịch sử hình thành các trường đại học cộng đồng tại Mỹ, các mô hình giáo dục đại học trên thế giới, triết học thời thượng cổ, triết lý tài chính trong giáo dục đại học, cơ cấu tổ chức và quản lý các trường đại học, các nguồn triết học ảnh hưởng lớn đến sự phát triển trang thiết bị và phương pháp dạy và học... Kỷ niệm sâu nhất còn đọng lại trong tôi đến tận bây giờ là có một số tiết của lớp triết học thời thượng cổ Hy-Lạp với Giáo sư Gibson được tổ chức dưới dạng xêmina tại nhà riêng của thầy. Nhà thầy ở bên triền một đồi thông thoai thoải. Lúc ấy là mùa tuyết rơi. Thầy Gibson và tám sinh viên trong lớp chúng tôi ngồi trước lò sưởi bàn luận về triết lý cổ đại phương Tây trong lúc bên ngoài, tuyết lặng lẽ rơi.

Chương trình học tiến sĩ của tôi được chia làm hai giai đoạn. Giai đoạn đầu phải hoàn tất 75 tín chỉ và kế đến là giai đoạn thu thập dữ liệu và viết luận án. Trong thời gian học lý thuyết, ngoài dự các lớp học, tôi còn phải tham gia thuyết trình một số đề tài liên quan đến các môn học tại một số hội thảo quốc tế được tổ chức tại nhiều bang ở Mỹ. Giữa năm 1972 tôi tham dự hội thảo về "Vai trò của giáo dục đại học Hoa Kỳ trong thế kỷ 21" được tổ chức tại Convention Center ở Chicago, khoảng 5 giờ lái xe từ Bloomington lên phía Bắc. Có khoảng 8000 người đến từ nhiều nơi trên thế giới tham dự trong ba ngày. Trung tâm Hội thảo Chicago lớn như một thành phố khép kín, có hoạt động hội thảo, triển lãm quanh năm. Tôi có dịp gặp nhiều bạn bè cũ, mới từ nhiều nơi đến. Quy mô và các đề tài của các tiểu ban chuyên môn nói lên tầm quan trọng của hội thảo. Có nhiều báo cáo là kết quả của công trình nghiên cứu năm năm từ 1968 đến 1973 của Ủy ban Carnegie về giáo dục đại học trong thế kỷ 21 (Carnegie Commission on Higher Education in the 21st Century). Ngoài ra, tôi cũng có thời gian dự nhiều hội thảo về giáo dục đại học tại trường đại học Cornell ở khuôn viên Ithaca, đại học Yale tại New Haven, đại học New York ở New York City. Tôi cũng đến Washington DC nhiều lần để phỏng vấn một số chuyên gia giáo dục Mỹ và các nhà quản lý giáo dục từ Việt Nam đến. Một số lớn tài liệu và thống kê về giáo dục Việt Nam cũng được tìm thấy tại Thư viện Quốc hội Mỹ.

Thành phố tôi đến thăm nhiều lần nhất trong bốn năm ở Mỹ là New Orleans, thuộc bang Louisana, cách Bloomington về phía Nam khoảng 16 giờ lái xe. Lý do

New Orleans có thời tiết gần giống Việt Nam, là nơi nghỉ ngơi lý tưởng vào mùa hè. Tại đây tôi có đứa cháu vợ đang học ngành báo chí tại trường đại học Loyola. Tại trường đại học Tulane có khá nhiều công chức Việt Nam đến học tập hay tu nghiệp, đặc biệt là các bác sĩ. Hải sản cực kỳ rẻ. Vào thời ấy, đa số người Mỹ chỉ quen ăn các loại thịt, không mấy người dùng hải sản.

Sau giai đoạn gần ba năm học các môn học trong chương trình tiến sĩ là thời gian nghỉ ngắn để cho sinh viên chuẩn bị ôn tập thi kiểm tra kiến thức lý thuyết (qualifying examination). Kỳ thi kiểm tra kiến thức chuyên ngành rất quan trọng. Trong ba ngày, mỗi ngày tám giờ, mỗi sinh viên phải viết sáu bài về sáu vấn đề khác nhau liên quan đến các lĩnh vực cốt lõi của giáo dục đại học. Sinh viên nào muốn dùng bàn máy chữ thay vì viết tay có thể mang theo máy của mình. Họ được bố trí ngồi trong một phòng riêng. Nếu đậu được kỳ thi này, sinh viên được gọi là "ứng viên tiến sĩ" (PhD candidate) và từ đó chính thức viết luận án tiến sĩ (PhD dissertation). Luận án tiến sĩ của tôi có tựa đề là Cơ cấu tổ chức và quản trị đại học công lập ở miền Nam Việt Nam (Organizational Structure and Governance of Public Universities in South Vietnam).

Trong thời gian đọc sách và nghiên cứu để viết luận án, tôi thường làm việc tại thư viện, tại một quầy dành cho mỗi ứng viên tiến sĩ. Tôi chỉ có việc tìm sách, mang đến để trong quầy dành cho mình. Hàng ngày tôi đến đọc và ghi chép. Xong quyển nào để một bên sẽ có nhân viên đến lấy đi.

Sau khi thu thập đủ tư liệu cho một chương của luận án, tôi bắt đầu ngồi viết tại phòng ngủ trong cư xá sinh viên của mình. Khi đưa ra một chương trình làm việc, tôi thường rất có kỷ luật để hoàn thành đúng kỳ hạn. Mỗi buổi sáng tôi thức giấc lúc 6.30. Vệ sinh cá nhân xong, đúng 7.00 giờ tôi bấm thang máy xuống nhà ăn. Đúng 8.00 giờ tôi trở lại phòng ngủ chuốt khoảng 30 cây bút chì (bằng máy chuốt) và bắt đầu ngồi viết. Đến đúng 12 giờ trưa, tôi nghỉ, bấm thang máy xuống nhà ăn. Từ 2 giờ tôi ngồi làm việc lại cho đến 5 giờ. Buổi tối tôi cũng làm việc 3 tiếng đồng; đến 10 giờ đêm là đi ngủ. Lúc bấy giờ chưa ai có máy tính cá nhân. Sau mỗi chương tôi mang đến cho người đánh máy chuyên nghiệp. Thời đó phí đánh mỗi trang là 1.00 USD nếu không có chú thích nào. Nếu mỗi trang có một chú thích dưới hai dòng thì thêm 20 xu. Tôi được Quỹ nghiên cứu của trường cho một khoản phí nhỏ đủ để trả tiền thuê đánh máy và tiền in 10 quyển luận án. Mỗi khi có một chương đánh máy xong, thông thường khoảng hai tuần lễ, tôi nộp cho Giáo sư hướng dẫn, thầy August Eberle, gặp thầy để nghe thầy nhận xét về chương đã viết trong kỳ trước, và kế hoạch làm việc cho các chương sau. Kết quả, luận án gần 400 trang của tôi được viết xong trong vòng sáu tháng, được xem là một kỷ lục ít có sinh viên đạt được. Luận án này sau đó được Trung tâm Microfilm tại Ann Arbor, Michigan in và phổ biến khắp nước Mỹ. Đến năm 1982, quyển luận án này được in lại ở London, Anh quốc.

Trong thời gian học ở Đại học Indiana tôi có nhiều kỷ niệm với thầy August Eberle, giáo sư hướng dẫn của tôi, và giáo sư Robert Shaffer, trưởng khoa. Thầy Eberle là một giáo sư người Mỹ gốc Đức. Thầy là một vị giáo sư rất tận tụy với sinh viên. Trong suốt cuộc đời làm nghề nhà giáo, thầy đã hướng dẫn cho gần 300 sinh viên làm luận án Thạc sĩ và Tiến sĩ. Thầy đọc bài "Lời cuối" của thầy giã từ bục giảng vào mùa hè năm 1985. Lúc ấy tôi đang ở Úc không đến Mỹ để nghe lời cuối của thầy, nhưng tôi có gửi thầy một bài viết ngắn của mình.

Mãi đến năm 1990 tôi mới có dịp đến thăm lại hai thầy tại Bloomington. Lúc này hai thầy đã rất yếu, cả hai đều sống một mình. Vợ của hai thầy đã mất mấy năm trước đó. Thầy Eberle không có con, còn thầy Shaffer có một người con trai tử trận trên chiến trường Việt Nam trong lúc đang lái máy bay tác chiến. Hai năm sau tôi được tin thầy mất.

Năm 2000 tôi trở lại Bloomington lần nữa với mong muốn đến đặt một bó hoa trên mộ thầy Eberle. Nhưng mong muốn ấy không thành vì xác thầy đã được hỏa thiêu lúc thầy mất. Còn thầy Shaffer thì đã dời về ở tại tiểu bang Florida ở phía Nam. Tôi chỉ có dịp nói chuyện với thầy qua điện thoại và đó cũng là lần cuối cùng trong đời tôi có dịp thăm hỏi sức khoẻ của thầy.

Sau khi bảo vệ luận án tiến sĩ, tôi từ giã các thầy và bạn bè. Hai vợ chồng Georgia và Christoph Kohler (vợ Mỹ chồng Đức)[1], hai người bạn thân của tôi trong thời gian học ở Bloomington, đã tiễn tôi đến sân bay Indianapolis cách thành phố Bloomington khoảng trên 100 km. Christopher ngậm ngùi còn Georgia đã khóc lúc chúng tôi chia tay. Đến gần cuối tháng 5 năm 1974, tôi có mặt tại Việt Nam giữa lúc đất nước chiến tranh đang diễn ra trong giai đoạn cực kỳ sôi động nhất.

Gần một năm sau, ngày 20 tháng tư 1975, vào một buổi sáng tôi nhận được điện thoại của Christoph gọi từ Đức bảo tôi rằng anh đã gửi số tài khoản của anh đến các hãng máy bay quốc tế tại Sài Gòn và dặn tôi phải

---

[1] Năm 1997 nhân dịp qua Pháp để dự hội thảo về giáo dục tôi có đến Đức và ghé thăm Christopher và Georgia tại một làng gần thành phố Stuttgart. Lúc ấy hai vợ chồng đã ly dị nhau. Họ là những người bạn hiếm có trong đời tôi.

mua vé máy bay rời Việt Nam càng sớm càng tốt. Nhưng lúc ấy đã quá muộn. Không có một hãng máy bay dân dụng quốc tế nào còn hoạt động ở Việt Nam.

Ngày 30 tháng 4 năm 1975 là ngày miền Nam rơi vào tay của Cộng sản Bắc Việt.

Chương 3:
Làm việc tại miền Nam

Làm mướn kiếm sống trong thời niên thiếu

Tôi bỏ làng ra đi kiếm sống một mình ở lứa tuổi 14, 15. Sáng ngày mồng ba Tết tôi đi bộ lên Hồ Xá, thuộc huyện Vĩnh Linh, cách đồn Châu Thị khoảng 3 cây số về hướng bắc. Ở lại đây ít hôm trong nhà của một người quen rồi tôi đón xe đò vào thị xã Quảng Trị, khoảng 40 cây số phía Nam của sông Hiền Lương, và cách làng tôi khoảng trên 50 cây số[1]. Lúc đầu tôi tìm tới nhà của một gia đình cùng quê nay đã lập nghiệp ổn định ở thị xã này. Họ cũng chẳng khá giả gì, nhưng họ đồng ý cho tôi ở tạm qua đêm trong nhà của họ. Ban ngày tôi đi đâu đó tự kiếm sống lấy.

Lúc đầu tôi thường đi lang thang trên bờ sông Thạch Hãn. Một hôm tôi đến một bến sông có nhiều người đang giặt áo quần lính. Một chị khoảng trên 30 tuổi hỏi tôi bằng giọng Quảng Nam: "Mày ở đâu? Có muốn giặt

---

[1] Sau này lúc đất nước chia đôi, làng tôi ở phía bắc của vĩ tuyến 17.

thuê không?" Trong hoàn cảnh của tôi, tôi đồng ý và bắt tay vào làm việc ngay. Cuối ngày, chị bảo tôi theo chị về nhà. Chị cho tôi ăn cơm. Xong, chị bảo: "Nếu mày muốn thì ở lại nhà chị, ăn cơm và hàng ngày đi giặt thuê quần áo cho Tây". Nhà chị chỉ là một căn phòng rất hẹp, chỉ đủ cho hai vợ chồng chị, do đó tôi chỉ đồng ý làm cho chị để được ăn cơm ngày hai bữa và xin một vài đồng để ăn sáng thôi.

Vài tháng sau, tôi được tin lính Tây trong nội thành Quảng Trị[1] thuộc đơn vị pháo binh cần người biết nói tiếng Pháp giúp việc. Thế là tôi tìm đến xin việc. Nhờ có học một ít tiếng Pháp ở trường lúc học các lớp sơ cấp và có làm việc trong câu lạc bộ của lính Pháp trong thời gian ở tù trước đây, tôi được người Tây cho làm ngay. Công việc của tôi là phục vụ nhà ăn tại Câu lạc bộ Hạ sĩ quan Pháp và phụ bán ở quầy rượu.

Lúc đầu tôi phụ trách rửa chén bát, đặt bàn ăn, quét dọn và kéo quạt cho cả phòng có khoảng 40, 50 người Tây lúc họ ngồi ăn trưa và tối vào những ngày nắng nóng[2]. Sau một thời gian, họ chuyển tôi qua bộ phận phụ bán thức uống ở quầy bar. Tôi bán mọi thứ rượu, bia mỗi ngày từ 9 giờ sáng đến 8 giờ tối và ghi sổ sách cho những người không trả tiền mặt và kết toán sổ sách cuối ngày. Trung sĩ Lambert, người chủ trực tiếp của tôi, cũng như nhiều người Tây khác đến Câu lạc bộ này đối xử với tôi rất tử tế.

---

[1] Quân đội Pháp trong thời gian này cho đến năm 1954 chiếm đóng toàn bộ nội thành Quảng Trị.

[2] Đây là một cái quạt tự chế, khung làm bằng tre và có mắc vải vào, dài khoảng 6 mét, rộng 60 cm, treo trên trần nhà và có một sợi dây nối dài ra khía cuối phòng nơi có một người ngồi kéo làm mát cho cả phòng.

Đây là thời gian tôi có cuộc sống yên ổn nhất về mặt vật chất kể từ ngày mẹ tôi mất. Tôi không phải lo đói, lo chỗ ở chỗ ăn. Nhưng thời gian này không kéo dài lâu. Chỉ khoảng chín tháng sau, câu lạc bộ này đóng cửa vì đơn vị công binh này phải dời đi nơi khác. Mất việc, tôi trở lại cuộc sống thiếu thốn như trước.

Một hôm tình cờ tôi gặp một người Pháp quen lúc tôi làm ở câu lạc bộ Quảng Trị. Ông hỏi tôi có muốn đi làm việc ở PK17 không. Vì không có việc làm khá lâu, tôi nhận lời đi theo ông.

PK17 là một đồn Tây đóng trên quốc lộ số 1, bên cầu bắc qua sông An Lỗ, cách thành phố Huế 17 cây số và cách thị xã Quảng Trị về hướng Bắc trên 40 cây số. PK17 là một đồn lính Tây lớn và nổi tiếng đến nỗi nói đến PK17 ai ở Quảng Trị hay Huế cũng đều biết. Công việc của tôi ở đây cũng tương tự như việc làm bán ở quầy rượu trước đây ở Quảng Trị. Chỉ có khác là mỗi tuần tôi đi theo xe của cơ quan vào Huế một lần để phụ mua thực phẩm và những thứ cần thiết cho câu lạc bộ. Đây là những lần đầu tiên trong đời tôi biết đến Huế. Đối với tôi lúc đó Huế là một thành phố quá ư lớn với nhiều trường học lớn, nhiều chùa, đền, lăng, miếu. So với nội thành cổ Quảng Trị, đại nội Huế là một công trình vĩ đại. Trường Khải Định và trường Đồng Khánh ở Huế để lại ấn tượng thật sâu đậm trong trí tôi lúc đó. Mỗi lần đi qua hai ngôi trường này, nhìn học sinh lúc đến trường hay khi tan trường là những lần tôi rưng rưng nước mắt. Tôi tự hỏi tại sao cùng ở tuổi của chúng mà tôi không được đến trường. Có lần vào thành nội Huế, đi qua trường Thiếu sinh quân nằm sát trại Tế bần Huế trên đường Đinh Tiên Hoàng, tôi mới biết ngôi trường này dành cho những đứa trẻ mồ côi là con em của quân đội. Từ đó ý nghĩ trở lại trường học bắt đầu nhen nhúm trong tôi.

Làm việc tại PK17 khoảng ba tháng thì tôi bị bệnh thương hàn nặng. Xe cấp cứu phải đưa tôi vào Bệnh viện Trung ương Huế. Sau hai ngày thập tử nhất sinh, bệnh viện hầu như bỏ cuộc thì một người thăm bệnh nhân nằm bên cạnh tôi thấy tôi chẳng có ai đến thăm, đau đớn quằn quại và đi ngoài liên tục không dứt, ông nói cháu này trước sau gì cũng chết, thôi ông làm liều đến bên tôi xoa bóp và dùng kim nhỏ chích sau lưng tôi. Không ngờ sau đó bệnh tiêu chảy ngừng hẳn. Không ai săn sóc, người tôi lúc đó xanh xao, xơ xác và hôi hám vô cùng. Hai hôm sau, thấy trong người hơi khoẻ, tôi trốn bệnh viện ra về, xin xe về An Lỗ. Trên đường đi đến bến xe, có một người thấy tôi, rủ lòng thương hại, cho tôi 3 đồng bạc. Khát nước, tôi đem số tiền ấy mua một chai nước chanh. Thấy tôi quá tiều tụy, chị bán hàng trao cho tôi một chai nước mà không lấy tiền.

Về đến An Lỗ được hai ngày, tôi bỏ về Đông Hà tìm chỗ ở của người chị cả của tôi, lúc ấy đang sống với chồng trong trại lính của Tiểu đoàn 21. Đông Hà là một thị trấn nhỏ phía Bắc của thị xã Quảng Trị và cách thị xã này khoảng trên 10 cây số. Chị tôi và tôi xa nhau kể từ ngày tôi rời quê, bốn năm về trước. Sau khoảng trên một tháng dưỡng bệnh, tôi tìm được việc làm trong một Câu lạc bộ của Hạ sĩ quan Công binh Pháp, với tư cách là người phụ giúp bán ở quầy bar rượu. Tôi làm được gần một năm thì chiến tranh xảy ra rất ác liệt ở mọi nơi trên đất nước Việt Nam, đặc biệt là chiến trường Điện Biên Phủ.

Chồng của chị tôi đi hành quân tại vùng cao nguyên (bây giờ gọi là Tây nguyên) và bị quân đội Việt Minh bắt tại quốc lộ 19 trên đường Quy Nhơn-Pleiku trong lúc chị tôi đang chuẩn bị sinh cháu đầu. Sau khi chị sinh được gần hai tháng, chị bế cháu bé về quê chồng ở Quảng Bình. Tôi chia tay chị từ ngày đó và mãi đến 37 năm sau (1991) hai chị em mới gặp lại nhau. Sau khi từ giã chị và cháu bé, tôi xin nghỉ việc. Chấm dứt một chuỗi ngày làm việc kiếm sống sáu năm trong thân phận của một đứa bé mồ côi.

Dạy tại các trường trung học tư

Trước khi chính thức được Bộ Giáo dục bổ nhiệm làm giáo sư trung học năm 1964, tôi đã có một thời gian dài gần 7 năm làm nghề kèm trẻ tại nhà (ngày nay gọi là làm "gia sư") và đi dạy học cho các trường trung học tư thục hay bán công tại Sài Gòn và Huế.

Ngoài những lúc kèm trẻ trong thời gian học trung học, trong năm học Dự bị Đại học tại trường Đại học Văn khoa Sài Gòn tôi có đi dạy mỗi tuần từ 10 đến 12 giờ tại một trường trung học tư thục nhỏ ở Hóc Môn, gần Trung tâm Huấn luyện Quang Trung, nay gọi là Trung tâm Phần mềm Quang Trung. Tôi dạy môn Toán buổi tối cho các lớp trung học đệ nhất cấp, nay gọi là trung học phổ thông cấp hai. Hóc Môn cách Sài Gòn khoảng 15 cây số, nên việc đi lại thời đó không đến nỗi khó khăn. Năm đầu tiên trong đời làm thầy giáo đứng lớp, tuy còn thiếu kinh nghiệm nhưng nhờ cố gắng nên mọi việc diễn ra khá tốt đẹp. Quan hệ giữa học sinh và giáo viên bình thường.

Sau mùa hè 1961, tôi thi đậu vào trường Đại học Sư phạm Huế. Ngoài việc theo học ở đại học, tôi còn đi dạy môn Quốc văn (Ngữ văn) cho trường trung học tư thục Bình Minh mỗi tuần khoảng 10 giờ và hai buổi tối mỗi tuần tại trường Bách Khoa trong Thành Nội. Thầy Trần Điền, hiệu trưởng trường trung học Bình Minh là một người vừa làm chính trị vừa là một nhà giáo gương mẫu. Các giáo viên trẻ như chúng tôi rất kính trọng thầy. Trong biến cố Tết Mậu Thân thầy bị mất tích. Tại trường Bình Minh tôi có nhiều người bạn là giáo viên giảng dạy trước tôi tại trường như các anh Nguyễn Văn Đương, Trần Văn Nghĩa, Nguyễn Văn Diên. Anh Đương đã mất tại Sài Gòn từ trên vài chục năm nay. Còn anh Nghĩa không có tin tức. Riêng Diên thì định cư ở California, Hoa Kỳ và gần đây nghe tin là anh đã mất.

Tôi dạy tại các trường tư thục từ tháng 10 năm 1961 cho đến tháng 5 năm 1963 thì nghỉ dạy. Tại trường Bách Khoa, tôi có hai người bạn cùng dạy các lớp đệ nhị (lớp thi để lấy bằng Tú Tài 1) là anh Hoàng Phủ Ngọc Tường và Nguyễn Châu. Lúc xảy ra phong trào xuống đường của Phật giáo chống lại chính phủ Ngô Đình Diệm, anh Tường là một trong số những sinh viên đầu não lãnh đạo trong phong trào. Sau này anh là một trong những người viết thể tùy bút có tầm cỡ của Việt Nam. Anh bị bệnh từ trên 10 năm nay và hiện anh đang sống những ngày cuối đời ở Thành phố Hồ Chí Minh. Riêng Nguyễn Châu sau khi tốt nghiệp dạy môn Triết tại trường Quốc học và là tác giả của một số quyển sách giáo khoa về triết học in trước năm 1975, và từ khi định cư ở San José, Hoa Kỳ, anh là tác giả của một vài quyển sách viết về Huế và về văn hóa Việt Nam. Châu cũng có gần 10 năm đi cải tạo trong các trại cải tạo ở miền Trung vì có liên quan đến đảng của cựu Tổng Thống Nguyễn Văn Thiệu.

Sau khi tốt nghiệp trường Đại học Sư phạm Huế, tôi được Bộ Giáo dục bổ nhiệm đi dạy tại trường Trung học Nguyễn Huệ, Tuy Hòa. Hiệu trưởng lúc ấy là anh Nguyễn

Đức Giang. Tuy Hoà thời đó được xem là nơi xa xôi cách trở và các giáo viên mới tốt nghiệp như tôi không ai muốn lựa chọn. Các bạn trong lớp tôi đều được đưa đến dạy các trường ở những thành phố lớn như Huế, Đà Nẵng, Nha Trang, Đà Lạt.

Gia đình tôi gồm có vợ và một đứa con trai hai tuổi Nguyễn Xuân Như đến Tuy Hoà vào giữa tháng 9 năm 1964. Tôi được phân phối dạy các lớp từ Đệ tứ đến Đệ nhị (lớp 9 đến 11 bây giờ), trong đó, hai lớp quan trọng là lớp Đệ tứ là lớp dạy cho học sinh thi để lấy bằng Trung học đệ nhất cấp và lớp Đệ nhị để thi lấy bằng Tú tài 1 (hai văn bằng này về sau đã bị bỏ).

Trong thời gian này cả miền Nam ngột ngạt bởi không khí chiến tranh. Rất nhiều thầy giáo phải đi quân dịch. Các trường tư thục thiếu giáo viên trầm trọng. Do đó, ngoài việc dạy tại trường công lập Nguyễn Huệ, tôi được mời dạy thêm môn Quốc văn, lớp 11 (lớp thi Tú Tài 1) ở trường Trung học tư thục Công giáo Đái Đức Tuấn.

Trong năm học 1964-1965, công việc dạy học diễn ra khá thuận tiện đối với tôi. Tuy nhiên, lúc này không khí chiến tranh mỗi ngày một trở nên ngột ngạt cả miền Nam, đặc biệt là trong thành phố Tuy Hòa, một thành phố hàng đêm bị Việt Cộng bao vây ba phía, và phong trào Phật giáo chống chính phủ miền Nam lan đến thành phố nhỏ bé này cũng đã ảnh hưởng không nhỏ đến việc học tập của học sinh và sinh hoạt của người dân. Trong mỗi lớp có rất nhiều học sinh mang khăn tang đi học.

Trong kỳ thi Trung học đệ nhị cấp (cuối lớp 11) vào tháng 6 năm 1965, giáo viên trường Trung học Nguyễn Huệ được bố trí đi coi và chấm thi ở các thành phố có Hội đồng thi. Tôi được cử làm Trưởng ban chấm môn

Việt văn của Hội đồng thi Huế. Năm sau, tôi được cử đi chấm thi ở Quy Nhơn, một thành phố ở phía bắc của Tuy Hòa, cách khoảng trên 100 cây số. Hàng năm thời gian đi chấm thi thường là lúc bạn bè nhà giáo tại nhiều tỉnh khác nhau gặp gỡ, tâm sự và trao đổi kinh nghiệm. Nhân dịp này tôi gặp một số bạn hiện đang dạy học và làm quản lý tại một số trường tại thành phố Sài Gòn. Một bạn tỏ ý muốn mời tôi về dạy học và làm quản lý tại trường Sư phạm Kiểu mẫu Thủ Đức.

Trong thời gian hai năm đi dạy học tại trường Nguyễn Huệ, ngoài công việc dạy học, tôi còn viết một số bài đăng trên các tạp chí Văn Học (văn học), Minh Tâm (tư tưởng phương Đông), và báo Chính Luận (trang giáo dục). Tôi cũng có viết nhiều bài đăng trên một tờ báo của Tỉnh đoàn Cán bộ Xây dựng Nông thôn tỉnh Bình Định, tại đây một người anh vợ của tôi đang làm Phó Tỉnh trưởng Nội an. Chính vì những bài viết này, đến mùa hè 1966, tôi nhận được sự vụ lệnh (văn bản) của Bộ Giáo dục quyết định chuyển tôi đến làm việc trong khối Nghiên cứu và Phát triển của Trung tâm Huấn luyện Cán bộ Xây dựng Nông thôn Vũng Tàu, theo đề nghị của Tổng Bộ Xây Dựng. Thế là từ đây tôi kết thúc nghề dạy học của mình.

Làm việc tại Bộ Xây dựng Nông thôn

Đầu tháng 7 năm 1966 tôi đến trình diện tại Trung tâm Huấn luyện Cán bộ Xây dựng Nông thôn Vũng Tàu (TTHL/VT), một trung tâm huấn luyện trực thuộc Tổng

Bộ Xây dựng, từ năm 1969 về sau đổi thành Trung tâm Huấn luyện Cán bộ Quốc gia Vũng Tàu[1].

Để hiểu rõ vai trò của Trung tâm Huấn luyện Cán bộ Xây dựng Nông thôn, cần biết nguồn gốc ra đời của quốc sách này.

Từ những năm 1959, 1960, cán bộ Cộng sản nằm vùng bắt đầu nổi lên tấn công các xã ấp khiến miền Nam trở nên mỗi ngày một bất ổn. Để đối phó với tình hình này, từ cuối năm 1961 đầu năm 1962, chính phủ Ngô Đình Diệm đã đưa ra quốc sách Ấp chiến lược nhằm cô lập cán bộ Cộng sản nằm vùng ra khỏi người dân. Theo đó, các Ấp chiến lược được lập ra ở nhiều nơi tại miền Nam. Người dân trong các làng được đưa vào ở trong các Ấp chiến lược, có các hàng rào bao bọc, ra vào có sự kiểm soát của lực lượng bảo vệ. Mục đích là tách Cộng sản nằm vùng ra khỏi người dân. Tách ra khỏi dân giống như tách cá ra khỏi nước, cán bộ Cộng sản nằm vùng khó có thể tồn tại lâu dài.

Về lý thuyết, Ấp chiến lược (ACL) là một quốc sách được ra đời đúng lúc và có nhiều cơ may thành công. Nhưng trên thực tế, chương trình ACL này đã có nhiều sai lầm lúc áp dụng vào thực tế: một là, bắt dân chúng phải xa rời làng xóm và mồ mả tổ tiên để vào sống trong một khu chật hẹp, tù túng, ra vào phải có giờ giấc; hai là, ý đồ công giáo hoá người dân sinh sống trong các ACL của phần lớn các cấp chính quyền miền Nam lúc bấy giờ; ba là, bộ máy tuyên truyền tại miền Bắc cho rằng chính

---

[1] Lúc mới thành lập, trung tâm này chỉ huấn luyện các cán bộ XDNT ở xã ấp. Từ đầu năm 1969, huấn luyện thêm cả các loại cán bộ làm việc tại các xã ấp như xã trưởng, trưởng ấp, rồi dần dần đến quận, huyện và sau cùng tất cả mọi loại cán bộ, công chức từ địa phương lên đến trung ương.

quyền Ngô Đình Diệm đã lập các nhà tù gọi là ACL tại miền Nam để giam giữ dân chúng. Những sai lầm của chính quyền cùng với quyết tâm đánh chiếm miền Nam qua bộ máy tuyên truyền của Cộng sản Bắc Việt là nguyên nhân đưa đến sự chống đối của người dân trong các ACL, và vì vậy, sau ngày Tổng thống Ngô Đình Diệm và cố vấn Ngô Đình Nhu bị giết hại, với sự xúi giục của Việt Cộng nằm vùng, đa số ACL bị nhân dân nổi lên đốt phá và chương trình ACL xem như thất bại.

Trong thời gian khủng hoảng chính trị tại miền Nam từ cuối năm 1963 đến năm 1965, tình hình an ninh tại các vùng nông thôn miền Nam trở nên cực kỳ tồi tệ. Để cứu vãn miền Nam khỏi rơi vào tay Cộng sản miền Bắc, ngày 7/2/1966, Tổng thống Lyndon B. Johnson của Hoa Kỳ có cuộc họp thượng đỉnh tại Honolulu với hai Tướng Nguyễn Văn Thiệu và Nguyễn Cao Kỳ, Chủ tịch Hội đồng Lãnh đạo Quốc gia và Chủ tịch Ủy ban Hành pháp Trung ương của miền Nam Việt Nam, để quyết định các phương sách bảo vệ miền Nam Việt Nam. Sau cuộc họp, một bản Tuyên bố chung được ra đời[1]. Theo đó, Chính phủ Hoa Kỳ quyết tâm bảo vệ miền Nam bằng một quốc sách dựa trên hai chính sách lớn: xây dựng chế độ dân chủ tại miền Nam và tái lập an ninh tại các xã ấp.

Với chương trình chính trị, đến năm 1967, miền Nam đã xây dựng được Hiến pháp Đệ nhị Cộng hoà và tiến hành bầu cử được Tổng thống và Phó Tổng thống. Thế là sau 4 năm từ ngày Tổng Thống Ngô Đình Diệm bị lật đổ, miền Nam Việt Nam đã có được một chính phủ hợp hiến, hợp pháp.

---

[1] Bản tuyên bố chung "Declaration of Honolulu", 7/2/1966.

Đối với chương trình tái lập an ninh cho miền Nam, các lực lượng quân đội tinh nhuệ của Việt Nam Cộng hoà và quân đội Hoa Kỳ tại miền Nam Việt Nam có nhiệm vụ phối hợp đương đầu với cuộc chiến tranh quy ước của các đơn vị quân đội chính quy của Cộng sản Bắc Việt đưa vào. Để tái lập an ninh cho miền Nam, Chính phủ Việt Nam Cộng hòa quyết tâm xây dựng cho được một lực lượng phi quy ước (chú trọng về chính trị, gồm các lực lượng dân quân có võ trang thuộc các đơn vị phi chính quy) để đối phó với cuộc chiến tranh du kích của các đơn vị Việt Cộng nằm vùng.

Thế là quốc sách Xây dựng Nông thôn được ra đời, tại trung ương, được lãnh đạo bởi Hội đồng XDNT trung ương do Thủ tướng Chính phủ làm Chủ tịch và Tổng trưởng Tổng Bộ Xây dựng làm Tổng thư ký và các thành viên là các Bộ trưởng trong Chính phủ. Tại các ấp, chương trình xây dựng các Ấp Đời Mới (trước đây gọi là Ấp Chiến lược) và các đoàn cán bộ Xây dựng Nông thôn (CB/XDNT) được thành lập và đây là lực lượng chủ lực trong công tác xây dựng nông thôn mới. Các đoàn CB/XDNT có sự hỗ trợ quân sự của các tiểu đoàn quân lực VNCH, Địa phương quân và Nghĩa quân khi đến tái chiếm các ấp do du kích Việt Cộng tạm chiếm.

Các đoàn CB/XDNT có hai nhiệm vụ chính: một là xây dựng một *cộng đồng an ninh* tại mỗi xã ấp bằng cách tận diệt Cộng sản nằm vùng và cường hào ác bá, không để du kích Việt Cộng tung hoành, và hai là xây dựng một *cộng đồng phát triển* trong đó ưu tiên chú trọng đến việc tổ chức bầu cử chính quyền xã ấp; xây dựng lại cầu, cống, đường, trạm xá, trường học, đình làng, chùa, lăng, miếu; cải cách ruộng đất; khuyến khích phát triển nông nghiệp; lập quỹ hợp tác xã nông nghiệp.

Muốn đạt được các mục tiêu trên, tuyển dụng và đào tạo các đoàn cán bộ XDNT là chiến lược mang tính quyết định. Tổng bộ Xây dựng có nhiệm vụ lãnh đạo toàn diện các chương trình trên; Trung tâm Huấn luyện Cán bộ XDNT Vũng Tàu (TTHL/VT) phụ trách huấn luyện các đoàn CB/XDNT; và các Tỉnh đoàn CB/XDNT tại mỗi tỉnh có nhiệm vụ tuyển dụng, điều hành, kiểm tra mọi hoạt động của các đoàn CB/XDNT và đánh giá tình hình an ninh trong mỗi xã ấp dựa trên hệ thống đánh giá HES[1] do phía cố vấn Hoa Kỳ soạn ra. Bất cứ hoạt động nào, ở cấp từ trung ương đến cấp quận, huyện đều có sự cố vấn và yểm trợ đắc lực mọi mặt từ phía Hoa Kỳ.

TTHL/VT lúc đầu có ba cơ sở: Cơ sở đầu não đặt tại trại Chí Linh, trại Phù Đổng và cơ sở Lam Sơn cách trại Chí Linh khoảng 6 cây số về hướng Sài Gòn. Không giống như các trung tâm huấn luyện tại các trường học (nay gọi là Trung tâm Đào tạo), TTHL/VT được tổ chức và hoạt động như một đơn vị quân đội, có kỷ luật chặt chẽ, nhân viên và khóa sinh ra vào trại phải có giấy phép và được kiểm tra nghiêm ngặt bởi các đội Bảo vệ canh gác có súng.

TTHL/VT từ cuối năm 1965 do Trung tá Nguyễn Bé làm Chỉ huy trưởng (Giám đốc). Trung tâm có bốn khối: Khối Nghiên cứu và Phát triển, Khối Huấn luyện, Khối Hành chính và Khối Tổng đoàn khóa sinh. Ngoài ra, TTHL/VT còn có Ban Cố vấn gồm trên 40 người Mỹ đảm trách nhiều công việc khác nhau. Ban Cố vấn có nhiệm vụ yểm trợ đắc lực về mặt tài chính và hậu cần cho các hoạt động đào tạo và huấn luyện của Trung tâm.

---

[1] "Hamlet Evaluation System" do cố vấn Hoa Kỳ soạn ra, là một hệ thống đánh giá (định lượng) tình hình an ninh và phát triển trong mỗi xã ấp.

Trong thời gian đầu, lúc mới đến Trung tâm, tôi được phân công đến tìm hiểu công việc tại các khối, phòng, ban và các Tổng đoàn khóa sinh của Trung tâm. Sau khoảng trên hai tháng, tôi được bổ nhiệm chức vụ Phụ tá Giám đốc đặc trách Khối Nghiên cứu Phát triển (NCPT). Chỉ huy trưởng của TTHL/VU là Trung tá Nguyễn Bé. Lúc ông làm Phó Tỉnh trưởng Nội an tại tỉnh Bình Định, tôi có giúp viết nhiều bài báo đăng trên tờ nội san của tỉnh đoàn Cán bộ XDNT Bình Định. Những bài viết này sau được tập hợp lại, hiệu đính và in thành quyển sách "Tìm hiểu Chung Thủy" ký tên Tường Vân Nguyễn Bé, để phát cho cán bộ và quan khách mỗi khi đến thăm Trung tâm. Có nửa triệu bản được phát hành trong lần in đầu tiên. Khi Nguyễn Bé mới vào làm Chỉ huy trưởng, anh có nhờ tôi viết một bài kêu gọi thanh niên Việt Nam phải ý thức về sứ mạng lịch sử của mình dù ở vào hoàn cảnh nào, và tôi không ngờ được rằng chính bài này đã được sử dụng để đọc trong Đêm suy tư trong mỗi dịp lễ mãn khóa với sự tham dự của hàng ngàn khóa sinh. Giữa đêm tối, khi máy phóng thanh phát ra bài này, nhiều người không cầm được nước mắt.

Khối NCPT do tôi trực tiếp điều hành có một số phòng và ban:

Phòng nghiên cứu phụ trách nghiên cứu và soạn thảo chương trình huấn luyện chuyên môn cho các công tác phát triển nông thôn, từ bài học về các mục tiêu của công tác XDNT, nhiệm vụ của cán bộ XDNT, công tác hướng dẫn bầu cử xã ấp, chống nạn mù chữ, vận động nhân dân tham gia vào các chương trình xây dựng cầu cống, đường sá, bệnh xá, trường học, đình làng, đến hướng dẫn sinh hoạt thiếu nhi, cách thức sinh hoạt cộng đồng... Cụ thể hóa các bài học là các nhiệm vụ mỗi loại CB/XDNT phải làm để đạt được mục tiêu đã đề ra và có phần hướng dẫn đánh giá mỗi nhiệm vụ. Sau khi soạn thảo xong và được đem ra dạy thử, các tài liệu được điều chỉnh lại trước khi chuyển sang Ban Cố vấn tại Trung tâm để được dịch ra tiếng Anh và sau đó trình cho Tổng Bộ Xây dựng xét duyệt, ban hành.

Phòng chính trị phụ trách soạn thảo các tài liệu liên quan đến môn chính trị, giúp học viên biết rõ lý do tại sao người CB/XDNT phải xây dựng nông thôn. Các nhiệm vụ chính là phải xây dựng cho được hai cộng đồng ở tại mỗi xã ấp: Cộng đồng an ninh để bảo vệ cuộc sống thanh bình của người dân, không để cho bất cứ ai áp bức, những nhiễu dù kẻ đó là người phía quốc gia hay là cán bộ Cộng sản nằm vùng. Cộng đồng phồn thịnh là nơi mọi người dân được tự do bầu cử, đi lại, làm việc, học hành, có mọi tiện nghi tối thiểu về nhà ở, đường sá, cầu cống, trường học, trạm y tế, nhà hộ sinh, đình làng, chùa, miếu, nhà thờ.

Phòng báo chí phụ trách bài vở cho tờ báo *Nước Ta*, tờ nội san của Trung tâm phát cho cán bộ và khóa sinh đang học tập và làm việc tại Trung tâm, xuất bản hàng tháng và tờ báo *Xây dựng Nông thôn*, của Tổng Bộ Xây dựng xuất bản hai tháng một lần, chủ yếu phân phối cho cán bộ XDNT trong toàn miền Nam.

Phòng Phát thanh và truyền hình phụ trách hai chương trình phát thanh mỗi tuần (Đài Phát thanh Sài Gòn một giờ mỗi tuần và Đài Tiếng nói Hoa Kỳ VOA nửa giờ/tuần), và Chương trình Truyền hình Xây dựng Nông thôn mỗi tuần một giờ.

Ban Văn Công Chí Linh gồm khoảng trên 50 người có nhiệm vụ hỗ trợ tinh thần cho cán bộ XDNT tại các tỉnh bằng những chuyến lưu diễn, sinh hoạt thường xuyên với các khóa sinh tại TTHL/VT và thu băng, thu hình cho các chương trình phát thanh và truyền hình của Tổng Bộ Xây dựng.

Tôi học được rất nhiều từ công việc mới của tôi tại TTHL/VT này. Để có đủ kiến thức và kinh nghiệm, tôi đã phải đọc hàng ngàn trang đúc kết từ các cuộc phỏng vấn hay báo cáo của hàng vài chục ngàn khóa sinh đến học tại Trung tâm mỗi năm. Ngoài ra, cứ hai tuần một lần tôi đến khảo sát tình hình công tác của CB/XDNT tại một tỉnh. Đây cũng là dịp tôi học và biết được nhiều kinh nghiệm thực tế về những đau khổ cùng cực và mất mát lớn lao của nhân dân miền Nam trong cuộc chiến kéo dài ngót 20 năm. Những bài viết in trong các tập "Những ý tưởng trên đường xây dựng nông thôn" mang tên Tường Vân Nguyễn Bé là kết quả của những năm tôi tiếp xúc và học được từ những người dân ở tận các vùng xa xôi hẻo lánh của đất nước và từ những người cán bộ áo đen khát khao xây dựng lại xóm làng đổ nát của mình. Đó chính là máu, nước mắt và cuộc đời khốn cùng của họ.

Trong một chuyến công tác với một người cố vấn Mỹ tên Erich (tôi quên họ của anh) về tỉnh Châu Đốc vào những ngày cuối năm 1967 (chỉ hai ngày sau là xảy ra biến cố Tết Mậu Thân) chúng tôi thấy được rằng chương trình XDNT khó có thể thành công nếu không có sự hợp tác và hỗ trợ của các cấp chính quyền từ quận, huyện đến xã, ấp. Để có được sự tham gia của họ, tôi đã nói cho người cố vấn Mỹ của tôi biết là phải huấn luyện các viên chức hành chính này, đưa họ về học tập tại Rừng Chí Linh (TTHL/VT) như các CB/XDNT.

Sau chuyến công tác ấy, Khối NCPT và Ban cố vấn Mỹ phối hợp lập đề án "Huấn luyện cán bộ xã ấp". Đúng như chúng tôi suy nghĩ, các cấp có thẩm quyền của Bộ Nội vụ lúc đầu đã chống đối quyết liệt. Nhưng khi Đại sứ Mỹ

William Colby, đại diện cho phía Hoa Kỳ, đưa đề án ra với phía Việt Nam, Thủ tướng Trần Thiện Khiêm lúc ấy đồng ý ngay vì ông biết là ông không có lý do để phản đối. Thế là suốt năm 1968, nhóm xây dựng Đề án huấn luyện cán bộ quốc gia đã làm việc cật lực với các chuyên gia trong Ban cố vấn Mỹ và Bộ Nội vụ để hoàn thành chương trình huấn luyện. Đến giữa năm 1969, lớp huấn luyện cán bộ quốc gia đầu tiên tốt nghiệp, có Tổng thống Nguyễn Văn Thiệu, các tổng bộ trưởng, đoàn ngoại giao đến tham dự. Erich và tôi ngồi cuối phòng bắt tay tự chúc mừng nhau về sự kiện quan trọng mang tính lịch sử này. Từ đó về sau, Trung tâm cán bộ XDNT được đổi thành Trung tâm Huấn luyện Cán bộ Quốc gia và cán bộ từ các bộ, tỉnh, đến quận, huyện, xã, ấp đều phải đến dự các lớp huấn luyện tại Trung tâm Huấn luyện Cán bộ Quốc gia này.

Biến cố Tết Mậu Thân 1968 để lộ một lỗ hổng lớn trong hệ thống an ninh và quốc phòng tại miền Nam. Các bộ phận trong cả phía Mỹ lẫn Việt Nam đã đổ trách nhiệm cho nhau trong việc đã không phát hiện được quân đội chính quy Bắc Việt xâm nhập vào tận Thủ đô Sài Gòn và hầu hết các tỉnh lỵ của miền Nam. Các bản báo cáo từ phía Hoa Kỳ cũng cho thấy quốc sách XDNT không thành công vì thiếu sự phối hợp có hiệu quả từ các cấp lãnh đạo cao nhất. Đây là cơ hội Hoa Kỳ xem xét lại toàn bộ quốc sách chống Cộng tại miền Nam.

Trước sự chống đối mỗi ngày một quyết liệt của dân chúng Hoa Kỳ trong cuộc chiến tại miền Nam, Tổng thống Richard Nixon hứa sẽ làm mọi cách để chấm dứt cuộc chiến tại Việt Nam và đưa những người lính Mỹ về lại Hoa Kỳ để không phải chiến đấu và chết trên rừng núi Việt Nam. Để thực hiện lời hứa đó, Tổng thống Nixon đã thay đổi chiến lược tại Việt Nam bằng chính sách Việt

Nam hóa cuộc chiến Việt Nam ("Vietnamisation of the Vietnam War"), nghĩa là cuộc chiến tại Việt Nam phải do người Việt Nam đóng vai trò chủ động. Với chính sách mới, quân đội Hoa Kỳ giúp quân đội Việt Nam Cộng hoà đánh bại quân đội chính quy của Cộng sản Bắc Việt trên chiến trường miền Nam và Chương trình XDNT phải được cải tổ lại để có thể mang lại an ninh cho 100 phần trăm dân và đất tại miền Nam. Theo đó, Hội đồng Bình định và Phát triển Trung ương được thành hình, trong đó Chủ tịch Hội đồng là Tổng thống (trước đây là Thủ tướng), Thủ tướng Chính phủ làm Tổng thư ký (trước đây là Tổng trưởng Tổng bộ Xây Dựng), các Bộ trưởng trong nội các, Tư lệnh các vùng chiến thuật... là các thành viên. Đứng đầu phía Hoa Kỳ trong Chương trình này là Đại sứ William Colby (chức vụ là Phó Đại sứ nhưng ngạch trong ngành ngoại giao là Đại sứ) và thành viên là các vị đứng đầu của các bộ phận Viện trợ Mỹ (USAID), cơ quan Tình báo Trung ương (CIA), cố vấn các vùng chiến thuật. Trung tâm BĐPT/TƯ (Bình định và Phát triển) là văn phòng thường trực của Hội đồng BĐPT/TƯ. Tại mỗi Vùng chiến thuật có Hội đồng BĐPT/Vùng, tỉnh có Hội đồng BĐPT/Tỉnh, Hội đồng BĐPT/Quận.

Từ năm 1969 trở về sau, mỗi năm Hội đồng BĐPT/TƯ cho ra đời một Kế hoạch BĐPT với những mục tiêu, chỉ tiêu khác nhau nhằm đáp ứng tình hình chiến sự tại miền Nam. Kế hoạch BĐPT có khoảng 20 chương trình nhằm phát triển nông thôn miền Nam với mục đích thu phục được "trái tim và khối óc" (hearts and minds) của người nông dân. Đó là những chương trình như chương trình quân đội, chương trình Phụng Hoàng, chương trình cảnh sát quốc gia, chương trình chiêu hồi, chương trình tự nạn, chương trình huấn luyện cán bộ xã ấp, chương trình bầu cử xã ấp, chương trình ấp đời mới, chương trình cán bộ XDNT, chương trình phát triển như xây dựng các trạm y tế, trường học, cầu, cống, đường sá, chương trình tuyển dụng và tu nghiệp giáo viên, dự án tự túc, cải cách hành chính, cải cách ruộng đất...

Đến đầu năm 1970, có 91 phần trăm dân số (17,9 triệu người) ở miền Nam sống trong vùng an ninh, 7,2 phần trăm sống trong vùng tranh chấp và chỉ có 1,4 phần trăm tức 256 ngàn người sống trong vùng Việt Cộng kiểm soát tại các vùng giáp giới với Miên, Lào, so với cuối năm 1964 lúc chỉ có 40 phần trăm dân số sống trong vùng Chính phủ miền Nam kiểm soát và 20 phần trăm sống trong vùng Việt Cộng kiểm soát. Cũng với chính sách cải cách nông thôn miền Nam, một tầng lớp nông dân "mới giàu" xuất hiện ở vùng Đồng bằng sông Cửu Long. Đến tháng 6/1970 dân tại vùng này làm chủ 3.400 máy cày, một thành quả của chương trình tín dụng nông nghiệp[1].

Giữa năm 1968, do tình hình chiến sự tại miền Nam gia tăng, mọi công chức, thanh niên ở trong lứa tuổi nhập ngũ phải gia nhập quân đội. Tôi từ giã TTHL/VT để lên đường tham dự khóa huấn luyện quân sự tại Trung tâm Huấn luyện Quang Trung. Sau 9 tuần lễ huấn luyện quân sự, tôi cũng như nhiều người khác được biệt phái về lại các đơn vị cũ để tiếp tục nhiệm vụ của mình. Tôi về trình diện tại Bộ XDNT và do nhu cầu, Thứ trưởng Bộ

---

[1] Xem bài phát biểu của Robert W. Komer tại California "Impact of Pacification on Insurgency in South Vietnam", do The RAND Corporation, tháng 8 năm 1970 (Ảnh hưởng của Chương trình Bình định Phát triển đối với Việt Cộng tại miền Nam Việt Nam).

Xây dựng Hoàng Văn Lạc[1] đã giữ tôi lại làm việc tại Bộ và bổ nhiệm tôi làm Chánh sự vụ Sở Tâm Chiến (một đơn vị hành chính thấp hơn Vụ nhưng trên Phòng), kiêm luôn một số công việc thuộc Khối NCPT tại TTHL/VT như các chương trình quảng bá xây dựng nông thôn, trong đó có các chương trình phát thanh, truyền hình...

Làm việc tại Sở Thông tin và Nghi tiết, Bộ Giáo dục

Giữa năm 1969, Bộ XDNT giải thể, chương trình CB/XDNT đưa về Phủ Tổng ủy Công vụ quản lý, Bộ trưởng NguyễnVăn Vàng được chuyển công tác làm Bộ trưởng tại Phủ Thủ tướng, tôi xin Ông được trở về lại Bộ Giáo dục, Văn hóa và Thanh niên (từ nay gọi là "Bộ Giáo dục"). Tôi được bố trí làm việc tạm tại Nha Kế hoạch và Pháp chế Học vụ. Trong thời gian này, tôi được Đại sứ Hoa Kỳ Ellsworth Bunker mời đi thăm Hoa Kỳ. Lúc trở về, tôi được bổ nhiệm chức vụ Chánh sự vụ Sở Thông tin và Nghi tiết (Lễ tân). Đây là một Sở trực thuộc Văn phòng Phó Thủ tướng và làm việc trực tiếp với Phó Thủ tướng kiêm Bộ trưởng Bộ Giáo dục Bác sĩ Nguyễn Lưu Viên.

---

[1] Tỉnh trưởng tỉnh Rạch Giá từ năm 1957. Phụ tá Bộ Xây dựng Nông thôn từ giữa năm 1966 đến tháng 5 năm 1968 lên làm Thứ trưởng Bộ XDNT. Thiếu tướng Hoàng Văn Lạc gắn liền với nhiều chương trình từ chương trình Dinh điền (1957), Ấp chiến lược (1962), Ấp tân sinh (1965), đến Ấp Đời mới (1966). Trước năm 1975, viết *Một Giải pháp cho vấn đề Việt Nam* (1966) và *Từ Biến cố Mậu Thân...* (1968). Sau 1975 lúc về hưu tại Hoa Kỳ, ông viết *Blind Design* (1996), *Theo dấu chân Phật* (1998), *Buddhism- Religion of Freedom* (2002) và *Sống – ta từ đâu đến? Chết – ta sẽ đi về đâu?* (2003).

Sở Thông tin và Nghi tiết (chức năng gần như tương đương với Vụ Hợp tác Quốc tế ngày nay) có hai chức năng tưởng như riêng biệt, nhưng trên thực tế thực sự bổ sung cho nhau.

Phòng Thông tin lúc bấy giờ có nhiệm vụ hợp tác với các tổ chức quốc tế tại Sài Gòn, đặc biệt là Cơ quan Viện trợ Hoa Kỳ về Giáo dục (USAID/Education) để phát triển giáo dục mọi cấp học. Trong giai đoạn có kế hoạch bình định và phát triển, giáo dục trong các Ấp đời mới có ưu tiên cao. Với chức năng này, tôi được đề cử làm đại diện thường trực của Bộ Giáo dục tại Trung tâm BĐPT Trung ương. Nhiệm vụ của tôi là điều phối chương trình giáo dục, họp hàng tuần với đại diện Thủ tướng Chính phủ và đại diện các bộ khác tại Trung tâm BĐPT/TƯ đặt tại Phủ Thủ tướng. Trong các buổi họp hàng tuần này, phía cố vấn Mỹ có đại diện Đại sứ Colby và các cố vấn Mỹ thuộc 4 vùng chiến thuật. Mỗi tháng một lần, tôi tháp tùng Phó Thủ tướng Nguyễn Lưu Viên họp tại Hội đồng BĐPT/TƯ tại dinh Tổng thống (nay là Dinh Độc lập). Tôi còn cùng với đại diện các bộ đi dự các cuộc họp về BĐPT tại các Trung tâm BĐPT ở bốn Vùng chiến thuật.

Phòng Nghi tiết có nhiệm vụ sắp xếp các cuộc họp của Phó Thủ tướng với các đối tác trong nước và quốc tế, phối hợp tổ chức các hội thảo, Hội thảo quốc tế tại Việt Nam, ví dụ như Hội thảo Tổ chức các Bộ trưởng Giáo dục tại các nước Đông Nam Á (SEAMEO) vào cuối năm 1969 và phối hợp với các nha (vụ), sở trong bộ, các bộ trong chính phủ, cơ quan viện trợ Mỹ và phát triển quốc tế, như tổ chức UNDP, UNICEF, FAO để phát triển giáo dục đến tận các vùng xa xôi, hẻo lánh.

Trong giai đoạn từ 1969 đến 1971, một số trường đại học Vùng và các trường đại học cộng đồng chuẩn bị ra đời, trong đó có Viện Đại học Bách khoa Thủ Đức được mô phỏng theo mô hình các trường đại học "land grant" college của Hoa Kỳ. Đến đầu năm 1975 thì viện đại học này (university) có 9 trường đại học (schools) và do Giáo sư Đỗ Bá Khê làm Viện trưởng. Trường Đại học Quảng Đà (nay là trường Đại học Đà Nẵng), Hải học viện Nha Trang, trường Đại học Cộng đồng Tiền Giang, trường Đại học Cộng đồng Tây Ninh và Viện đại học tư thục Hòa Hảo ở An Giang cũng được chuẩn bị để ra đời trong giai đoạn này.

Nhóm chuyên gia thuộc Học viện Ngôn ngữ học Mùa hè (Summer Institute of Linguistics) với sự tài trợ của USAID/Education đã hoàn tất việc chuyển hóa tiếng nói của 23 dân tộc ít người thành chữ viết theo mẫu tự La Tinh và đã soạn xong bộ sách tập đọc cấp tiểu học cho 23 dân tộc đang sinh sống tại các tỉnh cao nguyên (Tây nguyên). Trong buổi lễ trao huy chương cho các chuyên gia thuộc Nhóm SIL, Bác sĩ Phó Thủ tướng Nguyễn Lưu Viên đã đánh giá cao công trình nghiên cứu mang tính lịch sử này. Những công trình của Nhóm SIL này ngày nay vẫn còn được tiếp tục phát triển và sử dụng.

Đến giữa năm 1971 tôi lên đường đi du học ở Mỹ theo chương trình Học bổng Lãnh đạo (Leadership Scholarship) do Tổ chức Văn hóa Á châu cấp. Anh Phạm Văn Minh[1], một đồng nghiệp của tôi thời còn cùng dạy học chung ở Trường Trung học Nguyễn Huệ ở Tuy Hòa, tạm thời thay tôi trong giai đoạn đầu.

---

[1] Hiện nay Phạm Văn Minh đang sống ở Sydney. Anh và Hoàng Văn Giàu là hai người nắm vai trò chủ chốt trong tờ báo *Chuyển Luân* xuất bản ở Sydney, một tạp chí gây nhiều tranh luận trong cộng đồng người Việt ở hải ngoại.

Làm việc tại Nha Sưu tầm và Nghiên cứu, Bộ Giáo dục

Giữa năm 1974, sau khi tốt nghiệp bằng Tiến sĩ về ngành quản trị giáo dục đại học tại Viện Đại học Indiana, Hoa Kỳ, tôi trở về nước trình diện Bộ Giáo dục. Lúc này Bác sĩ Nguyễn Lưu Viên vẫn còn là Phó Thủ tướng nhưng không còn phụ trách Bộ Giáo dục nữa. Ông Ngô Khắc Tĩnh, một dược sĩ thành đạt và là người bà con của Tổng thống Nguyễn Văn Thiệu bấy giờ là Bộ trưởng Bộ Giáo dục và là người chủ mới của tôi.

Trong thời gian ở Mỹ mới về, tôi không thuộc bất cứ một đơn vị nào trong bộ, hàng ngày tôi đến Bộ trình diện, rồi đi uống cà phê ở quán trên các đường Lê Thánh Tôn hay đường Tự do (nay là đường Đồng Khởi). Ước mong của tôi là được đi dạy tại Viện Đại học Sài Gòn, hay Viện Đại học Bách khoa Thủ Đức. Một buổi chiều tôi đang đứng trước sân Bộ Giáo dục thì một nhân viên phụ trách quay roneo trao cho tôi một tờ giấy ông vừa mới in xong. Tôi đọc lúc ấy mới biết đó là một Nghị định bổ nhiệm tôi làm Giám đốc Nha Sưu tầm và Nghiên cứu. Tôi hoàn toàn ngạc nhiên vì Bộ chưa bao giờ hỏi ý kiến của tôi. Về sau người ta mới tiết lộ là các vị có thẩm quyền tại Bộ Giáo dục đã cân nhắc ba vị trí: Viện trưởng Viện Đại học Cộng đồng Quảng Đà, Phó viện trưởng đặc trách nghiên cứu tại Viện Đại học Bách khoa Thủ Đức và Giám đốc Nha Sưu tầm và Nghiên cứu của Bộ Giáo dục. Tiến sĩ T.C. Clark, giám đốc USAID/Education, người có ảnh hưởng rất lớn đối với các quyết định quan trọng của Bộ Giáo dục và cá nhân Bộ trưởng Ngô Khắc Tĩnh, đã hỗ trợ tôi trong chức vụ Giám đốc Nha Sưu tầm và Nghiên cứu, dựa trên các kinh nghiệm từ dạy học, làm việc đắc lực tại Bộ Giáo dục và Bộ Xây dựng Nông thôn trước đây, đến vai trò điều phối tại Trung tâm Bình định và Phát triển Trung ương, và có một số công trình nghiên cứu đã được in và đã xuất bản nhiều bài báo về giáo dục.

Nha Sưu tầm và Nghiên cứu, cơ quan đứng đầu trong danh sách các cơ quan tại Bộ Giáo dục, với gần 50 chuyên viên, có nhiệm vụ tư vấn cho Bộ Giáo dục và Hội đồng Giáo dục về các chính sách phát triển giáo dục miền Nam. Nha có ba khối: Khối Sưu tầm, Khối Nghiên cứu và Khối Hành chính.

Hai khối Sưu tầm và Nghiên cứu có nhiệm vụ sưu tầm và nghiên cứu nhiều lĩnh vực khác nhau liên quan đến các hoạt động chính của Bộ Giáo dục, Văn hóa và Thanh niên, kể cả cung cấp tư vấn cho các cơ quan của Bộ Giáo dục về phân tích quản trị, một lĩnh vực rất mới thời bấy giờ. Một số chủ đề phân phối cho các chuyên viên đảm trách như sau:

Giáo dục tiền học đường (giáo dục mầm non), giáo dục trung tiểu học phổ thông, giáo dục chuyên nghiệp, giáo dục nông nghiệp, giáo dục tráng niên (giáo dục thường xuyên), giáo dục đại học, cơ sở và trang thiết bị.

Các vấn đề liên quan đến giáo dục thanh niên học đường, thể dục thể thao, y tế học đường, khám chữa bệnh, dinh dưỡng, chương trình sữa học đường và cung cấp bữa cơm trưa cho học sinh, giáo dục học sinh sắc tộc (dân tộc thiểu số) và phát triển sách giáo khoa bậc tiểu học cho một số sắc tộc ở vùng Cao nguyên, giáo viên vùng nông thôn, đặc biệt là giáo viên trong các Ấp đời mới.

Chính sách du học (tự túc và có học bổng) bao gồm các khu vực ưu tiên khuyến khích du học sinh đến học (chuyển từ khu vực truyền thống Âu châu qua các nước trong khu vực Thái Bình Dương và Úc châu).

Cải tổ chương trình giáo dục trung tiểu học; chương trình trong các trường Sư phạm; tuyển dụng và đào tạo giáo viên; quản trị học đường; sinh viên vụ; hướng dẫn học đường.

Con số khoảng 50 chuyên viên cơ hữu của Nha hoàn toàn không đủ để có thể đảm trách nhiều lĩnh vực nghiên cứu như trên, vì thế mỗi dự án phải mời thêm nhiều chuyên viên từ các Nha, Sở trong Bộ Giáo dục và các bộ khác. Nha STNC cũng có một số các chuyên gia người nước ngoài thuộc các tổ chức quốc tế có văn phòng tại miền Nam. Ngân sách sử dụng để thực hiện các dự án nghiên cứu trên gồm có ngân sách quốc gia (thường để trả lương cho chuyên viên) và tài trợ của các tổ chức quốc tế như UNESCO, UNICEF, UNDP, Tổ chức Văn hóa Á châu, Viện trợ Hoa Kỳ về Giáo dục, Viện nghiên cứu Giáo dục Nhật Bản (NIER).

Tôi rời Việt Nam đi họp Hội thảo về nghiên cứu giáo dục tại Tokyo, Nhật Bản vào giữa tháng 3/1975 trong lúc tình hình chiến sự tại miền Nam đang ở vào giai đoạn khốc liệt nhất. Đến đầu tháng tư, mặc dù Hội thảo chưa kết thúc, tôi đã phải đổi vé máy bay về sớm hơn. Tôi về đến Sài Gòn tối ngày 7/04/1975. Hôm sau đến thăm các cố vấn Mỹ trong đó có Jim Woodcock, Phó Đại diện của Tổ chức Văn hoá Á châu, tôi mới biết là họ đang ở trong tư thế chuẩn bị để lên máy bay rời khỏi Việt Nam bất cứ lúc nào có lệnh. Họ cũng cho biết là đợt di tản đầu tiên dành cho nhân viên làm việc cho các cơ quan của Mỹ, đợt thứ hai cho nhân viên Việt Nam làm việc tại các cơ quan cần di tản trong chính phủ Việt Nam Cộng hòa, và giai đoạn sau cùng dành cho những người đứng đầu nhiệm sở trong các cơ quan của Mỹ và Việt. Gia đình tôi theo kế hoạch được Jim Woodcock thông báo là đã được đưa vào danh sách di tản đợt sau cùng.

Trong thời gian này mọi người hoảng sợ tìm kiếm đủ cách và mọi phương tiện để rời khỏi Việt Nam. Riêng tôi và các chuyên viên trong Nha STNC lao đầu vào các công tác cứu trợ những người di tản từ miền Trung vào. Quá tin vào kế hoạch di tản của Mỹ, tôi chẳng có một giờ phút nào nghĩ đến việc đưa gia đình đi trước, mặc dù lúc ấy tôi có Doug Reese[1], một người bạn học Mỹ tại trường Đại học Indiana có mặt tại Việt Nam và khuyên tôi nên để cho anh thu xếp đưa gia đình tôi đi trước. Vợ tôi không muốn đi một mình. Lúc đang ở phi trường Tân Sơn Nhất vào phút chót, Doug vẫn còn gọi điện thoại cho tôi khuyên nên đưa gia đình đi. Doug đã đưa được 27 gia đình rời khỏi Việt Nam trong vòng ba tuần lễ đầu của tháng tư. Ngày 20 tháng 4 tôi cũng nhận được một cú gọi điện thoại quốc tế từ Tây Đức của Christopher Kohler, một người bạn ở phòng kế phòng tôi trong cư xá sinh viên của Đại học Indiana trong thời gian chúng tôi đang học ở Hoa Kỳ. Anh bảo tôi bằng mọi cách phải mua vé máy bay rời khỏi Việt Nam càng sớm càng tốt. Anh đã đưa tài khoản của vợ chồng anh cho các hãng máy bay.

Thế nhưng mọi kế hoạch không thành khi tối 28 tháng tư, phi trường Tân Sơn Nhất bị máy bay thả bom khiến cho mọi cuộc di tản dự tính bằng phi cơ không thể thực hiện được nữa. Từ sáng ngày 29 đến chiều ngày 30/4 các cuộc di tản chỉ còn bằng phi cơ trực thăng và dành cho các quan chức Mỹ và một số yếu nhân người Việt. Gia đình tôi kẹt lại Việt Nam. Gần một tháng sau, giống như nhiều người có nắm giữ vai trò quản lý hay

---

[1] Năm 2009 tôi gặp lại Doug Reese tại Sài Gòn và lần sau cùng dùng cơm tối với anh và vợ anh năm 2010 trong lúc anh chuẩn bị về lại Mỹ để điều trị bệnh ung thư xương giai đoạn cuối. Đến nay tôi không còn biết anh có còn sống không.

lãnh đạo khác trong chính quyền hay quân đội miền Nam, tôi lên đường đi trình diện cải tạo.

Nhìn lại quá khứ

Tính cho đến ngày miền Nam sụp đổ, tôi giữ hai chức vụ tại Bộ Giáo dục hai lần khác nhau, từ Chánh sự vụ Sở Thông tin Nghi tiết rồi đến Giám đốc Nha Sưu tầm và Nghiên cứu, vỏn vẹn được khoảng ba năm.

Trong khoảng 15 năm từ 1960 cho đến 30/4/1975, ngoài thời gian đi học, tôi đã làm ba công việc chính: 1. giáo sư trung học đệ nhị cấp (giáo viên trung học phổ thông cấp ba), 2. Phụ tá Nghiên cứu Phát triển rồi Chánh sự vụ Sở Tâm chiến tại Bộ Xây dựng Nông thôn, và 3. Chánh sự vụ Sở Thông tin và Nghi tiết rồi sau cùng Giám đốc Nha Sưu tầm Nghiên cứu tại Bộ Giáo dục, Văn hóa và Thanh niên. Mỗi công việc đã để lại một số dấu ấn khá lâu dài trong đời tôi.

Trong thời gian tôi đi dạy học (lúc đầu ở trường trung học tư thục Bình Minh và trường Bách Khoa trong thành nội Huế, rồi sau này đến các trường trung học tại Tuy Hòa) miền Nam có nhiều biến cố lớn ảnh hưởng trực tiếp đến giới sinh viên-học sinh. Từ các cuộc biểu tình của giới sinh viên học sinh ở Huế chống lại chủ trương đàn áp Phật giáo của chính phủ Tổng thống Ngô Đình Diệm năm 1963 và chống lại chế độ quân đội cầm quyền của các tướng Nguyễn Văn Thiệu, Nguyễn Cao Kỳ năm 1965, rồi đến tình hình chiến sự leo thang từ năm 1964-1965 đưa đến việc chính phủ Hoa Kỳ đem hơn nửa triệu quân đội vào tham chiến tại miền Nam, rồi đến các phong trào nhạc du ca của Nguyễn Đức Quang và nhạc phản chiến của Trịnh Công Sơn ra đời, triết lý hiện sinh của phương Tây cũng xuất hiện rầm rộ tại các thành phố lớn, văn thơ phản ánh xã hội hỗn loạn, bế tắc, nay sống mai chết bắt đầu xuất hiện mỗi ngày một nhiều từ tiểu thuyết của Nguyễn Thị Hoàng, Nhã Ca, Túy Hồng đến Chu Tử, Lệ Hằng...

Mỗi một biến cố đều có những tác động mãnh liệt đến giới trẻ miền Nam. Có những sinh viên học sinh chủ động tham gia, cũng có những em bị bạn bè hay các thế lực chính trị lôi kéo, đặc biệt là tổ chức của Cộng sản miền Bắc hoạt động bí mật tại miền Nam. Là những nhà giáo đứng lớp, không ai không thấy rõ những suy nghĩ, lo âu, đau khổ của lớp trẻ và sự khó khăn của người thầy trước cảnh đất nước loạn ly. Làm sao các em học sinh và thầy giáo có thể yên tâm học hành hay dạy dỗ trước thời buổi một số em mới hôm nào đang ngồi ở ghế nhà trường rồi chỉ mấy tháng sau nghe tin đã chết trên chiến trường? Làm sao chúng tôi có thể yên tâm dạy học khi trong lớp có gần một phần tư học sinh mang khăn tang trên đầu đi học? Chúng tôi sẽ dạy được gì trong một xã hội xáo trộn tận gốc với cảnh các cô gái làm điếm biếu tiền boa cho bác sĩ, hay một số thầy giáo phải chạy xe xích lô ban đêm và có lúc chở phải học trò của mình? Nhà giáo làm sao có thể vô tư dạy học khi mỗi thành phố có quá nhiều các em mồ côi, bụi đời vì cha hay mẹ đã chết trong chiến tranh? Làm nhà giáo thời đó có thể quên được những đêm cắm trại và cả thầy lẫn trò đều khóc hàng giờ khi nghĩ về thời cuộc và sự bất lực của con người trước chiến tranh?

Trước hoàn cảnh ấy, giới trẻ có thể nổi loạn, bỏ học hay có thể làm những điều gây tội ác. Tuy nhiên cũng thật may mắn là phần lớn giáo viên miền Nam chúng tôi thời bấy giờ ít gặp những trường hợp đau xót ấy. Các em học sinh vẫn lễ phép, trật tự học đường vẫn được bảo đảm. Học trò không có lệ thăm viếng hay quà cáp cho thầy giáo. Tình thầy trò rất trong sáng.

Trong thời gian làm việc tại Bộ Giáo dục ở Sài Gòn phụ trách điều phối chương trình phát triển giáo dục tại các xã ấp miền Nam tại Trung tâm BĐPT Trung Ương, có vô cùng khó khăn phải vượt qua bằng tất cả khối óc, trái tim. Làm sao có thể tuyển giáo viên sơ cấp và đưa họ về các ấp mất an ninh trong thời chiến? Làm thế nào để những người mới học xong lớp ba trường làng sau ba tháng "tu nghiệp" mà báo chí thời đó gọi là "giáo viên 90 ngày ngơ ngác" có thể đứng lớp? Khi các xã ấp có cuộc sống thanh bình trở lại làm sao giải quyết số phận của họ? sa thải khoảng trên 20.000 thầy cô giáo này hay chuyển họ vào làm những vị trí khác hay hợp thức hóa cho họ trở thành những giáo viên thực thụ (biên chế) của Bộ Giáo dục?

Trong 20 năm đất nước chia đôi, chỉ có năm năm đầu, từ năm 1954 đến đầu năm 1960, miền Nam Việt Nam được sống tương đối ổn định, kinh tế phát triển. Nhiều nước ở Đông Nam Á và Bắc Á, kể cả Hàn Quốc mong ước được như miền Nam Việt Nam. Đến lúc phong trào Đồng Khởi dấy lên năm 1960, khởi đầu tại Ấp Bắc, thì tình hình chiến sự tại miền Nam mỗi ngày một trở nên ác liệt, bắt đầu từ các vùng nông thôn rồi về sau lan đến các thành thị. Chính quyền của Tổng thống Ngô Đình Diệm phải lập ra các Khu Dinh điền (1959) rồi các Ấp Chiến lược (do Sir Robert Thompson, người Anh, làm cố vấn, áp dụng trong năm 1962) để cắt nguồn tiếp tế lương thực, tình báo đối với cán bộ Việt Cộng. Đến tháng 11 năm 1963 sau khi chế độ Ngô Đình Diệm sụp đổ, thì chỉ một thời gian ngắn sau đó các Ấp Chiến lược xem như cáo chung[1]. Miền Nam chuyển qua một giai đoạn cực kỳ nguy khốn. Ở Sài Gòn các tướng lãnh liên tục đảo chính lẫn nhau. Tình hình chính trị vô cùng bất ổn, còn nông thôn thì Việt Cộng mỗi ngày một áp sát tại các quận ly, huyện ly và thành phố. Miền Nam hầu như sụp đổ.

Giữa lúc ấy một cuộc họp thượng đỉnh được triệu tập tại Honolulu của bang Hawaii, một hòn đảo phía Tây của Mỹ, giữa Tổng thống Mỹ Johnson và các tướng Nguyễn Văn Thiệu và Nguyễn Cao Kỳ của miền Nam. Một bản thông cáo chung được ra đời. Theo đó, chính phủ Hoa Kỳ cam kết ủng hộ miền Nam Việt Nam chống lại sự xâm lược của Cộng sản Bắc Việt và xây dựng một chính quyền dân chủ tại miền Nam. Từ đó, nửa triệu quân đội Mỹ đổ bộ ào ạt vào miền Nam. Cuộc chiến tàn khốc nhất trong lịch sử bắt đầu diễn ra. Bắt đầu bằng những cuộc hành quân "Tìm và diệt" của tướng Westmoreland. Hậu quả có hàng trăm trại tỵ nạn Cộng sản được lập ra tại các tỉnh ở miền Nam để nuôi những người còn sống sót sau những trận càn quét và chính từ những cuộc hành quân ấy đã xuất hiện vô số trẻ mồ côi, bụi đời và đàn bà, con gái trở thành đĩ điếm khắp các thành phố lớn ở miền Nam. Hàng rào điện tử McNamara ở phía nam vùng phi quân sự ở tỉnh Quảng Trị (huyện Gio Linh) và các sư đoàn không vận bằng trực thăng lần đầu tiên trên thế giới được ra đời tại Việt Nam.

Song song với các hoạt động quân sự nhằm ngăn chặn và tiêu diệt các lực lượng bộ đội chính quy Bắc Việt, chính phủ Hoa Kỳ và chính quyền miền Nam cho áp

---

[1] Sau Ấp Chiến lược là đến Ấp Tân sinh ra đời được một thời gian ngắn thì được thay thế bằng Ấp Đời mới. Ấp Đời mới ra đời từ năm 1966 và tồn tại cho đến tháng 4 năm 1975 khi miền Nam rơi vào tay của chính quyền Hà Nội.

dụng quốc sách Bình định Phát triển do Phó Đại sứ Robert Komer đề xướng nhằm mang lại an ninh và đời sống phú túc cho người dân ở nông thôn. Theo đó, Ấp Chiến lược trước đây được thay thế bằng Ấp Đời mới. Khác với Ấp Chiến lược được bao bọc bởi các hàng rào kẽm gai và các thành lũy, Ấp Đời mới chủ trương ba cùng, cùng ở với dân, cùng làm với dân và cùng dân bảo vệ và xây dựng xóm làng khỏi mọi áp bức và đe dọa từ các thế lực bên ngoài. Để có thể xây dựng được một Ấp Đời mới, trước hết có một cuộc hành quân của các tiểu đoàn chính quy của quân đội Việt Nam Cộng hòa và các đơn vị Địa phương quân, Nghĩa quân. Sau khi loại được du kích Việt Cộng ra khỏi ấp, một đoàn cán bộ XDNT được đưa đến ở lại ấp để lo an ninh cho ấp và sửa sang lại đường sá, cầu cống, bệnh xá, trường học và tổ chức các sinh hoạt cộng đồng... Để hoàn tất được các mục tiêu và chỉ tiêu đã được đưa ra, các cán bộ XDNT được tuyển từ các địa phương, đưa đi huấn luyện tại Trung tâm Huấn luyện CB/XDNT Vũng Tàu. Tại đây các khóa sinh được thổi lên ngọn lửa xây dựng quê hương và các kỹ năng xây dựng xã ấp. Sau 13 tuần lễ học tập, các cán bộ được đưa về lại xã ấp của mình đúng như kế hoạch đã được đề ra.

Đến cuối năm 1967, Robert Komer rời Việt Nam để nhận nhiệm vụ khác tại Trung Đông, Phó Đại sứ William Colby (ngạch đại sứ) lên thay thế. Biến cố Mậu Thân xảy ra. Richard Nixon đắc cử Tổng thống. Ông chủ trương Việt Nam hóa cuộc chiến Việt Nam, nghĩa là từ nay phía Việt Nam chủ động trong các chương trình, kế hoạch tại miền Nam và phía Hoa Kỳ chỉ đứng ở vị trí cố vấn và yểm trợ. Nhưng trên thực tế, mọi kế hoạch đều do phía Hoa Kỳ soạn thảo. Về mặt tổ chức, không như trong giai đoạn đầu, Quốc sách Bình định Phát triển được cơ cấu lại hoàn toàn, Chủ tịch của Hội đồng Bình định Phát triển Trung ương là Tổng thống, Thủ tướng Chính phủ là Tổng thư ký và các Bộ trưởng trong chính phủ là thành viên. Trung tâm Bình định Phát triển Trung ương đặt tại Phủ Thủ tướng là văn phòng thường trực của Hội đồng BĐPT/TƯ. Đứng đầu phía Hoa Kỳ là Đại sứ Colby. Ông có hai người làm phụ tá, một sĩ quan cao cấp làm cố vấn quân sự có nhiệm vụ điều phối các lực lượng quân đội hỗ trợ cho chương trình BĐPT và một cố vấn dân sự phụ trách điều phối các hoạt động BĐPT. Ở mỗi vùng chiến thuật, mỗi tỉnh và mỗi quận/huyện đều có các Hội đồng BĐPT và Trung tâm BĐPT ở mỗi cấp.

Từ năm 1969, mỗi năm có một Kế hoạch BĐPT ra đời. Kế hoạch BĐPT có khoảng 20 chương trình lớn. Những chương trình có mục tiêu bình định, tức là mang lại an ninh cho các xã ấp như Chương trình Quân đội, Phụng hoàng, Cảnh sát, Chiêu hồi, Huấn luyện viên chức xã ấp, Cán bộ XDNT ... Những chương trình liên quan đến mục tiêu phát triển gồm các chương trình người cày có ruộng, y tế cộng đồng, giáo dục, bầu cử xã ấp, dự án tự túc,... Trong số các chương trình trên, chương trình Phụng Hoàng là nổi bật nhất, đã để lại nhiều vết thương lớn cho nhân dân miền Nam và cả nước Mỹ. Theo con số được một số nhà nghiên cứu Hoa Kỳ đưa ra, cho đến năm 1972, tại miền Nam Việt Nam có 81.740 cán bộ Cộng sản nằm vùng đã bị loại, trong đó có 26.369 người bị giết.

Từ năm 1969 mỗi năm có một Kế hoạch BĐPT riêng, với nhiều chương trình, chỉ tiêu khác nhau tùy theo tình hình chiến sự. Đến năm 1972, theo các đánh giá khách quan và sau này có sự thừa nhận của miền Bắc, Kế hoạch chinh phục "trái tim và khối óc" hay tranh dân giành đất này đạt được những kết quả tốt, nghĩa là miền

Nam kiểm soát được đất và có được nhiều dân ở trong các ấp tương đối phồn thịnh, nhưng chính quyền miền Nam vẫn chưa được sự ủng hộ thực sự của người dân.

Lý do bắt nguồn từ lịch sử. Khi đất nước đang nằm trong tay của thực dân Pháp, nông thôn là vùng do tầng lớp cường hào ác bá tung hoành, đàn áp, bóc lột người dân. Đến khi Việt Minh lên nắm chính quyền, những nông dân ít học bị đàn áp trước đây nay lên nắm chính quyền. Có quyền thế trong tay, họ tha hồ trả thù một cách tàn bạo. Rồi sau năm đất nước chia đôi, miền Nam lại có chính quyền do chính phủ miền Nam đưa lên, những người mới này lại có dịp tha hồ trả thù những gia đình đã từng hành hạ gia đình mình trước đây. Và nông thôn miền Nam cứ liên tục thay ngôi đổi chủ như thế. Từ đó, để được sống yên ổn trong xã ấp của mình, người dân không dám tin ai, không dám hết lòng ủng hộ một thế lực chính trị nào.

Ngày 30 tháng tư năm 1975, đối với người Cộng sản miền Bắc đó là ngày chiến thắng. Nhưng đối với nhân dân miền Nam, trong đó có người viết những trang này, là ngày đau buồn. Còn toàn thể dân tộc Việt Nam nói chung tuy trí óc có niềm hãnh diện cao nhưng trái tim của mỗi một gia đình bị chùng xuống sâu. Chúng ta không thể sống mãi trong men rượu chiến thắng, hay mãi mãi ôm ấp vết thương hận thù. Điều cả dân tộc Việt Nam cần phải làm là hãy tự làm lành vết thương của mỗi người, mỗi gia đình để cuộc sống của chúng ta được thanh thản hơn và để có đủ sức mạnh xây dựng một đất nước Việt Nam độc lập, tự do, dân chủ và phát triển thực sự.

Chương 4:

Sau ngày miền Nam sụp đổ

Tại Nha Sưu tầm và Nghiên cứu, Bộ Giáo dục

Đầu tháng 4 năm 1975 lúc tôi đang dự Hội thảo về Nghiên cứu Giáo dục tại Trung tâm NIER, Tokyo, Nhật Bản, thì được tin ở nhà rằng tình hình miền Nam rất nguy ngập và bảo tôi phải trở về gấp. Tôi đổi vé máy bay và về đến Sài Gòn vào chiều ngày 7/04. Công việc đầu tiên trong ngày hôm sau khi đến nhiệm sở là gọi điện thoại cho Jim Woodcock, Phó Đại diện của Tổ Chức Văn hóa Á châu (Asia Foundation) và cũng là một người bạn thân từ ngày tôi bước chân đến Hoa Kỳ. Đến gặp anh, tôi mới biết là tất cả các nhân viên ngoại giao được lệnh phải túc trực tại nhà 24/24 ngoại trừ những lúc phải đi gặp các quan chức Việt Nam. Trong buổi gặp này, Jim cũng cho biết là tên của tôi và gia đình tôi đã được đưa vào danh sách di tản vào đợt sau cùng trong diện ưu tiên cùng gia đình các nhân viên cao cấp khác trong chính chủ Việt Nam.

Trong những ngày kế tiếp, hầu hết các cơ quan của chính phủ tại Sài Gòn đều tập trung vào công tác cứu trợ những người di tản từ miền Trung vào. Nha Sưu tầm và Nghiên cứu (STNC) được các tổ chức quốc tế cho tiền để cứu trợ các sinh viên học sinh từ miền Trung vào, mỗi người mỗi tháng nhận được 20.000 đồng (lớn hơn lương của một thư ký). Các chuyên viên trong Nha STNC (nay gọi là Vụ) nhận nhiệm vụ đi tìm những người mới di tản vào Sài Gòn và lập danh sách. Danh sách chỉ có họ tên, số căn cước (giấy Chứng minh nhân dân), từ đâu đến và địa chỉ tạm trú ở Sài Gòn. Mỗi danh sách sau khi làm xong chỉ cần trình cho Giám đốc ký. Có chữ ký của tôi là các chuyên viên có thể đến bộ phận tài chính để nhận tiền. Tất cả thủ tục chỉ làm xong không quá một giờ. Sau đó họ mang đi phân phát cho những người có tên trong danh sách. Lúc này chúng tôi bận rộn với công tác cứu trợ không có lấy một chút thì giờ để nghĩ đến việc tìm kiếm các phương tiện di tản khác ngoài lời hứa từ phía Hoa Kỳ.

Trong thời gian này vẫn còn những buổi họp giao ban vào mỗi sáng thứ hai hàng tuần tại Bộ Giáo dục, nhưng số người đến họp mỗi ngày một thưa dần. Đến sáng ngày 28/04 tôi nhận được điện thoại của vợ tôi, bảo tôi phải về nhà đưa gia đình ra khỏi cư xá Thanh Đa gấp vì nghe tin cây cầu bắc qua cư xá này sắp sửa bị đánh sập. Tôi lập tức lái xe về nhà đưa vợ con tôi đến cơ quan tạm trú. Lúc này tại cơ quan tôi mọi người cũng bỏ đi đâu hết, mạnh ai nấy chạy, kể cả tài xế cũng vắng bóng.

Buổi chiều, tại Nha STNC chỉ còn có vợ chồng tôi và năm đứa con (đứa lớn nhất 12 tuổi). Trong lúc chính phủ do Tổng thống Dương Văn Minh đang làm lễ tuyên thệ nhậm chức, thì chúng tôi nghe những tiếng nổ vang rền từ phía Tân Sơn Nhất. Rất hoảng sợ, không ai bảo ai tất cả mọi thành viên trong gia đình tôi đều ngồi núp dưới các dãy bàn. Vợ tôi tụng kinh Phật liên tục, điều mà tôi chưa bao giờ nghe trước đó. Tôi tưởng lại có đảo chính. Nhưng một lúc sau mới biết là phi trường Tân Sơn Nhất bị đánh bom. Sáng hôm sau tôi được tin người đánh bom tại phi trường hôm trước là phi công Nguyễn Thành Trung, một sĩ quan thuộc quân chủng Không quân của Việt Nam Cộng hoà đã đào tẩu ra Đà Nẵng nay bay trở về bắn phá. Sân bay Tân Sơn Nhất sau khi bị đánh bom hoàn toàn bị tê liệt. Công tác di tản bằng phi cơ chấm dứt. Đêm ấy gia đình tôi ở lại tại cơ quan.

Từ sáng sớm hôm sau, máy bay trực thăng bay lượn khắp thành phố Sài Gòn, Gia Định và Chợ Lớn để đón các viên chức Mỹ chưa kịp di tản. Một số ít các viên chức và gia đình người Việt may mắn cũng được trực thăng đưa đi. Còn tôi thì lái xe chạy khắp thành phố tìm đường di tản. Người anh vợ tôi, Đại tá Nguyễn Bé cũng tự tìm đường thoát thân riêng. Đêm đó tôi ở lại nhà của anh Quát ở đường Công Lý gần phi trường Tân Sơn Nhất, nay là đường Nguyễn Văn Trỗi. Giống như tôi, anh Quát là người nhận được học bổng đi học Tiến sĩ tại Hoa Kỳ do Tổ chức Văn hóa Á châu tài trợ.

Sáng ngày 30/04 tôi dời đến ở lại tại Trung tâm Truyền hình Giáo dục Đắc Lộ, số 161 đường Yên Đỗ[1]. Tôi có tham gia trong một giai đoạn ngắn lúc Trung tâm mới tiến hành dự án nghiên cứu khả thi. Tại đây tôi xem đài truyền hình phát lúc Đại tướng Dương Văn Minh đọc lời kêu gọi các lực lượng võ trang của Việt Nam Cộng hòa buông súng để tránh đổ máu. Tôi bủn rủn chân tay,

---

[1] Đây là Đài truyền hình giáo dục tư nhân đầu tiên ở miền Nam Việt Nam do các linh mục dòng Tên (Jesuit) quản lý và điều hành. Linh mục Jean-Claude Blaquière là người làm giám đốc đầu tiên.

không còn một năng lực nào trong người. Tôi nằm suốt buổi chiều đến tối với ý nghĩ là đợi phía Cách mạng đến bắt và số phận của tôi kể như là chấm dứt bất cứ lúc nào từ đây. Đêm đó gia đình tôi cũng như nhiều gia đình khác ở lại Trung tâm này và sáng hôm sau, ngày 1/05, tôi lái xe đưa vợ con về lại cư xá Thanh Đa, trước khi trở lại cơ quan trình diện "Cách mạng".

Tôi đến Nha STNC trước 8 giờ sáng và đi thẳng lên văn phòng tôi ở lầu 1 chuẩn bị tài liệu để bàn giao cho Ban tiếp nhận của Cách mạng. Trong lúc tôi đang làm việc ở lầu trên thì hai anh cán bộ Cách mạng đến. Khi thấy khói bốc lên từ khu đốt rác dưới đất, một trong hai cán bộ Cách mạng hỏi. Người lao công phụ trách quét dọn trả lời là anh đốt rác của cơ quan như mọi ngày. Nhưng anh Thành, trưởng phòng Hành chính trước đây, nay có mang băng đỏ đứng cạnh đấy trả lời rằng Ông Thu đốt tài liệu mật. Người cán bộ Cách mạng hỏi ông Thu là ai. Thành trả lời là Ông Giám đốc của cơ quan. Sau này khi đi cải tạo, trong hồ sơ của tôi có thêm tội "đốt tài liệu mật".

Trong những ngày đầu khi có Ban tiếp quản, cơ quan STNC có nhiều chuyện đáng nói. Hơn một phần ba người trong cơ quan đã di tản. Số còn lại đã sống những ngày tràn đầy lo âu về số phận của mình. Đây cũng là những ngày thấy rõ nhân tình thế thái của con người. Ba khối trong cơ quan bây giờ có ba người mới điều hành. Khối hành chính do Thành, trưởng phòng hành chính vừa được bổ nhiệm vào đầu tháng 4 (người mới thấy mang băng đỏ trong những ngày gần đây) đứng ra điều khiển mọi người. Một chuyên viên trong Khối Sưu tầm phụ trách Khối Sưu tầm và một chuyên viên khác phụ trách Khối nghiên cứu. Anh tài xế cũ của cơ quan đứng ra tập hát bài quốc ca của miền Bắc và sắp xếp chỗ ngồi trong các buổi họp của cơ quan. Sau khoảng một tuần có nhiều chuyện nhố nhăng xảy ra ở cơ quan, một chị trước đây làm việc trong Ban trực điện thoại nay chồng đã di tản đã chấp nhận sống với một trong hai cán bộ cách mạng tiếp quản. Chính chị là người kể cho cán bộ cách mạng nắm vững tình hình của mỗi cá nhân còn ở lại trong cơ quan. Có lẽ nhờ chị mà sau hơn một tuần lễ tiếp quản, các cán bộ cách mạng dần dần đã có thái độ đối xử đúng mức hơn đối với từng người một kể cả đối với cá nhân tôi. Trong các ngày hội thảo tại cơ quan, mọi người đều được yêu cầu kiểm điểm công tác của mình trước đây. Có người phát biểu rất trung thực với quan điểm cá nhân mình. Nhưng cũng có một số người khác bày tỏ thái độ "thức thời" của mình[1]. Ngày 27 tháng 5, tức gần khoảng một tháng sau ngày miền Nam sụp đổ, tôi theo những "ngụy quân", "ngụy quyền" khác lên đường đi học tập cải tạo.

Trại cải tạo Long Thành

Theo thông cáo của Ủy ban Quân quản, mọi công chức từ chánh sự vụ trở lên và sĩ quan trong quân đội Việt Nam Cộng hòa phải chuẩn bị lương thực một tháng để đi cải tạo. Tôi từ giã vợ và các con với hy vọng sẽ gặp lại nhau một tháng sau. Tôi và đứa con đầu của tôi lúc ấy mới được 12 tuổi chở nhau trên một chiếc xe đạp đến địa điểm trình diện tại Trường Trung học Gia Long (nay là Trường Nguyễn Thị Minh Khai). Bầu trời lúc ấy âm u. Trên đường đi tôi thấy cả một tương lai đầy u ám. Tôi

---

[1] Đa số những người làm việc trong Nha STNC hiện nay đang sống ở Mỹ, Canada. Có người đã chết trên đường vượt biên hoặc vì bệnh. Tôi chỉ còn gặp lại được hai người hiện nay đang sống ở Sài Gòn.

chỉ nói một câu ngắn gọn "con cố gắng học" lúc hai cha con chia tay nhau.

Sau một đêm ngủ lại tại địa điểm tập trung, sáng hôm sau chúng tôi có khoảng trên 600 người được xe chở đến Trại Cô nhi tại Long Thành, cách Sài Gòn khoảng 30 cây số về hướng Đông Bắc. Tại đây có khoảng trên 2000 công viên chức của chế độ cũ, kể cả các dân biểu, nghị sĩ, cảnh sát được gọi một từ chung là "ngụy quyền" và có cả một số phụ nữ trẻ hành nghề bán dâm trước đây. Sau đó, Ban quản lý trại đã chia chúng tôi ra thành nhiều khối, ở trong các ngôi nhà lợp tôn khác nhau. Nhóm "ngụy quyền" chúng tôi thuộc Khối A.

Trong thời gian ở trại Long Thành, công việc chủ yếu hàng ngày của chúng tôi là học tập chính trị. Những bài học thường nêu lên tội ác của Mỹ, Ngụy đối với nhân dân, Mỹ không có sức mạnh đáng kể v.v. Đó là những bài học hết sức đau đầu và sau những bài học như thế chúng tôi được yêu cầu phải viết những bài "thu hoạch". Ngoài ra, điều khó khăn nhất của chúng tôi là phải viết đi viết lại các bản "Tự khai báo", tố cáo và lên án tội ác đối với Cách mạng, với nhân dân của tất cả những ai, kể cả ông bà, cha mẹ, đồng nghiệp, bạn bè và cả chính bản thân mình. Các buổi tối trại viên có khoảng gần hai tiếng đồng hồ để họp "phê và tự phê" và tập hát các bài ca của Cách mạng. Thỉnh thoảng chúng tôi được đưa đi lao động nhưng thực sự là để tránh bớt những ngày học tập chính trị quá căng thẳng.

Chế độ ăn uống tại trại Long Thành thật tồi tệ đưa đến nạn thiếu dinh dưỡng và bệnh tật. Tôi không chứng kiến có một trại viên nào bị đánh đập, nhưng thỉnh thoảng có một số trại viên bị đưa đi lúc ban đêm và cũng có một số trại viên có bà con là cán bộ Cách mạng bảo lãnh cho về, trong đó có anh Trần Tri, trước đây là Phó

Giám đốc của một Nha (Vụ) tại Bộ Thông tin Chiêu Hồi được ông Tổng Bí thư Lê Duẩn cho xe hơi đến trại rước về nhà. Một số anh trước đây làm trong các cơ quan thuế vụ, điện lực cũng được tha về. Thời gian ở trại Long Thành, anh Tri thường cho chúng tôi xem tấm hình gia đình anh trong đó có Tri chụp chung với Tổng Bí thư Lê Duẩn đăng trên báo *Sài Gòn Giải Phóng* lúc ông đến thăm Sài Gòn vào những ngày đầu tháng 5. Nghe rằng gia đình của Trần Tri đã giúp đỡ ông Lê Duẩn rất nhiều trong thời gian ông hoạt động bí mật tại miền Nam.

Đến cuối tháng 11 năm 1975 thì trong Trại A có khoảng một phần tư được chuyển đi các trại khác hoặc được tha về. Số trên 600 trại viên còn lại, trong đó chỉ có ba người trước đây đã làm việc cho Bộ Giáo dục: ông Nguyễn Văn Bon (Tổng thư ký), tôi (Giám đốc Nha STNC) và Phạm Văn Cung (Giám đốc Trung tâm Innotech)[1].

Khối "ngụy quyền" trên đường ra Bắc

Vào một buổi chiều đầu tháng 10 năm 1976, Ban quản lý trại tập họp các trại viên thuộc khối ngụy quyền và thông báo là Đảng và nhà nước có quyết định đưa chúng tôi đến một địa điểm thuận tiện cho chúng tôi học tập và cải tạo để được sớm về đoàn tụ với gia đình. Liền sau đó yêu cầu mỗi trại viên chúng tôi chỉ mang theo một túi nhỏ các thứ dùng cho vệ sinh cá nhân như bàn chải và kem đánh răng, khăn mặt, còn lại những thứ khác bỏ vào trong một bao bố, có ghi rõ họ và tên, và

---

[1] Nguyễn Văn Bon hiện nay ở Sydney và Phạm Văn Cung ở California.

khẩn trương trở lại ngay địa điểm tập trung, ai tiện đâu đứng đó, không cần đứng theo tổ, đội như thường ngày.

Chúng tôi được lệnh đứng ra thành từng nhóm, theo hàng hai, mỗi hàng 10 người. Nhóm này cách nhóm kia khoảng 15 mét. Đến 8 giờ tối, một đoàn xe GMC chạy đến đậu trước mỗi nhóm. Chúng tôi được lệnh lên xe và ngay sau khi lên xe, họ tuyên bố, để bảo đảm an toàn, chúng tôi phải để cho họ khóa tay lại, mỗi cặp hai người.

Trong đêm tối, xe chạy về hướng Sài Gòn. Chúng tôi nghĩ là có lẽ họ đưa chúng tôi về các trại cải tạo ở miền Tây. Nhưng khi đến Sài Gòn, xe chạy về hướng Tân Cảng và ngừng lại trước chiếc tàu thủy rất lớn mang tên Hải Phòng. Chúng tôi được họ mở khóa tay ra. Tất cả gần 400 người được lệnh ngồi xuống. Không ai được phép đứng lên. Bộ đội và cảnh sát đứng bao vây chúng tôi phòng hờ có kẻ chạy trốn.

Khoảng một lúc sau, chúng tôi được lệnh hàng một lên tàu. Mỗi người phải cố gắng lắm mới lần qua được các thanh sắt làm tạm thay cầu mà không bị rơi xuống sông. Nghe nói có một số người đã bị rơi xuống nước và có người không cứu được. Tất cả khoảng 400 trại viên chúng tôi lên một khoang tàu thường dùng để chở hàng hóa.

Vì là một khoang chở hàng hóa, trong khoang tàu không có phòng vệ sinh hay bất cứ tiện nghi nào khác. Ban hộ tống tù nhân trao cho chúng tôi một số xô có cột dây thật dài để tại bốn góc của khoang tàu để cho chúng tôi đi vệ sinh. Mỗi khi xô đầy thì có người đứng trên boong tàu kéo lên đổ ra biển và sau đó thả xô trống xuống trở lại cho chúng tôi sử dụng tiếp. Khi ai nấy đều ở trong khoang tàu, mỗi người chúng tôi được phát thức ăn khô cho ba ngày.

Theo nội quy của các trại tù, tù nhân chúng tôi chỉ được mặc áo quần đồng phục của trại, không một ai được phép mang đồng hồ, hoặc cất giữ tiền bạc. Những ngày trên tàu chỉ nhìn lên trời từ khoang tàu. Nắng mới biết là ngày và tối là đêm. Chúng tôi hết sức khổ sở trong những ngày ở trên tàu vì ngột ngạt, nóng nực, tù túng. Ban ngày một phần của khoang tàu bị phủ bạt vì họ đề phòng máy bay địch có thể thấy chúng tôi. Ban đêm họ mới cuốn bạt lại để cho chúng tôi có được chút gió. Nằm, ngủ, suy nghĩ về thân phận, vợ con và người thân là những hoạt động chính của chúng tôi trong những ngày nằm trên tàu. Số phận của chúng tôi hoàn toàn đang nằm trong tay của những người chiến thắng.

Đến sáng ngày thứ ba thì chiếc tàu cập bến lúc đó chúng tôi mới biết đó là cảng Hải Phòng. Chúng tôi xuống tàu được một lúc và đang ngồi nghỉ thì thấy một tốp tù nhân khác từ một khoang tàu đầu kia từ từ xuống bến. Khi đó chúng tôi mới biết là trên tàu có hai khoang, khoang phía đầu tàu là chở nhóm tù "ngụy quyền" và khoang phía sau dành để chở khối "ngụy quân". Nhóm "ngụy quân" trẻ và khỏe hơn nhóm chúng tôi nhiều. Lúc này chúng tôi mới thấy khối già này dù sao cũng được đối xử có phần ưu tiên hơn vì thời gian chịu đựng cực hình trên tàu của chúng tôi tương đối ngắn hơn nhóm "ngụy quân". Ưu tiên ở chỗ chúng tôi lên tàu sau ở bến Sài Gòn và ra khỏi tàu trước ở cảng Hải phòng.

Sau khi nghỉ ngơi được một lúc, mọi người gồm cả hai khối được phát bánh mì và chuối và được đưa lên xe buýt có vải che chung quanh. Chúng tôi một lần nữa lại được mang còng số 8. Mỗi lần xe ngừng lại, khi có một người đi vệ sinh thì người kia bị khóa chung phải đi theo. Tại nhiều vị trí xe ngừng lại để cho chúng tôi đi vệ sinh có nhiều phụ nữ lao động chạy đến ném đá, chửi rủa chúng tôi thậm tệ, lên án chúng tôi là bọn "quỷ đội lốt người", mang "nợ máu" đối với nhân dân, đối với Cách mạng.

Đến quá trưa thì chỉ có nhóm "ngụy quyền" chúng tôi đến trại tù "Phú Sơn 4" còn nhóm "ngụy quân" thì chẳng biết được đưa đi đâu. Đây là một trại tù khá khang trang. Bên ngoài có tường bao bọc và bên trên có kẽm gai và có công an bảo vệ cẩn mật. Không một ai biết đây là ở đâu trên núi rừng phía Bắc. Chúng tôi được phân ra làm từng đội, mỗi đội có khoảng 30 người và được đưa vào ở trong một nhà/buồng. Tôi ở buồng số 6. Như vậy đến lúc này chúng tôi mới biết là nhóm "ngụy quyền" vào trại này chỉ còn dưới 200 người. Số còn lại chẳng biết đã được đưa đi đâu.

Trại Phú Sơn 4

Khu A của chúng tôi lúc đầu chỉ có 6 ngôi nhà/buồng dùng để giam nhóm "ngụy quyền". Giữa các buồng có tường cao ngăn cách nhau. Diện tích mỗi buồng có sân và một cái hồ chứa nước sinh hoạt khoảng 20mx60m =1200m2. Trong mỗi buồng giam có 18 giường đôi (giường hai tầng), người trẻ nằm tầng trên, người lớn tuổi hơn nằm ở tầng dưới. Trong mỗi buồng có một cầu tiêu. Khi đi cầu, phân và nước rơi xuống một thùng ở phía dưới và sáng hôm sau có thường phạm[1] mang đi và để lại một thùng trống khác.

---

[1] Không phải là tù nhân chính trị. Phần lớn là tội trộm cắp, giết người. Nhóm thường phạm này ở một khu khác. Đa số họ sắp mãn án tù.

Trong thời gian đầu lúc mới ra Bắc, chúng tôi chỉ sống và sinh hoạt trong buồng của mình. Mỗi buổi sáng khoảng 7 giờ, cán bộ đến mở cửa. Chúng tôi được lệnh ra khỏi buồng và tập hợp, điểm danh ngay. Sau đó cán bộ khóa trái cửa ngoài. Bên trong chúng tôi làm vệ sinh cá nhân, rồi ăn sáng rất thanh đạm. Khoảng 8 giờ cán bộ trở lại tập hợp chúng tôi lại ngồi nghe đọc báo, hoặc viết các bản Tự khai báo. Đến khoảng 11 giờ thường phạm mang cơm trưa đến. Chúng tôi phải ăn vội vã đến 12 giờ 30, điểm danh và bắt vào buồng trước khi cán bộ khóa trái buồng và cổng ngoài. Khoảng 2 giờ chiều cổng ngoài và buồng bắt đầu được mở ra lại. Chúng tôi được tự do một lúc rồi trở lại học tập hoặc nghe đọc báo tiếp. Đến chiều, sau khi ăn tối xong, chúng tôi lại được lệnh tập hợp, điểm danh và vào buồng. Cán bộ lại khóa trái buồng và cổng ngoài. Ban đêm các toán bảo vệ thay nhau đi tuần tiễu.

Sinh hoạt của chúng tôi suốt ba tháng như thế, chỉ nằm trong phạm vi trại và buồng của mình. Thỉnh thoảng có những buổi chiếu phim tuyên truyền, các trại viên ở trong các buồng mới có dịp gặp nhau, nhưng mỗi buồng ngồi một khu riêng, nên không ai được phép trò chuyện với nhau. Chúng tôi hoàn toàn biệt lập với thế giới bên ngoài. Thời gian này chúng tôi không có lấy một mẩu tin nhỏ từ xã hội bên ngoài. Tuyệt đối không có tin tức gì từ vợ con, gia đình và người thân. Chúng tôi vô cùng tuyệt vọng. Có nhiều lúc tinh thần xuống rất thấp, cơ hồ như không thể đứng vững nổi. Sau này nghe kể lại, gia đình chúng tôi cũng tưởng là chúng tôi đã không còn sống.

Ngoài đau khổ về tinh thần, với chế độ ăn uống ở trại, chúng tôi đói triền miên. Đói, suy dinh dưỡng, bệnh tật, thiếu thốn thuốc men đã đe dọa mỗi trại viên chúng tôi.

Suốt ngày ai cũng chỉ nghĩ đến ăn uống. Từng giấc ngủ ban đêm cũng bị bệnh đói hành hạ. Có người lúc mới đi trình diện cải tạo khoảng 80 kg nay chỉ còn lại dưới 40 kg. Da bụng đen như da bụng trâu nái. Trông người rất thê thảm.

Vào một buổi sáng gần cuối năm 1976, tất cả trại viên chúng tôi được triệu tập lên hội trường. Vị cán bộ lãnh đạo trại tuyên bố là với chính sách "khoan hồng" của Đảng và nhà nước, chúng tôi được phép viết thư cho gia đình nhưng phải tuân thủ một số nguyên tắc. Chúng tôi chỉ được phép hỏi thăm sức khỏe của người thân và thông báo cho gia đình biết là chúng tôi vẫn khỏe mạnh, học tập tốt, và đang đợi Đảng khoan hồng cho về đoàn tụ với gia đình. Trong thư chúng tôi không được nhắc đến thời tiết, và không được dùng các giới từ như "trong", "ngoài", "trên", "dưới". Chúng tôi có thể xin gia đình tiếp tế cho thuốc men, thức ăn. Cuối thư ký tên, nhưng không được ghi địa chỉ. Ban quản lý trại kiểm duyệt rất kỹ trước khi thư được chuyển vào Nam.

Hơn một tháng sau, chúng tôi được gọi lên hội trường nhận quà và thư của gia đình từ trong Nam gởi ra. Chỉ có một số rất ít trại viên không nhận được quà vì nhiều lý do: gia đình đã trốn ra nước ngoài, gia đình về quê, gia đình không đủ điều kiện kinh tế để mua quà cho chồng, vợ đã bỏ đi lấy người khác để có điều kiện nuôi con. Trong buồng 6 tôi ở chỉ có một người không có quà từ gia đình. Đó là anh Briu, người dân tộc Katu, trước đây làm Tổng thư ký của Bộ Sắc tộc trong Chính phủ miền Nam và có thời đã đi tu nghiệp ở Hoa Kỳ.

Chúng tôi ai cũng mừng khi nhận được thư và quà của gia đình gửi cho, nhưng không ai không ngậm ngùi và lo lắng. Vợ tôi cho biết là cả gia đình vẫn bình thường và các con còn đến trường. Về công việc kiếm sống, từ ngày tôi đi cải tạo, bà kiếm sống bằng cái máy may cũ và bán một ít bánh kẹo cho con nít trong xóm để sống qua ngày. Vợ tôi cũng nói bà lo là sẽ không có thể tiếp tục gửi quà cho tôi nếu thời gian cải tạo của tôi quá lâu.

Chẳng bao lâu sau ngày nhận được quà, tất cả các trại viên chúng tôi đều được thông báo rằng lao động là một phần trong quá trình học tập cải tạo. Ngày đầu tiên các trại viên "ngụy quyền" chúng tôi xuất trại đi lao động, trên địa điểm lao động có hàng mấy trăm người dân sống đâu đó gần trại đến xem chúng tôi lao động như đi xem xiếc.

Lúc đầu, mỗi xe "cải tiến" chở gạch (chúng tôi mới nghe và thấy loại xe này khi đi lao động) có ít nhất là sáu trại viên: hai người kéo ở trước, hai người đẩy hai bên xe và hai người đẩy ở phía đằng sau. Chúng tôi kéo xe đi từ từ như đi ngắm cảnh. Dân chúng đứng xem chúng tôi và bụm miệng cười khúc khích. Cán bộ quản giáo cũng không hề nhắc nhở gì. Nhưng mãi về sau khi đã lao động quen, chỉ cần một trại viên kéo một xe cải tiến chở đầy gạch và kéo chạy lúp xúp chứ không đi từ từ như lúc chúng tôi mới bắt đầu. Bấy giờ chúng tôi mới hiểu được nụ cười của người dân lúc họ đứng xem khi chúng tôi mới bắt đầu ra công trường lao động bằng tay chân. Mãi đến lúc này chúng tôi mới biết Trại Phú Sơn 4 nằm trong tỉnh Bắc Thái (Bắc Cạn và Thái Nguyên).

Nhóm "ngụy quyền" chúng tôi ở trong 6 buồng, mỗi buồng một đội. Có đội làm nông nghiệp, có đội phụ trách trồng rau, có đội xây dựng. Tôi ở Đội 5 lúc đầu được phân công làm sắt. Công việc của chúng tôi là uốn những thanh sắt cong queo thành những thanh sắt thẳng dài. Thấy cả một đống sắt chồng chất cao vút, ai trong đội chúng tôi cũng ngán ngẩm. Chúng tôi loay hoay mãi không uốn được, phần vì chúng tôi toàn là những người ngồi bàn giấy chưa bao giờ quen lao động làm sắt, phần vì chúng tôi không được cung cấp dụng cụ. Lúc đầu cả đội mỗi ngày không uốn thẳng được một thanh sắt dài 50 mét. Rất may mắn trong đội của chúng tôi có một anh người thấp, gầy, nhưng rất khéo léo. Tên của anh là Mai Như Mạnh. Anh tự sáng chế ra dụng cụ và với dụng cụ ấy, mọi người có thế uốn thanh sắt cong queo thành những thanh sắt thẳng rất dễ dàng. Nhờ vậy về sau mỗi giờ mỗi toán có thể uốn được 50 mét (150 mét cả đội). Chúng tôi hoàn thành công tác uốn thẳng cả đống sắt sau khoảng vài tháng. Về sau chúng tôi mới biết là những thanh sắt ấy được dùng để làm các dây thôi lôi chống sét cho các buồng trong trại. Sau khi hết làm sắt, Đội 5 chúng tôi được phân công làm chè gồm các khâu chăm sóc, bón phân và thu hoạch chè và từ đây chúng tôi mới biết thế nào là "một tôm hai lá". Công việc của Đội chè có lẽ là nhẹ và sạch nhất so với số các đội lao động khác. Bù lại, vào mùa đông lên các đồi chè thì lạnh "nhức xương" và đói vì chỉ được bồi dưỡng bằng nước chè xanh.

Với các đội nông nghiệp, công việc nặng nề hơn nhưng vào mùa thu hoạch, họ được bồi dưỡng bằng củ sắn, củ khoai. Đội trồng rau thì cũng khá dễ chịu nhưng bẩn vì phải gánh phân từ trại ra và phải dùng tay để bóp mịn phân tươi ra trước khi đem tưới rau. Công việc của các đội xẻ, đội làm gạch là nặng nhọc nhất, phần lớn được phân công cho các đội "ngụy quân" thuộc Khu B gồm những người tương đối trẻ và khỏe hơn. Bù lại, họ được Ban quản lý trại cho ăn bồi dưỡng. Khu B là một khu được Đội 4 của nhóm tù "ngụy quyền" xây dựng lên, khoảng trên 6 tháng sau khi nhóm "ngụy quyền" đến trại.

Khu B giam giữ "ngụy quân" gồm có ba đội đặc biệt đáng nói. Một đội gồm các tuyên úy Công giáo trước đây. Đội này chỉ cho lao động trong khu vực Nhà giam, không cho ra ngoài như những đội khác. Một thời gian cả đội được chuyển đi các trại khác. Không ai biết họ đã được chuyển đi đâu. Còn hai đội kia gồm các Tuyên úy Phật giáo. Hai đội này đi lao động như các đội "ngụy quân, ngụy quyền" khác, có biệt danh là hai đội "dầu lai". Đơn giản là vì họ ăn phải trái giống trái dầu lai và cả hai đội bị ốm nặng mất ba ngày. Những thầy tu trong đời thường ăn trái dầu lai mà nay lại bị dầu lai "ảo" hành!

Trong thời gian học tập cải tạo tại Trại Phú Sơn 4, các trại viên chúng tôi gặp vô vàn khó khăn. Mỗi người có những loại khó khăn ở mức độ cao thấp khác nhau. Nỗi tuyệt vọng nhất của chúng tôi là không biết ngày nào chúng tôi được tha về vì chúng tôi không ai có án. Ban lãnh đạo trại nhắc nhở chúng tôi rằng Đảng và nhà nước sẽ khoan hồng cho về với vợ con đối với những ai học tập cải tạo tiến bộ, nhưng sự thực không ai rõ các tiêu chí tiến bộ trong học tập ra sao. Thi thoảng có một số ít được tha về thì chỉ là những người có bà con là cách mạng. Những người không có bảo lãnh thì chẳng biết bao giờ sẽ có ngày về.

Lo lắng về vợ con ở nhà cũng chiếm mọi suy nghĩ của các trại viên. Đối với tôi, gia đình nội ngoại không có; tiền bạc, của cải cũng không. Tôi lo lắng chẳng biết vợ con tôi lấy gì để sống cho qua ngày. Hoàn toàn bất lực, cuối cùng tôi đành phải tự an ủi rằng kẻ chiến bại không có quyền quyết định về số phận của mình, ngoại trừ quyền tự kết liễu đời mình như một số trại viên thỉnh thoảng đã làm.

Đói triền miền là mẫu số chung của tất cả các trại viên. Chúng tôi đói ban ngày, đói ban đêm, đói mọi lúc.

Có người trước khi ngủ phải xin các bạn tù gom lại được vài lít nước uống mới ngủ được. Anh bạn tên Lai này khi vào trại nặng trên 80 kí lô nay chỉ còn dưới 40 kí, suốt ngày có dịp là Lai chỉ nói đến chuyện ăn. Trong những giấc mơ của anh cũng chỉ thấy chuyện ăn uống, nhưng khi sắp ăn thì giật mình thức giấc. Chúng tôi cũng biết không phải chỉ có tù như chúng tôi đói. Cả nước lúc ấy ai cũng đói, nhưng cái đói của người dân bên ngoài không bức bách như cái đói của chúng tôi trong tù. Chúng tôi ăn bo bo "thiết giáp" (không xát vỏ), thỉnh thoảng mới có một bữa có một bát cơm. Các dịp tết, lễ trong năm chúng tôi mới có được một bữa ăn tươi (có thịt). Quà của gia đình gửi cho gồm thực phẩm và thuốc men ba tháng một lần cũng cứu đói phần nào và giúp chúng tôi vượt qua được những lúc bệnh hoạn.

Đời sống túng quẫn và nạn đói triền miên trong tù cũng làm cho trại viên dù có kiên định đến mức nào rồi dần dần cũng phải buông thả. Đúng như có người nói trại tù tại miền Bắc Việt Nam là hòn đá thử vàng để thử nhân cách của trại viên. Mọi người nghi kỵ lẫn nhau, rồi đi đến tố cáo nhau. Toàn là những chuyện tố cáo nhảm nhí. Chỉ có những chuyện như tổ chức trốn trại, tuyên truyền chống phá Cách mạng v.v. mới có vấn đề. Nhưng tại Khu A trong suốt trên ba năm ở Trại Phú Sơn 4 chưa thấy có những hiện tượng này. Sinh hoạt trong trại vì thế cũng là một trong những vấn đề và là nguyên nhân đã gây nhiều đau khổ và bực bội cho các trại viên.

Tại Trại Phú Sơn 4, lúc đầu tôi làm trại viên của Buồng số 5. Một thời gian sau cán bộ quản giáo chọn tôi làm đội trưởng. Đến khi Ban giám thị bắt đầu đưa cả trại đi lao động, vị sĩ quan phụ trách chính trị cho tất cả trại viên bầu Ban Thi đua của toàn trại từ 6 đội trưởng. Tôi được chọn làm Trưởng ban thi đua. Thú thực, tôi cũng không hiểu tại sao họ lại chọn tôi. Có lẽ họ thấy tôi có bằng cấp cao và hiền lành chăng?

Công việc chính của Ban thi đua là lo gìn giữ vệ sinh và trật tự trong buồng trại; phụ giúp cán bộ tổ chức các sinh hoạt văn nghệ, thể thao trong trại, tổng kết báo cáo hàng tháng của các đội về lao động và học tập của trại viên. Ban thi đua được một điều ân huệ là không phải đi lao động cực nhọc như những trại viên khác và chính điều này cũng là mấu chốt của mọi sự ghen ty, nghi ngờ.

Trong một trại cải tạo, làm bất cứ một công việc gì do trại giao cho cũng đều bị anh em trại viên nghi ngờ và không dành cho sự đối xử công bằng. Trong hoàn cảnh cùng cực khó khăn, ít có người chịu thông cảm và độ lượng với người khác. Tôi nắm rất rõ điều ấy và luôn luôn giữ mình để sống với đồng nghiệp của mình mà không thấy hổ thẹn với lương tâm. Cho đến bây giờ, lúc tôi đang ngồi viết những dòng chữ này, tôi vẫn thấy mình chưa làm điều gì sai đối với những người bạn tù trong trại của mình.

Tại trại Hà Nam Ninh

Đến khoảng tháng 10 năm 1979 khi Việt Nam bị quân đội Trung Quốc tấn công vào các tỉnh giáp biên giới ở phía Bắc thì chúng tôi được lệnh chuyển trại. Công việc đầu tiên là Ban quản lý trại sắp xếp chúng tôi thành từng đội theo danh sách của họ. Tôi ở trong một đội chỉ có năm người ở trong đội cũ, số trại viên còn lại từ các đội khác. Hành trình chuyển trại lần này gần giống với lần chuyển trại ba năm trước đây, lúc từ Sài Gòn ra Hải Phòng rồi từ Hải Phòng lên Bắc Thái. Chỉ khác là người dân đến chửi và ném đá chúng tôi lần này vì họ tưởng chúng tôi là tù nhân người Trung Quốc bị bắt khi đến xâm lược Việt Nam.

Khi đến Phủ Lý thuộc tỉnh Hà Nam Ninh, một số xe chở nhóm chúng tôi đưa đến trại Mễ, là một phân trại của Trại Hà Nam Ninh. Còn lại hàng trăm chiếc khác từ Trại Phú Sơn 4 và các trại khác nằm dọc theo biên giới Việt Trung thì được chở vào các phân trại A, B, C và D thuộc Trại Hà Nam Ninh.

Phân trại Mễ là một trại tù rất nhỏ, hẹp, tôi không nhớ rõ diện tích, có lẽ khoảng 2000 mét vuông, được bao bọc bởi bốn bức tường rất cao. Bên trong có các dãy nhà sát nhau và cách nhau bằng những con mương nhỏ làm lối thoát nước. Trại này gần thị xã Phủ Lý dùng để nhốt các "ngụy quân" và "ngụy quyền" mất sức lao động, đa số là người già yếu, bệnh nặng sắp chết. Trong trại lúc chúng tôi đến có 5, 6 người bị bệnh cùi (phong) phải ở cách ly, hai đội gồm các trại viên bị bệnh lao, bệnh xơ gan cổ trướng, hai đội toàn người chống gậy, một đội gồm những trại viên từ 60 tuổi trở lên trong đó có một số Bộ trưởng, nghị sĩ, dân biểu của chế độ Việt Nam Cộng hòa.

Tôi được bố trí ở trong một đội phần lớn trại viên là những người từ Trại Phú Sơn 4 chuyển đến. Cũng như tại Trại Phú Sơn 4, tôi được giao làm trưởng Ban Thi đua và nhiệm vụ của đội chúng tôi là phụ trách vệ sinh trong doanh trại và giúp trại viên trong các sinh hoạt hàng ngày. Ban Thi đua có khoảng 10 người, trừ tôi ra, số còn lại có số tuổi khoảng dưới 35. Đây là những người bạn tù tuyệt vời trong đời tù nhân của tôi. Hồng Khắc Lê Minh, trước đây là một giám đốc trẻ tại Bộ Thông tin. Anh là một người có lý tưởng, có tri thức, có chữ viết và vẽ rất đẹp. Anh rất xông xáo và sẵn sàng giúp đỡ mọi người khi cần. Sau này lúc được tha về, anh vượt biên và đã chết trên đường đi ty nạn. Nguyễn Văn Đang, một học sinh cũ của tôi trong thời học trường trung học Nguyễn Huệ ở Tuy Hòa, Phú Yên. Trong chế độ cũ anh là một sĩ quan cảnh sát. Trong thời gian ở trại, Đang đã giúp đỡ tôi rất nhiều. Những gì nặng nhọc Đang luôn luôn đỡ đần tôi một cách tận tình. Từ ngày được tha về đến nay tôi không có tin tức về anh, nhưng nghe nói hình như anh hiện nay đang sống ở bang California của Hoa Kỳ. Tôi rất mong gặp anh để được nói một lời cám ơn.

Những ngày đầu tại trại Mễ là những ngày kinh khủng. Nhiệm vụ đầu tiên của chúng tôi là dọn dẹp và quét sạch các mương nước đầy máu, đờm, phân, nước tiểu, với mùi hôi thối xông lên nồng nặc. Chúng tôi phải lấy áo che mũi và lao vào làm sạch dần dần các mương với tất cả tấm lòng thành, vì vệ sinh trong trại này quyết định số phận sống còn của chúng tôi. Nếu không làm sạch thì rồi chúng tôi cũng phải bị lây bệnh và chết dần.

Vì trại Mễ được dành cho những tù nhân mất sức lao động nên lao động trong trại này không nặng nhọc như ở Trại Phú Sơn 4. Chủ yếu là làm sạch vệ sinh chung quanh trại và trồng và thu hoạch rau chung quanh trại. Số người chết hầu như tuần nào cũng có. Có người nằm chết trên sạp (giường) đến sáng hôm sau lúc mọi người tập thể dục mới biết. Có người chết ban đêm khi chưa kịp kêu cấp cứu. Có người chết trên đường lúc khiêng ra bệnh viện Phủ Lý. Có người chết tại Bệnh viện Phủ Lý. Cá nhân tôi cũng được đưa ra Bệnh viện Phủ Lý một lần để cắt trĩ và cũng nhờ có lần đi viện này mà khoảng sáu tháng sau tôi mới được tha về vì lý do sức khỏe.

Vào đầu tháng 5 năm 1980, năm năm sau kể từ ngày tôi đi cải tạo, tôi cùng với khoảng 50 trại viên khác tại trại Mễ được tha về. Trong Giấy tha ra trại có ghi tội danh là "Giám đốc ngụy". Chúng tôi được đưa ra ga Phủ Lý và mỗi người nhận một tấm vé xe lửa và 20 đồng để đi đường. Gần hai ngày sau, vào một buổi chiều, vai mang một cái túi cũ kỹ, tôi bước vào nhà trước sự vừa ngỡ ngàng vừa mừng rỡ của vợ và các con của tôi.

Vượt biên

Việc đầu tiên sau năm năm xa nhà là phải có những ngày ngắn điều chỉnh lại cuộc sống từ một tù nhân cải tạo đến một người mới được trả tự do. Hàng tuần tôi phải đến trình diện chính quyền Phường gồm những con người, trước đây là những người khá bình thường, nay là những con người Cách mạng luôn thể hiện quyền lực đối với những người thuộc chế độ cũ. Tôi cũng được lệnh là phải đến trình diện tổ chức trí thức yêu nước[1] và gặp những con người với những bộ mặt kiêu ngạo mà tôi tự nhủ trong lòng là sẽ không bao giờ đến gặp lại lần thứ hai.

Tiếp xúc với bạn bè cũ và nhân viên cũ cũng không còn bình thường như trước. Kinh nghiệm dạy rằng trong xã hội mới, muốn sống bình yên phải đề phòng mọi bất trắc, kể cả lời ăn tiếng nói. Một số bạn bè bảo là tôi không có chỗ đứng trong xã hội mới. Thế là vợ tôi và tôi bàn kế hoạch vượt biên.

Chúng tôi đến thăm vợ chồng anh chị Tôn Thất Hoán ở đường Trương Minh Giảng. Anh chị bảo tôi lấy ba cây

---

[1] Đa số các thành viên trong Hội trí thức yêu nước là những người làm việc cho chế độ cũ, bằng cấp và địa vị xã hội của họ lúc trước thấp. Nay trở thành những người quan trọng, họ có nhiều cách để nhục mạ chúng tôi.

vàng và tìm cách rời Việt Nam ngay. Anh Hoán trước đây là một dược sĩ thành đạt, hiệu trưởng trường Bồ Đề của Phật giáo tại Quảng Trị, và là một dân biểu thuộc đơn vị Quảng Trị. Anh có nhà thuốc tây ở Quảng Trị và trên đường Trương Minh Giảng, quận 3, Sài Gòn[1]. Anh Út là một người lái xe trước đây, nay rất khá giả vì có gia đình là cách mạng, cũng đưa cho tôi vay hai cây vàng để tìm đường vượt biên.

Thế là chưa đầy một tháng sau khi ra khỏi trại Cải tạo Hà Nam Ninh, tôi vượt biên lần đầu. Chúng tôi xuất phát từ Rạch Giá. Sau một ngày và hai đêm trên biển thì bị bão và con thuyền của chúng tôi bị lạc hướng và bị một con tàu quốc doanh đang đánh cá dẫn độ chúng tôi về đồn Công An Rạch Giá. Rất may, nhờ người dân đến xem đoàn người chúng tôi kín đáo ra hiệu nên tôi và một số ít người khác đã trốn được, trong lúc số đông còn lại bị bắt giam tù mãi nhiều tháng sau mới được tha về.

Trong lúc cả gia đình tưởng tôi đã đi lọt và đang đợi điện tín từ ngoại quốc thì lại thấy tôi lù lù trở về, vợ tôi vô cùng hoảng hốt. May mà trong thời gian tôi vắng mặt, vợ tôi khai với chính quyền và Công An Phường là tôi đi vùng kinh tế mới để lập nghiệp nên nay thấy tôi trở về họ cũng không ngạc nhiên mấy. Thấy chân tôi bị lột da và người tôi cháy nám đứa con út của tôi lúc bấy giờ mới 9 tuổi khuyên "Ba ở nhà với chúng con, ba đừng đi vùng kinh tế nữa".

---

[1] Tôn Thất Hoán cùng một đứa con trai đi vượt biên trước tôi vài tuần và cả hai cha con bị cướp biển người Thái giết lúc gần đến đất liền Thái Lan. Năm 1990 lúc đi Mỹ tôi có đến thăm vợ và các con của anh một lần.

Tuy vậy, hai tuần sau, trong lúc thời tiết đang có bão, tôi liều chết lại vượt biên lần thứ hai. Sáng ấy tôi ra khỏi nhà trong lúc các con của tôi còn đang ngủ. Lần này tôi cũng xuất phát từ Rạch Giá. Sau ba ngày và bốn đêm lênh đênh trên biển, con tàu nhỏ chở 63 người chúng tôi may mắn cập bến tại một tỉnh ở phía Nam của Thái Lan, cách trại tỵ nạn Songkla của Cao ủy Tỵ nạn khoảng một giờ lái xe. Trong thời gian trên biển, chiếc thuyền của chúng tôi bị cướp biển người Thái đến lục soát, lấy tiền của, vàng bạc năm lần. Nhưng may mắn là đàn bà con gái không bị hãm hiếp như nhiều con tàu khác.

Chúng tôi được đưa đến trại tỵ nạn Songkla lúc ấy khoảng giữa trưa, trời nắng nóng. Chúng tôi bị các trại viên trong trại đến bao vây thăm hỏi. Trong người tôi lúc ấy chỉ vỏn vẹn mặc một chiếc áo thun và một cái quần xà lỏng và trên tay chỉ cầm một cái túi nhỏ đựng kem dánh răng và một vài cái quần lót. Đó là tất cả gia tài của tôi mang theo trên con đường tỵ nạn và một ý chí quyết sống để lo cho vợ và năm đứa con của tôi còn ở lại quê nhà.

Trại Songkla

Trại tỵ nạn Songla lúc tôi đến vào giữa tháng 7 năm 1980 có khoảng 3000 người từ Việt Nam đã liều chết bỏ nước ra đi vì không thể sống được dưới chế độ Cộng Sản. Những lúc đông, trại Songkla lên đến khoảng 20 ngàn người. Trại Songkla do các viên chức của Cao ủy Tỵ Nạn Liên Hiệp Quốc (UNHCR) điều hành và tài trợ và có sự giúp đỡ của một Ban điều hành cũng là người tỵ nạn được những trại viên bầu lên.

Trại Songkla như là một xã hội nhỏ, có đủ cả các thành phần: từ quân đội, cảnh sát và quan chức của chế độ VNCH cũ, đến dân chúng thuộc mọi thành phần trong xã hội. Ngoài Ban điều hành trại ra, trong trại còn có nhiều tổ chức thiện nguyện quốc tế và nhiều tổ chức tôn giáo đến giúp đỡ các trại viên. Trong số những tổ chức thiện nguyện ấy chỉ có tổ chức Công giáo do cha Joe Dewlin là có văn phòng thường trực trong trại và giúp đỡ trại viên nhiều nhất, nhờ có sự đóng góp của nhiều tổ chức thiện nguyện quốc tế gửi tiền nhờ cha Joe phân phối. Ngoài việc giúp đỡ trại viên, cha Joe còn là nơi để cho các trại viên thân tín đến tố cáo những trại viên họ nghi ngờ là cán bộ Cộng Sản hay có quan hệ đến chế độ Cộng Sản và từ đó cha Joe báo cáo trực tiếp với các phái đoàn của các nước đến làm thủ tục định cư cho các trại viên. Kết quả có một số khá lớn bị từ chối cho đi định cư tại một nước thứ ba. Có một số lời tố cáo đúng, nhưng đa số chỉ là nghi ngờ hay vì tỵ hiềm cá nhân. Có trường hợp những trại viên bị tố cáo là nếu để họ ở lại trong trại có thể bị nguy hại đến tính mạng, Cảnh sát Thái Lan trực tiếp đưa ra giam trong đồn Cảnh sát ngoài trại và thỉnh thoảng mới cho vào trại thăm thân nhân. Còn những người bị tố cáo khác vẫn cho ở trong trại và bị các phái đoàn từ chối không cho đi định cư để chờ điều tra thêm.

Bản thân tôi cũng bị tố cáo là cộng sản. Không có điều kiện để xác minh, phái đoàn Mỹ, dựa vào các đơn tố cáo ấy, từ chối đơn xin tỵ nạn của tôi dù họ biết tôi đã đi du học và có bằng Thạc sĩ và Tiến sĩ tại Mỹ, công chức cấp cao trong chính phủ VNCH và có thời gian làm đại diện Bộ Giáo dục tại Trung tâm Bình định và Phát triển Trung ương thuộc văn phòng Thủ tướng Chính phủ và làm việc trực tiếp với Ban cố vấn Mỹ thuộc Văn phòng dưới quyền của Đại sứ Hoa Kỳ William Colby. Bạn bè của tôi tại Mỹ rất phẫn nộ khi nghe tin ấy.

Trong cộng đồng người ty nạn cũng có rất nhiều đoàn thể mọc lên. Từ các tổ chức tôn giáo như Phật giáo, Công giáo, Tin lành, Hòa Hảo, Cao Đài... đến các đoàn thể khác như Hội cựu quân nhân, Hội cựu Hải quân, Hội cựu Không Quân, Hội cựu quốc gia hành chánh, Hội cựu Cảnh sát Quốc gia... Những thành viên trong các hội này, ngoài các trợ cấp hàng ngày của Cao ủy Ty nạn, thỉnh thoảng còn nhận được sự giúp đỡ vật chất và tinh thần đáng kể từ các Hội cùng ngành từ các nước như Hoa Kỳ, Canada, Pháp... Đối với các người dân ty nạn khác, để kiếm thêm thu nhập cải thiện đời sống trong những ngày chờ đợi định cư, họ đã phải làm mọi việc, từ mở quán cà phê, nước ngọt, bia rượu, quán ăn, quán tạp hóa, đến đi làm thuê cho những người khác. Sống trong trại ty nạn với những ngày dài đợi chờ, việc gia đình mỗi ngày một trở nên chào xáo, bất hòa rất thường xuyên xảy ra. Nhiều cặp thanh niên nhập form, tách form. Lớp thanh niên rượu chè, cờ bạc, đánh nhau cũng không phải cá biệt. Nhiều người vì tư thù hay ganh ty tố cáo nhau lên Cao ủy Ty nạn, hoặc trực tiếp nộp đơn lên các phái đoàn xét hồ sơ định cư. Từ ngày ra đời làm việc tôi chưa bao giờ phải chung đụng với đủ hạng người và nhiều vấn đề quá phức tạp như tại Trại Ty nạn Songkla.

Đến trại Panatnikhom

Đến giữa năm 1981, sau hơn một năm sống tại Trại Ty nạn Songkla, vì Cao ủy Ty nạn LHQ có kế hoạch đóng cửa trại này nên tôi và đông đảo trại viên được đưa về Trại ty nạn Panatnikhom, gần Bangkok, sống và tiếp tục những ngày dài chờ đợi. Tại đây tôi dạy các lớp tiếng

Anh hoàn toàn miễn phí cho người Việt tỵ nạn và làm thông dịch cho Phái đoàn Úc mỗi lần họ đến phỏng vấn trại viên. Trong trại, những người bị tố cáo và phải ở lại trại tỵ nạn lâu nhất có các anh Hoàng Văn Giàu (gần 3 năm, nay đang sống ở Sydney), anh Châu Tâm Luân (hơn 1 năm, đang định cư ở Thụy Điển) và tôi (gần 2 năm).

Trong gần hai năm sống trong các trại tỵ nạn ở Thái Lan, tôi nhận được nhiều sự giúp đỡ từ một người anh vợ ở Mỹ (Nguyễn Bé, đã mất năm 1981), một học sinh cũ (Nguyễn Nhật Tân, ở Mỹ), bạn học cũ (Sheryl Bonds ở Canada, vợ chồng Christopher và Georgia Kolher ở Đức, Phạm Văn Minh ở Úc), các thầy cũ tại trường Đại học Indiana Hoa Kỳ (thầy August Eberle và thầy Robert Shaffer). Người giúp đỡ đặc biệt tận tình và thường xuyên nhất là Jim Woodcock lúc ấy anh đang làm việc tại Bangkok, trước đây làm Phó Giám đốc Cơ quan Văn hóa Á châu (Asia Foundation) tại Sài Gòn. Jim có đến trại tỵ nạn Panatnikhom thăm tôi vài lần.

Tôi sống tại trại Panatnikhom một thời gian thì được Phái đoàn Úc nhận tôi là người tỵ nạn vào nước Úc theo diện nhân đạo, nghĩa là không có bà con bảo lãnh. Sáng ngày 9 tháng 2 năm 1982 thì máy bay đáp xuống phi trường Melbourne trên chuyến bay của hãng Qantas. Khi đi qua trạm hải quan Melbourne, với con dấu đóng trên giấy thông hành "Permanent Residence", tôi biết từ nay ở tuổi gần 50 tôi sẽ bắt đầu xây dựng lại cuộc đời mới. Australia đang là quê hương thứ hai của tôi. Và trên đất nước Việt Nam cũ của tôi đang còn có vợ và năm đứa con thân yêu đang chờ đợi ngày đoàn tụ với chồng, với cha.

Chương 5:

Melbourne,
những ngày đầu của cuộc đời tự nạn

Tất cả những người tự nạn trên chuyến bay Qantas từ Bangkok đến Melbourne sáng 10/02/1982 được đưa đến Trung tâm Định cư Nunawading, một trung tâm nằm ở phía Đông của thành phố Melbourne. Trung tâm Nunawading rộng rãi, thoáng mát. Tôi được sắp xếp cho ở chung phòng với một thanh niên người Việt độc thân khác. Hàng ngày ba buổi tôi đến nhà ăn tập thể và thì giờ còn lại nghe tin tức, đọc sách báo và tìm hiểu đời sống của xã hội Úc, một xứ sở mà từ đây sẽ là quê hương thứ hai của tôi.

Dạy học và các hoạt động gắn liền với giáo dục

Nhờ có làm việc với tổ chức Tỵ nạn Đông Dương (ICRA) tại trại Panatnikhom gần Bangkok lúc tôi còn là một người tự nạn nên tôi biết được Học viện Công nghệ Phillip (PIT) đang tuyển người làm giảng viên môn Việt ngữ nên tôi đã thông qua Tổ chức Tỵ nạn Đông Dương nộp hồ sơ từ ngày còn ở trại tỵ nạn. Sau khi đến Úc chưa đầy một tuần lễ, tôi được thông báo mời đi phỏng vấn. Kết quả Ban tuyển chọn đã nhận tôi. Thế là từ ngày 17/02/1982 tôi chính thức nhận việc tại PIT để kịp chuẩn bị cho năm học mới. Nhiệm vụ của tôi là soạn chương trình Việt ngữ và giảng dạy môn tiếng Việt và văn hóa Việt Nam cho sinh viên tại ba trường: Học viện Công nghệ Phillip (PIT), Học viện Công nghệ Footscray (FIT) và Học viện Công giáo Mercy (Mercy Institute of Catholic Education). Để hoàn tất nhiệm vụ, tôi được phép tuyển một giảng viên để cùng tôi tham gia công tác giảng dạy. Từ đó ông Nguyễn Ngọc Văn (trước đây ở miền Nam là giáo viên tại trường Quốc gia Hành chánh) và tôi cùng nhau giảng dạy cho đến năm 1992 lúc PIT sáp nhập với Học viện Công nghệ Hoàng gia Melbourne để trở thành Đại học Công nghệ Hoàng gia Melbourne (RMIT University)[1].

Cũng cần nói thêm rằng đây là chương trình tiếng Việt lần đầu tiên được đưa vào giảng dạy trong các trường đại học ở Úc. Sự ra đời của chương trình này là kết quả của bản phúc trình về Di dân và Giáo dục Đa văn hóa (Review of Migration and Multicultural Education) do Viện Đa văn hóa Úc (Australian Institute of Multicultural Affairs) thực hiện năm 1980. Viện Đa văn hóa này được thành lập năm 1978 và do ngài Petro

---

[1] Trước khi có cuộc cải tổ giáo dục đại học Úc năm 1989, hệ thống giáo dục đại học này có ba loại: các trường TAFE (nghề và cao đẳng), các Học viện Công nghệ (Institutes of Technology) và các trường đại học (Universities). Các học viện công nghệ dạy cả các chương trình cao đẳng lẫn đại học. Từ năm 1989 về sau, nhiều Học viện Công nghệ sáp nhập thành các Đại học và từ đó cho đến nay hệ thống giáo dục đại học của Úc chỉ còn hai loại: các trường TAFE và các trường đại học.

Georgiou làm Giám đốc. Theo đó, mỗi tiểu bang có nhiều người di dân và ty nạn được khuyến khích xây dựng dự án xin tài trợ để đưa vào giảng dạy môn di dân và ngôn ngữ di dân trong các trường đại học. Tổ hợp gồm các Học viện PIT, Học viện FIT và Học viện Mercy đã nhận được ngân sách tài trợ của Chính phủ Liên bang Úc để khởi xướng chương trình giảng dạy các ngôn ngữ gồm tiếng Việt và tiếng Maltese tại tiểu bang Victoria bắt đầu từ năm học 1982.

Cộng đồng người Việt lúc ấy mới hình thành. Mọi người ai cũng ra sức làm việc hết sức vất vả để có đủ tiền nuôi gia đình, đồng thời còn phải dành dụm để giúp người thân ở Việt Nam. Cá nhân tôi thực sự vô cùng may mắn nhờ có việc làm ngay khi mới đến Úc và đã được làm quen với cuộc sống của người nước ngoài trong thời gian đi du học trước đây nên không gặp nhiều khó khăn trong định cư.

Là một giảng viên đại học, tôi thấy việc duy trì tiếng Việt và văn hóa Việt Nam trong các gia đình người Việt là vô cùng cần thiết. Vì vậy, ngoài công tác giảng dạy tại đại học ra, tôi dành rất nhiều thì giờ để thực hiện mục tiêu lâu dài của một người làm việc trong lĩnh vực giáo dục.

Trước hết, vào đầu năm 1983, tôi soạn và in hai quyển sách tập đọc cho học sinh mới bắt đầu vào học lớp 1 bậc tiểu học. Với công nghệ in ấn tiếng Việt ở nước Úc thời bấy giờ, việc cho ra đời hai tập sách mỏng ấy không phải là đơn giản. Sau khi phát hành chúng tôi được sự đón nhận của giới phụ huynh từ nhiều nơi. Từ đó, thông qua trường PIT, tôi soạn một dự án gửi cho Ủy ban Học đường Liên bang (Commonwealth Schools Commission) của Chính phủ Australia lúc bấy giờ để xin tài trợ dự án soạn một bộ sách tập đọc Việt ngữ dùng cho học sinh bậc tiểu học. Nhờ vậy, từ năm 1984 đến năm 1990 có khoảng gần 20 quyển sách song ngữ và sách bằng tiếng Anh[1] được phổ biến trong nước Úc và tại một số nước trên thế giới. Mãi đến trên 5 năm sau, tại Úc mới có thêm một vài bộ sách học tiếng Việt khác ra đời, phần lớn xuất phát từ tiểu bang Victoria, Nam Úc và New South Wales.

Đưa chương trình tiếng Việt vào trong các trường học chính mạch của Úc cũng là một mục tiêu quan trọng trong kế hoạch duy trì và phổ biến tiếng Việt và văn hóa Việt Nam tại Úc. Với tầm nhìn ấy, đầu năm 1983 tôi có soạn ra một bộ chương trình tiếng Việt cho bậc trung học. Sau đó, ông Nguyễn Văn Nha (một giáo viên môn tiếng Việt tại trường không quân tại Point Cook) giới thiệu tôi với Ông Nguyễn Triệu Đan và các giáo viên khác trong tiểu bang Victoria. Cuối cùng sau nhiều cuộc họp trong năm 1984, để có thể đưa môn tiếng Việt vào trong nhà trường cấp ba của tiểu bang Victoria, cả nhóm đã đi đến quyết định thành lập Ban Vận động đưa tiếng Việt vào giảng dạy trong các trường phổ thông thuộc tiểu bang Victoria (do Ông Nguyễn Triệu Đan làm trưởng ban). Ban vận động có hai nhiệm vụ chính: hoàn chỉnh bộ chương trình môn tiếng Việt (lúc đầu tôi làm

---

[1] Sách tập đọc tiếng Việt: *Gia đình Thanh; Lan đang làm gì; Tâm và Nam; Thuý kể chuyện đời mình; Một ngày trong đời Hương; Bạn của Trang.* Sách song ngữ: *Today Hanh Goes to School; Thanh, Hung and the Umbrella; Why Did God make Animals; My Village; The Last Train Journey; The Adopted Children in the Kelly Family; The Season of the Flamboyant Flowers; The Tadpoles; Five Vietnamese Folk Tales; Old Stories from Vietnam; Selected Vietnamese Folk Tales; Life with Past Images.* Sách bằng tiếng Anh: *Understanding Vietnamese Refugees in Australia; Literature in South Vietnam, 1954-1975; Australia and Indochinese Health Issues; Learning Vietnamese.*

trưởng ban) và thường xuyên vận động với Viện Giáo dục Trung học Victoria (VISE = Victorian Institute of Secondary Education) và chính phủ Úc để đưa vào giảng dạy ở các lớp 11 và 12 thuộc Nhóm 1 (nghĩa là nhóm ngôn ngữ được tính điểm cho học sinh vào học tại các trường đại học). Khoảng hơn hai năm sau, dự án đưa chương trình tiếng Việt vào Nhóm 1 mới được VISE chấp thuận và bắt đầu năm 1987 mới chính thức đưa vào giảng dạy. Nhờ chương trình tiếng Việt được chính phủ chính thức chấp nhận, vị thế của ngôn ngữ này lớn mạnh rất nhanh. Số học sinh đi học môn tiếng Việt mỗi ngày một đông. Các lớp học mỗi ngày một mở thêm ở tất cả các cấp, từ mẫu giáo đến lớp 12. Có ba loại trường giảng dạy tiếng Việt lúc bấy giờ: một, các trường trung tiểu học nơi có đông học sinh người Việt (rất ít); hai, trường Ngôn ngữ của tiểu bang Victoria VSL (lúc ấy có 7 trung tâm dạy tiếng Việt); ba, các trường do người Việt thành lập và điều hành. Trong số loại trường này, trường Việt ngữ Lạc Hồng do Ông Thái Đắc Nhương làm Hiệu trưởng từ 50 học sinh lúc ban đầu đến gần 30 năm sau (2013) có trên 2600 học sinh, và có lẽ đây là trường dạy tiếng Việt ngoài Việt Nam lớn nhất trên thế giới.

Ở bậc đại học, đầu năm 1982, chương trình Việt ngữ được đưa vào giảng dạy đầu tiên tại hai tiểu bang Victoria (Tiến sĩ Nguyễn Xuân Thu) và Tây Úc (Tiến sĩ Bửu Khải); một năm sau tại trường Đại học ANU ở thủ đô Canberra (Tiến sĩ Marybeth Clark) và tiểu bang New South Wales (Ông Trịnh Nhật) và sau cùng tại tiểu bang Nam Úc (nữ tu sĩ Trần Thị Niên).

Thời gian tài trợ chương trình tiếng Việt thử nghiệm ở bậc đại học cho các tiểu bang nói trên là ba năm. Mỗi tiểu bang chỉ cấp cho một trường. Riêng tại tiểu bang Victoria dự án dạy tiếng Việt này do trường PIT tại

Coburg điều hành. Từ năm 1982 đến cuối năm 1984, Ban Việt ngữ tiểu bang Victoria, ngoài công tác giảng dạy ra, đã soạn ra được bộ giáo trình cho bậc đại học (cấp văn bằng Cử nhân) ngành Việt Nam học (Vietnamese Studies) tập trung vào các môn tiếng Việt và văn hóa, lịch sử Việt Nam. Bộ giáo trình này đã được kiểm định và trường FIT đưa vào giảng dạy trong chương trình Cử nhân Đa văn hóa vào đầu năm 1985, và một năm sau tức năm 1986, trường PIT chính thức đưa vào giảng dạy trong chương trình Cử nhân Ngôn ngữ Cộng đồng của mình.

Sau ba năm tài trợ, từ năm 1985, các tiểu bang và lãnh thổ ACT đều xin Chính phủ Liên bang tiếp tục tài trợ thêm một thời gian nữa. Riêng tại tiểu bang Victoria, trường PIT và FIT tự tài trợ cho các chương trình này như là một chương trình chính thức của trường. Sự kiện này rất quan trọng. Nó đánh dấu lần đầu tiên trên thế giới, Văn bằng Cử nhân ngành Việt Nam học (Bachelor Degree in Vietnamese Studies) đã được giảng dạy ngoài Việt Nam. Lịch sử hình thành và phát triển môn Việt ngữ tại Úc đã được đúc kết một phần trong quyển sách do Viện Ngôn ngữ Quốc gia Australia (National Languages and Literacy Institute of Australia) in và phát hành năm 1995[1].

Bên cạnh sự phát triển ngôn ngữ và văn hóa Việt Nam, cũng trong mục tiêu định cư, khoảng giữa năm 1989, tôi nhận được một khoản trợ cấp để nghiên cứu thành lập Chương trình Cử nhân ngành Đông Dương học tại trường PIT. Giáo trình này chính thức ra đời tại

---

[1] Nguyen Xuan Thu, 1995, *Unlocking Australia's Language Potential – Profile of Languages in Australia – Vietnamese*. Canberra, National Languages and Literacy Institute of Australia.

PIT vào đầu năm 1991 và hoạt động được 2 năm thì chấm dứt lúc trường PIT sáp nhập với Học viện Công nghệ Hoàng gia Melbourne (RMIT) để trở thành Đại học Công nghệ Hoàng gia Melbourne (RMIT University).

Tham gia các hoạt động hàn lâm

Công việc của một giảng viên đại học tại Australia không chỉ đơn thuần là nghiên cứu, soạn bài, giảng dạy và giúp đỡ sinh viên về mặt học thuật mà còn phải tham gia vào các hoạt động chuyên môn khi có yêu cầu. Trong giai đoạn từ 1983 đến 1994, tôi được mời tham gia vào Ban Tư vấn Xây dựng Chương trình Cử nhân ngành Việt học tại Trường FIT và Ban Tư vấn Xây dựng Chương trình Thông dịch tiếng Việt tại trường Victoria College ở Toorak, nay đã sáp nhập vào trường Đại học Deakin.

Đến năm 1993 tôi được mời tham gia nghiên cứu tình hình giảng dạy và học tập môn Việt ngữ tại tất cả các trường từ Tiểu học đến Đại học trên toàn nước Úc. Kết quả quyển *Unlocking Australia's Language Potential – Profile of Languages in Australia - Vietnamese* (nói ở đoạn trên) là bản báo cáo đầy đủ nhất về tình hình học tập và giảng dạy tiếng Việt và Văn hóa Việt Nam tại Úc lúc bấy giờ.

Hướng dẫn sinh viên viết luận án Thạc sĩ và Tiến sĩ cũng là một phần quan trọng trong nghề dạy học tại các trường đại học ở phương Tây. Ngoài việc hướng dẫn khoảng 20 sinh viên học chương trình Thạc sĩ và Tiến sĩ tại PIT và Đại học RMIT, tôi còn được mời chấm một số luận án thạc sĩ và tiến sĩ của các sinh viên học tại các trường Đại học khác như Đại học Tasmania, Đại học

Western Sydney, trường Mount Lawley ở Perth và Đại học Victoria ở Melbourne.

Song song với các hoạt động văn hóa giáo dục trên, tôi nghĩ cần phải làm cho cộng đồng chính mạch Úc hiểu rõ văn hóa và con người Việt Nam và những khó khăn, trở ngại mà những người Việt nói riêng và người thuộc các nước trong khu vực Đông Dương cũ nói chung đang phải đối mặt hàng ngày với những khó khăn vô cùng tận trên con đường định cư, lập nghiệp tại Úc. Với suy nghĩ đó, từ giữa năm 1987, tôi cùng với một số đồng nghiệp tại trường PIT và các chuyên gia về Việt Nam học tại nhiều nước trên thế giới thành lập ra Hội Việt học Australia (*Australian Association of Vietnamese Studies*). Hội Việt học Úc thường tổ chức các cuộc Hội thảo quốc tế và quốc gia về những vần đề liên quan đến văn học, nghệ thuật, giáo dục, y tế, định cư, hội nhập của các dân tộc trong khối Đông Dương cũ hoặc tổ chức các sinh hoạt văn hóa như việc mời các nhà văn, nhà thơ, luật sư trẻ hay các buổi tổ chức ra mắt sách. Thuyết trình viên chính trong các cuộc hội thảo thường là những chuyên gia đầu ngành về mỗi lãnh vực từ các nước trên thế giới (nhà văn Võ Phiến từ California, nhà thơ Đỗ Quý Toàn từ Canada, luật sư Dương Như Nguyện từ Washington D.C, nhạc sĩ Phạm Duy từ California, Bác sĩ Trần Ngọc Ninh từ Virginia, nhà nghiên cứu âm nhạc Trần Quang Hải từ Pháp). Hội Việt học còn cho ra đời *Journal of Vietnamese Studies* (Tạp chí Việt Nam học). Tạp chí này xuất bản số đầu tiên vào năm 1988 đến năm 1995 thì đình bản.

Chương 6:
Nhà xuất bản trong ga-ra xe hơi

Đến Úc khoảng chưa đầy hai tuần lễ mà có được một việc làm tốt trong một trường đại học tôi nghĩ mình là một trong những người Việt tỵ nạn may mắn nhất. Công việc của một giảng viên đại học dạy môn tiếng Việt được giao rất cụ thể: soạn thảo và giảng dạy hai chương trình tiếng Việt: chương trình sơ cấp để dạy những người không biết nói tiếng Việt và các chương trình trung cấp và cao cấp cho những sinh viên người Việt. Học viên thuộc nhóm thứ nhất gồm nhiều loại người từ nhân viên cộng đồng, nhân viên xã hội, y tá, điều dưỡng, bác sĩ đến những người làm việc cho các tổ chức thiện nguyện. Họ học tiếng Việt, lịch sử và văn hoá Việt Nam để giúp cho cộng đồng người Việt sớm ổn định trong xã hội mới. Nhóm thứ hai là sinh viên người Việt thuộc các trường sư phạm, khoa phục vụ cộng đồng, khoa đa văn hoá, khoa tội phạm học. Trong thời gian dạy và học, cả thầy lẫn trò gặp một trở ngại rất lớn là thiếu trầm trọng tài liệu học tập.

Vì môn tiếng Việt là một môn học mới và do chính phủ liên bang tài trợ, rất khó có thể xin tài trợ của trường để giải quyết sự thiếu hụt về tài liệu học tập. Do đó, cả thầy giáo lẫn sinh viên hợp lực soạn sách tập đọc, nhờ một vài hoạ sĩ vẽ tranh, và sử dụng công nghệ in ấn mới nhất thời bấy giờ để đánh máy và in sách tiếng Việt. Kết quả, giữa năm 1983 quyển tập đọc mỏng song ngữ *Thanh's Family - Gia đình Thanh* ra đời. Không ngờ tập sách mỏng này được nhiều gia đình người Việt tại Úc cũng như ở Mỹ nhiệt liệt đón nhận. Sau *Gia đình Thanh*, nhiều quyển sách khác được ra đời và thành phần soạn sách cũng đa dạng hơn, gồm nhiều người quan tâm đến giáo dục và từ nhiều tiểu bang khác nhau.

Đến khoảng cuối năm 1984, tôi nhận được thư của anh Nguyễn Mộng Giác[1] (lúc ấy anh đang định cư tại tiểu bang California, Hoa Kỳ) nhờ tôi phổ biến tại Úc tạp chí *Văn Học* ra hàng tháng do anh làm Chủ bút (Tổng biên tập). Anh Giác và tôi vốn đã quen biết nhau từ ngày chúng tôi còn học tại Viện Đại học Huế, và sau này chúng tôi lại cùng làm việc với nhau trong nhiệm sở cuối cùng tại Nha Sưu tầm và Nghiên cứu thuộc Bộ Giáo dục trước khi chính quyền miền Nam sụp đổ. Ít tháng sau, khoảng đầu năm 1985 anh Võ Thắng Tiết nhờ tôi phổ biến một số quyển sách mới in do Nhà xuất bản Văn Nghệ của anh vừa được thành lập. Anh Võ Thắng Tiết không phải là người xa lạ trong giới viết văn. Anh là thầy Từ Mẫn làm Nhà xuất bản Lá Bối lúc còn ở Việt Nam. Anh là bạn thân và lúc ấy là người ở chung nhà với anh Nguyễn Mộng Giác tại khu Westminster, bang California.

Lúc đầu mỗi tháng tôi nhận được vài tên sách và một số quyển báo *Văn Học*. Tôi gửi bán cho các thư viện

---

[1] Nguyễn Mộng Giác trước năm 1975 lúc đầu đi dạy học tại Quy Nhơn, sau làm Giám đốc Sở Giáo dục tỉnh Bình Định trước khi về làm chuyên viên nghiên cứu tại Nha Sưu tầm và Nghiên cứu thuộc Bộ Văn hoá Giáo dục. Mất tại Hoa Kỳ năm 2012.

thuộc các thành phố có đông người Việt định cư tại Melbourne như Footscray, Richmond, Springvale, Box Hill.... Dần dần do nhu cầu đọc sách báo tiếng Việt gia tăng tại nhiều nước có người Việt định cư, số sách báo tiếng Việt xuất bản ở Hoa Kỳ, Canada và Pháp cũng được in ấn và phổ biến nhiều hơn. Số sách báo gửi cho tôi ở Úc cũng mỗi ngày một gia tăng. Thị trường phân phối sách báo tiếng Việt của tôi lúc này không chỉ giới hạn trong bang Victoria mà có cả một số thành phố tại các tiểu bang và lãnh thổ khác như Sydney (NSW), Canberra (ACT), Adelaide (Nam Úc) và Brisbane (Queensland).

Cũng vào giữa năm 1984, Học viện Công nghệ Phillip (Phillip Institute of Technology) nơi tôi giảng dạy nhận được một ngân khoản tài trợ từ Ủy ban Học đường của Chính phủ Liên bang (Commonwealth Schools Commission) để soạn một bộ sách cho học sinh người Việt đọc. Để soạn các sách phục vụ nhu cầu đọc của học sinh, một Ban soạn sách cho học sinh người Việt (Committee for Preparation of Vietnamese Reading Materials) được thành lập vào đầu năm 1985.

Số lượng sách được soạn và nhu cầu sử dụng văn hóa phẩm bằng tiếng Việt cũng gia tăng mạnh nên tôi với sự giúp đỡ của một sinh viên người Úc và một vài đồng nghiệp đã cho ra đời Nhà xuất bản Ngôn ngữ và Văn hóa Việt Nam (Vietnamese Language and Culture Publications), thường gọi là nhà xuất bản VLCP, tại thành phố Melbourne, thuộc tiểu bang Victoria. VLCP vừa là nhà xuất bản vừa là nhà phân phối và văn phòng của VLCP được đặt trong ga-ra xe hơi (ôtô) của gia đình tôi.

Từ lúc cộng đồng Việt Nam được thành hình cho đến nhiều năm về sau tại Úc chỉ có VLCP là nhà xuất bản duy nhất. Tại mỗi tiểu bang đều có tiệm bán sách, báo, CD nhạc và đủ loại tạp hóa. Sách, báo và các loại văn hóa phẩm sản xuất từ Việt Nam trong giai đoạn này chưa được phổ biến trong cộng đồng người Việt ở Úc, vì một mặt nội dung còn nặng ý thức hệ Cộng sản và mặt khác vết thương của người Việt tỵ nạn Cộng sản tại Úc còn quá mới mẻ và nhiều gia đình không muốn đọc những gì liên quan đến kẻ thù.

Vì Nhà xuất bản VLCP không có cơ sở phát hành trong các khu thương mại nên tất cả việc mua bán sách báo hay giao dịch của Nhà xuất bản này đều qua thư đặt hàng từ các nơi gửi về, đa số là từ các thư viện và trường học. Phần lớn công việc xuất bản và phân phối sách lúc đó chỉ diễn ra trong những ngày cuối tuần và ngày lễ. Những ngày trong tuần tôi dành cho công việc dạy học, soạn bài, chấm bài và hướng dẫn sinh viên, là những việc chính của một giảng viên đại học để có nguồn thu nhập nuôi sống gia đình tôi lúc bấy giờ.

Về mặt kinh tế mà nói, việc xuất bản và cung cấp sách của VLCP trong thời gian từ lúc thành lập cho đến lúc đóng cửa vào năm 1995 không phải là một hoạt động kinh doanh thực sự. Nhưng về mặt tinh thần, hoạt động của nhà xuất bản VLCP có đạt được một số mục tiêu khác.

Trước hết, lúc đầu nhà sách được lập ra như là một phương tiện để giúp duy trì tiếng mẹ đẻ trong giới trẻ người Việt tại Úc và phổ biến văn hóa Việt Nam vào trong cộng đồng chính mạch Australia. Cho đến năm 1995 có khoảng gần 20 đầu sách thuộc loại này được xuất bản. Những quyển sách do VLCP xuất bản như quyển *Understanding the Vietnamese Refugees in Australia* ("Tìm hiểu người Việt tỵ nạn tại Úc" do Nguyễn Xuân Thu và Desmond Cahill biên tập*)*, *Australia and Indochinese Health Issues* ("Nước Úc và các vấn đề sức khoẻ của các cộng đồng Đông Dương" do Nguyễn Xuân Thu, Desmond Cahill và Lidio Bertelli biên tập) có một thời rất thịnh hành. Với những quyển sách ấy, người Úc hiểu rõ hơn những khó khăn của người Việt tỵ nạn, và từ đó, chính phủ Úc lập ra những chính sách thích hợp để giúp cộng đồng Việt Nam sớm hội nhập vào xã hội mới.

Ngoài ra, số sách bằng tiếng Việt, tiếng Anh hoặc bằng song ngữ (Việt - Anh) do VLCP xuất bản trong thập niên 1980[1] cũng đã giúp một số em học sinh có sách để đọc, khỏi phải quên tiếng Việt. Chính bộ sách này cũng là nguồn cảm hứng để sau này, khoảng từ năm 1991 về sau, một số giáo viên giảng dạy trong các trường Việt ngữ Thứ bảy soạn ra các tập sách giáo khoa nhằm giúp các em đăng ký học môn tiếng Việt ở các lớp từ mẫu giáo đến lớp 12, trong đó phải kể đến bộ sách cho người nước ngoài học tiếng Việt do ông Phan Văn Giưỡng giảng viên tại trường Đại học Victoria biên soạn và bộ sách giáo khoa tiếng Việt gồm 13 tập (năm 2013) cho học sinh các lớp phổ thông của ông Thái Đắc Nhương, hiệu trưởng trường Việt ngữ Lạc Hồng và một số đồng nghiệp của ông biên tập và xuất bản.

Từ năm 1989 trở về sau, chúng tôi có những hoạt động để hỗ trợ phổ biến các tác phẩm bằng tiếng Anh nhằm giúp các cộng đồng nói tiếng Anh và các thế hệ trẻ người Việt được sinh ra ở nước ngoài biết về lịch sử Việt Nam; tại sao có làn sóng người Việt tỵ nạn sau năm 1975; trong 20 năm chia cắt Nam-Bắc, miền Nam đã

---

[1] Một số quyển sách song ngữ như *The Last Train Journey, My Village, Old Stories from Vietnam, Folk Tales from Indochina, The Adopted Children in the Kelly Family, Life with Past Images, The Tadpoles, Five Vietnamese Folktales...*

sống ra sao, hoạt động văn học nghệ thuật như thế nào... Với mục tiêu đó, chúng tôi đã dành phần lớn số tiền lời ít ỏi của nhà xuất bản VLCP để tài trợ các công tác dịch thuật ra tiếng Anh một số tác phẩm được viết bằng tiếng Việt hoặc in một số tác phẩm liên quan đến Việt Nam. Thể hiện rõ nhất là VLCP đã in quyển *Intact* do James Banerian dịch ra tiếng Anh từ quyển "Nguyên vẹn" của Võ Phiến hoặc tài trợ dịch và in quyển *Vietnamese Literature in South Vietnam 1954-1975* dịch từ quyển "Hai mươi năm văn học miền Nam" cũng của Võ Phiến[1].

Trong những năm đầu của thập niên 1980, do nhu cầu đọc sách tiếng Việt của các cộng đồng người Việt ở hải ngoại rất lớn nên một số nhà xuất bản như Xuân Thu, Đại Nam tại Hoa Kỳ và Làng Văn ở Canada đã in lại các sách xuất bản trước năm 1975, phần lớn là sách chưởng và tiểu thuyết. Những quyển sách này cùng với những sách do các nhà xuất bản khác, đặc biệt là nhà xuất bản Văn Nghệ được nhà sách VLCP nhập vào Úc và phân phối cho các thư viện công cộng nơi có nhiều người Việt định cư và những độc giả người Việt chỉ cần đến thư viện mượn sách về đọc.

Tại các thư viện công cộng, cộng đồng người Việt lúc bấy giờ là một cộng đồng non trẻ nhất nhưng được đánh giá là cộng đồng ham mê đọc sách. Trong các thư viện như thư viện Fairfield, thư viện Marrickville, thư viện Bankstown ở bang New South Wales và thư viện Maribyrnong (Footscray), thư viện Springvale, thư viện Sunshine, thư viện Richmond ở bang Victoria, số sách

---

[1] *Intact* do James Banerian dịch từ quyển *Nguyên vẹn* của Võ Phiến, 1990, Melbourne, VL&CP; và *Literature in South Vietnam 1954-1975* do Võ Đình Mai dịch từ quyển *Hai mươi năm văn học miền Nam* của Võ Phiến, 1992, Melbourne, VL&CP.

tiếng Việt rất lớn, nhưng trên các kệ sách của thư viện thường trống rỗng vì tất cả các sách đều đã được mượn đọc. Một số lớn trong số sách tiếng Việt tại các thư viện công cộng là sách do nhà xuất bản VLCP cung cấp. Do đó, có thể nói, trong gần 20 năm đầu kể từ ngày cộng đồng người Việt được thành lập, nhà xuất bản kiêm phát hành sách VLCP đã có đóng góp một phần đáng kể trong việc cung cấp sách tiếng Việt cho các thư viện công cộng tại các tiểu bang có nhiều người Việt sinh sống tại Úc.

Đến thập niên 1990, nhu cầu đọc sách, báo và nghe nhạc, xem phim gia tăng mạnh trong các cộng đồng người Việt ở Úc. Trong lúc đó, số sách xuất bản ở ngoài Việt Nam mỗi ngày một ít lại, hoàn toàn không đáp ứng được nhu cầu giải trí tinh thần của người Việt. Ngược lại, số sách báo xuất bản ở Việt Nam mỗi ngày một nhiều và có cải thiện về cả nội dung lẫn hình thức. Một số độc giả người Việt yêu cầu thư viện mua sách phi chính trị từ Việt Nam. Các thư viện có ngân sách và đồng ý mua các sách do độc giả yêu cầu. Nhưng một số người Việt thuộc các hội đoàn chính trị không muốn thấy bất cứ sách gì xuất bản từ Việt Nam lưu hành trong các thư viện công cộng. Đây là một vấn đề có liên quan đến chính trị rất phức tạp. Nhưng các vị quản lý thư viện tại các vùng có đông người Việt định cư như Cabramatta, Bankstown, đã giải quyết rất khôn khéo, rất chuyên nghiệp. Đại diện các hội đoàn chính trị tuy không hài lòng nhưng cũng không thể không công nhận nhu cầu giải trí tinh thần của đồng hương của họ. Cuối cùng các thư viện vẫn mua được sách báo từ Việt Nam để phục vụ độc giả người Việt. Dĩ nhiên không có những quyển sách mang màu sắc chính trị.

Ngoài một số hoạt động trên, nhà xuất bản VLCP tuy không trực tiếp nhưng cũng đã đóng góp một phần trong việc dấy lên phong trào giảng dạy và học tập tiếng Việt tại nhiều tiểu bang ở Úc. Đỉnh điểm của phong trào này là một số hội giáo chức người Việt đã làm việc với Bộ Giáo dục Úc nhằm đưa tiếng Việt vào trong chương trình thi tốt nghiệp trung học phổ thông tại hai tiểu bang Victoria và New South Wales. Muốn thuyết phục các cơ quan chuyên trách trong Bộ Giáo dục Úc, hồ sơ phải có chương trình, giáo viên, sách tham khảo, sách tập đọc...và bộ sách tiếng Việt và song ngữ do nhà xuất bản Ngôn ngữ và Văn hóa Việt Nam VLCP in là một phần không thể thiếu trong bộ hồ sơ ấy.

Giai đoạn từ 1985 đến năm 2000 là thời gian bùng phát giảng dạy tiếng Việt và văn hóa Việt Nam trong một số trường đại học ở các tiểu bang, trong một số trường phổ thông, và trong nhiều trường Thứ bảy do cộng đồng người Việt điều hành. Tiếng Việt nhờ thế được chính phủ liệt kê là một trong số 14 ngôn ngữ ưu tiên[1] được giảng dạy trong các trường phổ thông ở Úc. Điển hình tại tiểu bang Victoria, tiếng Việt và Văn hóa Việt Nam được đưa vào giảng dạy như một môn chính trong chương trình Cử nhân đa văn hóa tại Học viện Công nghệ Footscray, sau đổi thành trường Đại học Victoria. Tiếng Việt còn được giảng dạy như là một môn tự chọn tại các trường Đại học Melbourne, Đại học La Trobe. Tại New South Wales cũng có giảng dạy chương trình tiếng Việt tại trường Đại học Phía Tây Sydney (Western Sydney University). Tại Canberra chương trình tiếng Việt có trong trường Đại học ANU. Tại South Australia có chương trình tiếng Việt trong trường Đại học

---

[1] 14 ngôn ngữ ưu tiên lúc ấy gồm tiếng Arabic, Chinese, French, German, Indonesian/Malay, Italian, Japanese, Modern Greek, Spanish, Korean, Thai, Vietnamese và Russian.

Adelaide, và tại Tây Úc trong Học viện Công nghệ Mount Lawley[1]. Bản báo cáo "Tháo gỡ tiềm năng ngôn ngữ Australia – Dáng vóc các ngôn ngữ tại Úc – tiếng Việt" (Unlocking Australia's Language Potential – Profiles of Languages in Australia – Vietnamese) do Viện Ngôn ngữ Quốc gia Australia in năm 1995 có ghi rõ các thông tin trên. Ngoài việc cung cấp sách cho các cơ sở giáo dục trên, Nhà xuất bản VLCP còn cung cấp cho các trường học và các khách hàng khác tại Úc và một số nước trên thế giới, bao gồm cả Hoa Kỳ (trường học, cơ sở giáo dục, trung tâm nghiên cứu), Canada (trường học), Hồng Kông (trại tỵ nạn), Philippines (trại tỵ nạn), Mã Lai (trại tỵ nạn), New Zealand, Anh Quốc (trường Việt ngữ)...

Chủ trương của giới trí thức người Việt ở Úc gồm có nhiều người trong đó có ban điều hành của nhà xuất bản VLCP là muốn có nhiều tài năng người Việt đến sống và làm việc ở Úc. Chỉ có những con người như thế mới có thể xây dựng được một nền học thuật bằng tiếng Việt đủ mạnh tại Úc xứng đáng là một thành viên trong cộng đồng đa văn hoá tại nước sở tại. Và trên thực tế VLCP đã thực hiện được một phần chủ trương ấy theo khả năng của mình.

Ngày nay nhà xuất bản Ngôn ngữ và Văn hóa Việt Nam (VLCP) không còn nữa. Nhưng có hai công ty song sinh ra đời. Đó là công ty phân phối và cung cấp dịch vụ thư viện LN Vietnamese Books Pty Ltd ở Melbourne và công ty NP Vietnamese Books ở Sydney. Cả hai công ty ngày nay đều là những cơ sở kinh doanh sách đúng với ý nghĩa đích thực của nó.

---

[1] Nguyen Xuan Thu, *Unlocking Australia's Language Potential – Profile of Languages in Australia: Vietnamese*, 1995, Canberra, The National Languages and Literacy Institute of Australia, trang 22.

Chương 7:
Về lại Việt Nam

Lần đầu trở lại Việt Nam sau 11 năm sống cuộc đời tỵ nạn

Sau khi chính phủ Việt Nam có chính sách mở cửa, tháng 10 năm 1991 lần đầu tiên tôi trở lại Việt Nam sau 11 năm xa quê hương để gặp lại hai người chị của tôi đã xa cách nhau 37 năm kể từ tháng 4 năm 1954.

Chiếc máy bay Thai Airways hạ cánh tại sân bay Tân Sơn Nhất. Thành phố Sài Gòn cũ vẫn tiêu điều, người dân vẫn còn nghèo khổ như ngày tôi trốn Việt Nam ra đi năm 1980. Ai ai cũng gầy gò, xơ xác. Trẻ con thiếu dinh dưỡng trầm trọng. Ban đêm thành phố không có điện đường, ít người đi lại.

Ở Sài Gòn được vài hôm thì hai người chị của tôi từ ngoài quê vào thăm. Gặp lại nhau, chúng tôi vô cùng bùi ngùi. Hai chị tôi khóc nức nở. Chị đầu của tôi, tên Nguyễn Thị Em có chồng là Nguyễn Văn Thuyết, sống tại quê ở huyện Bố Trạch, tỉnh Quảng Bình. Họ có tám người con, ba trai và năm gái. Tất cả gia đình đều khỏe mạnh, vui vẻ, mặc dù gia đình rất nghèo. Chị thứ hai tên

Nguyễn Thị Luyến, có chồng nhưng đã bỏ nhau. Chị có bốn người con, gồm ba gái và một trai, đứa đầu khoảng 19 tuổi và đứa út 13. Chị rất nghèo, bán nước chè xanh tại chợ Đông Hà để nuôi các con. Đông Hà ở ngã ba của quốc lộ số 1 và đường số 9 lên Nam Lào, trước đây là một huyện, nay là tỉnh ly của tỉnh Quảng Trị. Chúng tôi gặp nhau khoảng ba bốn hôm thì hai chị tôi về lại quê. Còn tôi thì đi thăm một số thành phố khác tại miền Nam và miền Bắc của Việt Nam. Ở đâu cũng có nạn nghèo đói, học sinh gầy gò, xanh xao. Số học sinh bỏ học rất cao, nhất là ở vùng nông thôn. Bom đạn còn bỏ sót lại sau chiến tranh đầy dẫy mọi nơi trên đất nước đã khiến cho nhiều người chết và bị thương tật suốt đời. Có quá nhiều cảnh ngộ éo le, trẻ con mồ côi, đàn bà góa bụa, người già không chốn nương thân. Tôi quá đau lòng trước một Sài Gòn nhộn nhịp năm xưa và một Thành phố Hồ Chí Minh nghèo nàn, đói khổ bây giờ.

Khoảng một tháng sau tôi trở lại Úc.

Từ ngày ở Việt Nam trở về không đêm nào tôi ngủ ngon giấc. Đêm nào cũng nằm trằn trọc, suy nghĩ. Phải làm gì để giúp những người nghèo khó ở Việt Nam? Làm sao để trẻ con Việt Nam có cuộc sống tốt đẹp hơn? Có cách nào để mọi trẻ em có thể cắp sách đến trường? Từ ngày đó, tôi âm thầm lập một kế hoạch làm việc khác trước đây: 50 phần trăm thì giờ dành cho việc nghiên cứu, giảng dạy và các hoạt động văn hóa giáo dục là những công việc giúp tôi có đồng lương để sống và 50 phần trăm thì giờ còn lại dùng để tìm kiếm phương tiện để giúp cho những người nghèo khó ở Việt Nam. Là một đứa trẻ mồ côi ngày trước, bây giờ giúp họ chính là giúp con người của tôi ngày xưa. Dĩ nhiên số giờ làm việc gần gấp đôi, khoảng 16 giờ trong số 24 giờ mỗi ngày và tốc độ làm việc khẩn trương hơn rất nhiều.

Trong hơn hai năm, từ cuối năm 1991 cho đến gần giữa năm 1994, với Quỹ Học bổng Việt Nam[1] do tôi và một số đồng nghiệp lập ra, chúng tôi đã có một số phương tiện để cấp hàng trăm học bổng nhỏ cho học sinh cấp ba và sinh viên đại học trong ba thành phố: Sài Gòn, Huế và Hà Nội. Tổ chức AusCare, Bệnh viện Mercy tại East Melbourne, Tòa Đại sứ Úc tại Hà Nội và nhiều tổ chức cũng như cá nhân khác tại Úc đã cung cấp cho chúng tôi một số dự án như thành lập Trung tâm Huấn luyện Thanh nữ Huế (đặt tại Trường Trung học Hai Bà Trưng), dự án cung cấp máy vi tính, trang thiết bị cho các phòng nữ công, gia chánh và dạy tiếng Anh cho trường Trung cấp nghề tại Đông Hà, thành lập Trạm khám bệnh tại thị trấn Hồ Xá, và xây trường Sơ cấp tại thôn Đơn Thạnh, thuộc huyện Vĩnh Linh, nơi hầu như bị xóa trắng trong thời chiến tranh và nay là nơi còn có nhiều bom đạn chưa nổ lớn nhất Việt Nam. Chúng tôi cũng có một chương trình gửi tiền vào tài khoản của anh Hồ Roàng trong Ngân hàng Nông nghiệp và Phát triển Nông thôn tại chi nhánh Đông Hà để có đủ tiền lời cho anh sống qua ngày. Anh Hồ Roàng là một giáo viên người dân tộc bị mù mắt vì mìn còn sót lại. Tuy nhiên, vài năm sau tôi được biết chương trình này không thành công vì anh bị một vài bạn bè bảo anh rút tiền ra cho họ vay để có tiền lời nhiều hơn, nhưng cuối cùng số tiền ấy bị mất sạch.

---

[1] Quỹ học bổng Việt Nam (Vietnam Scholarship Foundation) ra đời năm 1992. Với uy tín và sự giúp đỡ tận tình của Nữ tu sĩ Marie Kehoe cùng nhiều bạn bè, hàng năm nhận được một số tiền từ các cá nhân, tổ chức đủ để cấp một số học bổng cho sinh viên, học sinh nghèo và cung cấp một số máy tính, trang thiết bị dạy nghề cho một số trung tâm, trường học tại Việt Nam.

Trừ trường hợp của anh Hồ Roàng, các chương trình khác khá thành công. Dự án Trung tâm Huấn luyện Thanh nữ Huế đã giúp cho nhiều học sinh và công chức tiếp cận được kiến thức về công nghệ thông tin, và Chương trình dạy tiếng Anh tại Trung tâm này cũng tạo cơ hội cho nhiều học viên có một số vốn liếng tiếng Anh cần thiết cho nghề nghiệp của họ. Ngoài ra, các dịch vụ dạy vi tính và chương trình tiếng Anh cũng thu được một số tiền giúp trường cũng như Trung tâm có vốn hoạt động. Tại trường Trung cấp nghề Đông Hà khoản tiền thu được từ dự án trên đã nuôi được trên 30 nhân viên của trường mỗi năm và kéo dài trong nhiều năm sau.

Riêng Chương trình Học bổng Việt Nam, tuy số tiền rất nhỏ nhưng có những tác động rất tích cực. Phần lớn các em sinh viên tại trường Đại học Bách khoa Hà Nội, trường Đại học Tổng hợp Hà Nội (sau này là một trường thành viên của Đại học Quốc gia Hà Nội), trường đại học Bách khoa Thành phố Hồ Chí Minh, trường Quốc học Huế, trường Trung học Hai Bà Trưng, trường Đại học Huế có nhận được học bổng này, về sau có nhiều em trong số này đã tốt nghiệp tại các trường Đại học Úc và có nghề nghiệp rất ổn định trong các cơ quan của nhà nước và trong các doanh nghiệp tại Việt Nam.

Để có được những kết quả trên, trong giai đoạn này, tôi mang ơn rất nhiều người và tổ chức, trong đó có sự hy sinh của vợ và các con tôi, mặc dù vợ tôi hoàn toàn phản đối việc tôi giúp đỡ Việt Nam và các con của tôi không mấy quan tâm. Riêng các đồng nghiệp và bằng hữu phải kể đến là Tiến sĩ Leo Foster, lúc đó là người đứng đầu trong trường của tôi, Tiến sĩ Peter Ling, khoa trưởng, là một người Úc tôi vô cùng kính trọng, Tiến sĩ Desmond Cahill trưởng Ban Văn hóa và Ngôn ngữ, nữ tu sĩ Marie Kehoe, Giám đốc Học viện Công giáo Mercy. Tôi cũng không thể không cảm ơn sự chia sẻ và thông cảm của các sinh viên học tại Học viện PIT. Họ rất rõ hoàn cảnh khó khăn của tôi. Họ biết tôi có một hoài bão và họ cũng biết nhiều tổ chức trong cộng đồng người Việt chưa đồng ý với việc làm giúp Việt Nam của tôi.

Về làm việc ở Việt Nam

Từ sau chuyến về thăm Việt Nam lần đầu tiên vào cuối năm 1991 cho đến lúc tôi quyết định xin nghỉ việc tại trường Đại học RMIT vào đầu tháng 4 năm 1994, tôi đã về Việt Nam nhiều lần mỗi năm. Có chuyến về cùng Giáo sư Leo Foster (Viện trưởng/Giám đốc Học viện Công nghệ Phillip) hay Giáo sư David Beanland (Viện trưởng/Giám đốc Đại học RMIT). Có chuyến về cùng các giáo sư và các cấp lãnh đạo khác như Giáo sư David Knowles (Phó Giám đốc Học viện Phillip), Phó Giáo sư Peter Ling (cựu Khoa trưởng trường Phục vụ Cộng đồng thuộc Học viện Phillip, về sau là Phó Giáo sư Đại học RMIT), bà Loraine Ling (Giáo sư trường Đại học La Trobe), Giáo sư Patrick Griffin (cựu giảng sư trường Giáo dục thuộc Học viện Phillip, về sau là Giáo sư Đại học Melbourne). Mục đích của những chuyến về Việt Nam là nhằm tìm hiểu tình hình giáo dục của nước sở tại, ký các Bản Ghi Nhớ với một số các trường đại học Việt Nam, và trao học bổng cho sinh viên và học sinh nghèo nhưng học giỏi do Quỹ học bổng của Hội Việt học Australia thành lập. Có chuyến tôi về dự hội thảo về giáo dục đại học tại dinh Thống Nhất (trước đây là dinh Độc Lập) và gặp một số nhà lãnh đạo giáo dục như Bộ trưởng Giáo dục và Đào tạo Trần Hồng Quân, Giám đốc Đại học Quốc gia Hà Nội Giáo sư Nguyễn Văn Đạo, Hiệu trưởng trường Đại học Bách khoa Hà Nội Giáo sư Hoàng Trọng Yêm, Hiệu trưởng Trường Đại học Bách khoa Thành phố Hồ Chí Minh Trương Minh Vệ.

Nhờ những chuyến về thăm và làm việc ấy, tôi hiểu rõ hơn mức độ xuống cấp của giáo dục Việt Nam từ bậc trung tiểu học cho đến bậc cao đẳng đại học, và cũng như mọi người, tôi thấy chỉ có con đường cải tổ giáo dục và đào tạo mới đưa Việt Nam ra khỏi tình trạng nghèo đói, lạc hậu. Qua những lần tiếp xúc và biết tôi là người đã tốt nghiệp ngành quản trị giáo dục đại học ở Hoa Kỳ, Bộ Giáo dục Đào tạo Ông Trần Hồng Quân đã viết thư cho Giám đốc của Đại học RMIT (người đứng đầu Đại học RMIT nơi tôi đang làm việc) yêu cầu cho phép tôi về giúp Bộ Giáo dục Việt Nam trong chương trình cải tổ giáo dục đại học (thư do Thứ trưởng Trần Chí Đáo ký). Hiệu trưởng trường Đại học Bách khoa Hà Nội và Giám đốc Đại học Quốc gia Hà Nội cũng có ngỏ ý mời.

Đến đầu năm 1994, sau khi tôi đã trả xong tiền mua nhà và tất cả các con tôi đã tốt nghiệp đại học (đứa đầu 31 tuổi và đứa con út 23 tuổi), tôi quyết định về Việt Nam làm việc vài năm. Vợ tôi phản đối kịch liệt. Các con tôi thì bảo "ba làm gì mà ba thấy vui trong tuổi già thì làm". Thế là ngay trong gia đình tôi đã có hai luồng ý kiến trái nghịch. Trong cộng đồng cũng bàn tán xôn xao. Có nguồn tin xấu bảo là tôi bị trường Đại học RMIT sa thải. Có kẻ không ngạc nhiên khi tôi về làm việc cho Cộng sản Việt Nam. Có người nghĩ rằng tôi có một quyết định cực kỳ táo bạo. Giáo sư Desmond Cahill, vị cấp trên trực tiếp của tôi, khuyên tôi chỉ nên xin nghỉ làm việc tại RMIT một vài năm sau đó trở về làm việc lại. Còn Giáo sư David Beanland (Giám đốc Đại học RMIT) thì cho rằng đây là một quyết định "dũng cảm và đau đớn" ("courageous and painful").

Dù mỗi người có cách đánh giá khác nhau về việc tôi về Việt Nam, nhưng riêng tôi, tôi đã làm theo mệnh lệnh con tim của mình. Tôi quá đau đớn không chịu nổi khi thấy cảnh một đất nước Việt Nam nghèo nàn, lạc hậu, trẻ con đói, rách, bệnh hoạn, bỏ học. Nhớ đến quá khứ mồ côi đói rách của mình, tôi nghĩ mình phải làm một cái gì đó cho những con người kém may mắn ấy. Và muốn làm điều ấy thì tôi phải về Việt Nam. Chỉ có thế thôi. Thế là tôi bỏ tất cả mọi thứ để về Việt Nam với một nửa số tiền hưu tôi lãnh được để sống trong thời gian đầu.

Từ tháng 4 năm 1994 đến cuối tháng 7 năm 1998

Tôi đến Hà Nội vào giữa tháng tư năm 1994. Trong vài ngày đầu tôi ở lại khách sạn Hữu Nghị. Sau đó tôi tìm được một phòng trọ nhỏ khoảng 20 mét vuông của một gia đình có đăng ký cho người nước ngoài thuê tại đường Phạm Ngũ Lão. Ngoài tôi ra, tại cơ sở này còn có hai người Hàn quốc khác thuê. Tôi đã dùng chỗ này để vừa ở và vừa làm việc tạm trong thời gian đầu.

Sau vài hôm tạm ổn định, tôi nghĩ đến kế hoạch làm việc. Giữa ba cơ quan có hứa sẽ nhờ tôi làm tư vấn thiện nguyện (không trả lương), chắc chắn là tôi phải giúp Bộ Giáo dục và Đào tạo vì đã có thư mời chính thức từ đầu năm 1993[1]. Tôi cũng muốn dành một ít thì giờ tư vấn

---

[1] Thư do Giáo sư Trần Chí Đáo, Thứ trưởng Bộ Giáo dục và Đào tạo Việt Nam, ký ngày 2 tháng 1 năm 1993 gửi Giáo sư David Beanland, Viện trưởng/Giám đốc Đại học RMIT về việc mời Tiến sĩ Nguyễn Xuân Thu làm cố vấn.

cho Trường Đại học Bách khoa Hà Nội, vì trường này là trường đại học công nghệ rất giống với trường Đại học RMIT, và tôi có quen biết hiệu trưởng của trường này trong chuyến ông đến thăm Đại học RMIT tại Melbourne trong năm 1993. Đại học Quốc gia Hà Nội cũng có ý định nhờ tôi làm tư vấn, nhưng tôi chỉ gặp vị đứng đầu của trường này mới một lần, nên tôi chưa biết trường đại học này có thật sự muốn nhờ tôi giúp không.

Tôi bắt đầu đến thăm từng cơ quan trên, nhưng theo ưu tiên, thăm trước các trường mà tôi nghĩ cơ may hợp tác thấp nhất. Trước tiên tôi đến thăm anh Vũ Ngọc Tú, lúc đó là Trưởng ban Hợp tác Quốc tế Đại học Quốc gia Hà Nội tại số 19 Lê Thánh Tông. Không ngờ lúc vừa gặp tôi, anh dẫn tôi vào văn phòng của Giám đốc. Giáo sư Nguyễn Văn Đạo tiếp tôi một cách niềm nở và chỉ sau vài phút chào hỏi, Giáo sư Đạo đã trao cho tôi thư đã ký sẵn mời tôi làm Cố vấn cho Giám đốc Đại học Quốc gia Hà Nội (ĐHQGHN) trong chương trình phát triển hợp tác quốc tế. Với tấm lòng chân thật của Giáo sư Đạo, tôi đồng ý giúp trường một số năm.

Từ đó tôi thường xuyên đến làm việc trong phòng Hợp tác Quốc tế của ĐHQGHN và tôi có thể gặp Giám đốc bất cứ lúc nào cần. Lúc này, trong văn phòng Hợp tác Quốc tế này còn có một người Úc từ trường Đại học Monash cũng ở bang Victoria làm cố vấn cho Giám đốc. Những người trong Ban Hợp tác Quốc tế như anh Tú (trưởng ban), chị Quý (phó trưởng ban), cô Anh Thu (chuyên viên) và nhiều bạn trẻ khác là những đồng nghiệp tốt. Họ sẵn sàng giúp đỡ bất cứ lúc nào tôi cần.

Đại diện trường Đại học RMIT tại Việt Nam

Vài tháng sau, Giáo sư Tony Adams, Giám đốc Chương trình Quốc tế thuộc trường Đại học RMIT tại Úc chính thức nhờ tôi thành lập văn phòng đại diện của Đại học RMIT tại Việt Nam. Có chút ít điều kiện tài chính tốt hơn, tôi dời đến một địa chỉ mới, trong một căn phòng ở tầng trên của một chung cư tại số 2 đường Nhà Thờ, sát cạnh Nhà thờ lớn Hà Nội. Địa chỉ mới này tương đối rộng hơn căn phòng cũ, nhưng bất tiện là ở phòng cuối trên lầu của một chung cư, lối vào nhếch nhác, tối tăm và bẩn thỉu.

Do đó ít tháng sau, tôi tìm thuê một ngôi nhà hai tầng và một gác lửng tại số 42 đường Nguyễn Khuyến. Từ nay thỉnh thoảng khi có gì cần tôi mới đến làm việc tại trụ sở của Ban Hợp tác Quốc tế ĐHQGHN, còn không tôi làm việc tại văn phòng ở đường Nguyễn Khuyến.

Tại trụ sở mới, lúc này tôi có tuyển một số người làm việc. Người đầu tiên là cô Nguyễn Thanh Bình[1], vừa tốt nghiệp trường Đại học Ngoại thương Hà Nội, tiếng Anh khá tốt, rất thông minh, nhanh nhẹn. Người thứ hai là anh Đinh Công Bằng, tốt nghiệp đại học ngành Công nghệ Thông tin tại trường Đại học Tổng hợp Hà Nội. Một thời gian sau, Nguyễn Thanh Bình xin nghỉ việc để đi làm cho Bộ Tài chính và anh Bằng thì đi làm cho công ty viễn thông quốc tế Oracle tại Hà Nội (anh Đinh Công Bằng hiện nay đã định cư ở Hoa Kỳ). Một số người khác được tuyển vào thay thế trong đó có cô Đào, cô Chung, anh Huynh.

---

[1] Nguyễn Thanh Bình về sau tốt nghiệp bằng Thạc sĩ Kỹ thuật Hệ thống do Đại học RMIT cấp, hiện nay làm việc cho Bộ Tài Chính. Bà là một trong những thành viên rất tích cực của Hội ái hữu cựu sinh viên Đại học RMIT.

Công việc chính lúc mới thành lập Văn phòng đại diện của Đại học RMIT tại Việt Nam là để có một địa chỉ liên hệ tại Việt Nam nhằm phát triển các hoạt động nghiên cứu khoa học và đào tạo tại Việt Nam. Những lớp đào tạo đầu tiên của RMIT tại Việt Nam là các lớp tiếng Anh dành cho nhân viên người Việt làm việc cho các cơ sở bưu chính viễn thông, hàng không Việt Nam, dầu khí tại Vũng Tàu, và cán bộ làm việc trong các cơ quan của chính quyền. Cần nói rõ hơn, trong các hoạt động này, văn phòng của tôi ở Hà Nội chỉ đóng vai trò của một địa chỉ hỗ trợ. Mọi đàm phán, ký kết và điều hành các lớp học đều do Đại học RMIT ở Melbourne thực hiện.

Tiếp đến là dự án đào tạo cán bộ quản lý và kỹ thuật cho Công ty Ford Việt Nam trước khi cơ sở này chính thức đi vào hoạt động tại Hải Hưng. Giám đốc của dự án Đào tạo nhân sự cho Công ty Ford là Giáo sư Ian Bates, Phó Khoa trưởng trường Kỹ thuật (Faculty of Engineering) của Đại học RMIT. Giáo sư Bates trước đây là một trong số những nhà tư vấn cho Dự án đường dây điện 500 kilô Volt đưa điện từ Bắc vào Nam.

Để bắt đầu, các nhân viên chủ chốt vừa được Công ty Ford Việt Nam tuyển cho mỗi bộ phận trong nhà máy phải được đào tạo lại từ tiếng Anh, quản lý, đến chuyên môn. Các lớp đào tạo được chia làm hai giai đoạn: giai đoạn 1 gồm tiếng Anh và quản lý được dạy tại Hà Nội, và giai đoạn 2 mỗi học viên tùy theo chuyên môn riêng được đưa đi thực tập tại các nước trên thế giới. Đến gần cuối năm 1995 và đầu năm 1996, các lớp đào tạo này mới kết thúc và từ đó nhà máy lắp ráp ôtô của hãng xe Ford Việt Nam mới bắt đầu đưa vào hoạt động. Giúp việc cho Giáo sư Bates, còn có ông Alan Granger trong chức vụ Quản lý Đào tạo tại Việt Nam và Tiến sĩ Ngô Lê Thông, giảng viên môn hàn tại trường Đại học Bách khoa Hà Nội. Trong dự án này, văn phòng của tôi tại Hà Nội cũng chỉ đóng vai trò điều phối và hỗ trợ hành chính và hậu cần.

Phổ biến hình ảnh đại học RMIT và tuyển sinh du học

Chức năng cốt lõi của Văn phòng đại diện trường Đại học RMIT tại Việt Nam là phổ biến hình ảnh trường Đại học RMIT đến với công chúng Việt Nam, từ sinh viên, phụ huynh, đến các Bộ, ngành, các trường đại học, các giảng viên và tầng lớp trí thức. Tôi hiểu rất rõ trường Đại học RMIT không phải là một trường đại học nghiên cứu, nhưng là một trong những trường đại học công nghệ hàng đầu của Úc, và các chương trình đào tạo của trường rất phù hợp với nhu cầu phát triển của Việt Nam trong giai đoạn Việt Nam bắt đầu mở cửa. Văn phòng đại diện của RMIT tại Hà Nội đã làm khá tốt. Trong năm 1996, có gần một phần ba sinh viên nhận học bổng AusAID đã đăng ký đi học trường Đại học RMIT[1]. Số sinh viên du học tự túc từ Việt Nam chọn trường Đại học RMIT cũng mỗi ngày một đông hơn.

Ngoài ra, Văn phòng đại diện trường đại học RMIT tại Việt Nam còn có nhiệm vụ hỗ trợ và giúp tư vấn tuyển sinh viên đi học tại trường Đại học RMIT ở Melbourne. Để phục vụ cho mục tiêu này, Văn phòng đại diện trường Đại học RMIT tại Hà Nội đã tự động giúp mở hai

---

[1] Xem bài viết của Giáo sư Tony Adams "An Australian University Collaboration in Vietam: A Case Study" (Sự hợp tác của một Đại học Úc: Một nghiên cứu điển hình) trên *Vietnamese Studies Review*, số 2 năm 1997, trang 12.

công ty tư vấn du học. Công ty Tư vấn Du học I&T Education tại Hà Nội chính thức hoạt động từ đầu năm 1996 với giấy phép của Ủy ban Nhân dân Thành phố Hà Nội, và gần hai năm sau, Công ty T&C Education do cô Nguyễn Thị Thu Cúc làm giám đốc mới mở tại Thành phố Hồ Chí Minh. Thực tế thì công ty này đã hoạt động cùng một lần với công ty I&T Education Hà Nội nhưng với tư cách pháp nhân là một công ty chi nhánh của công ty I&T Hà Nội. Công ty T&C Education hiện nay vẫn còn đang hoạt động trong khu vực miền Nam. Từ ngày thành lập cho đến năm 2000, hai công ty này đã đưa được một số đáng kể sinh viên Việt Nam qua du học tại RMIT ở Melbourne, không kể các sinh viên có học bổng của AusAID và của trường RMIT. Cá nhân tôi đã đóng vai trò cố vấn cho hai công ty này, còn Giám đốc thật sự là bà Hồ Hoàng Lan ở Hà Nội và bà Nguyễn Thị Thu Cúc tại Thành phố Hồ Chí Minh.

Ngoài sinh viên du học tự túc, trường Đại học RMIT có cấp một số học bổng miễn học phí toàn phần và bán phần cho trên 50 sinh viên do Văn phòng đại diện trường Đại học RMIT giới thiệu. Mỗi học bổng trị giá từ 45 nghìn đến 75 nghìn đô la Úc tùy theo từng ngành học. Trong số những sinh viên nhận được học bổng, có nhiều người thành công nhưng cũng có một số người không đạt được mục tiêu của mình. Một số lớn những người có học bổng miễn học phí nay đã là công dân Úc. Đặc biệt có khá nhiều sinh viên thuộc gia đình rất nghèo, không có cách gì để có thể sống và học tại đại học ở Hà Nội, nhưng nhờ có học bổng này mà được tiếp tục con đường học vấn và tốt nghiệp đại học tại Úc (trường Đại học RMIT). Đây là một niềm vui rất lớn của tôi, một người có đóng góp một phần vào sự thay đổi số phận này. Phần vui lớn hơn dành cho người quyết định cấp học bổng: cố Giáo sư Tony Adams.

Các chương trình hợp tác với Đại học Quốc gia Hà Nội

Một chương trình cốt lõi khác không thể không nhắc đến đó là chương trình hợp tác giữa trường Đại học RMIT và ĐHQG Hà Nội. Đến cuối năm 1994, với vai trò cố vấn cho Giám đốc ĐHQG Hà Nội và qua hoạt động tích cực của Giáo sư Ian Bates, ĐHQG Hà Nội và trường Đại học RMIT đã ký với nhau một Bản Ghi nhớ thành lập Trung tâm Phát triển Hệ thống (Centre for Systems Development). Sự thực thì lúc đầu chúng tôi (Giáo sư Ian Bates và tôi) có ý định thành lập một Trung tâm Phát triển Chiến lược (Centre for Strategic Development) tại Hà Nội. Nhưng lúc bấy giờ có người khuyên rằng từ "chiến lược" không thích hợp cho một trung tâm trong một trường đại học. Vì vậy chúng tôi lấy tên Trung tâm Phát triển Hệ thống (Centre for System Development = CSD), là nơi sẽ triển khai chương trình đào tạo Thạc sĩ Kỹ thuật ngành Công nghệ Hệ thống (Master of Engineering in System Engineering) giữa trường Đại học RMIT và trường ĐHQG Hà Nội, và cũng mang ý nghĩa rất quan trọng là tại một đất nước đang phát triển như Việt Nam, sự phát triển đồng bộ, có hệ thống là hết sức cần thiết. Theo thỏa thuận được ghi trong phần Phụ lục của Bản ghi nhớ, đại diện của hai trường đại học sẽ cùng thay nhau điều hành và quản lý Chương trình này. Theo đó, Phó Giáo sư Tiến sĩ Phạm Kỳ Anh và cá nhân tôi Nguyễn Xuân Thu được bổ nhiệm vào Ban Quản lý Chương trình Thạc sĩ Công nghệ Hệ thống (Master of System Engineering).

Để có văn phòng làm việc cho Trung tâm Phát triển Hệ thống (CSD), giữa năm 1995, dự án xây dựng Nhà Hợp tác Quốc tế (International Cooperation House) ra đời. Theo thỏa thuận, trường Đại học RMIT cấp kinh phí xây dựng và mua sắm trang thiết bị còn ĐHQG Hà Nội cấp đất (trong khuôn viên chính của ĐHQG Hà Nội tại đường Xuân Thủy, quận Cầu Giấy, Hà Nội). Tháng 4 năm 1997, Bộ trưởng Giáo dục Đại học bang Victoria Phil Honeywood và Thứ trưởng Bộ GDĐT Vũ Ngọc Hải chính thức khai trương Nhà Hợp tác Quốc tế này. Cho đến cuối năm 2000, tổng cộng có ba khóa Thạc sĩ Công nghệ Hệ thống với gần 100 sinh viên đã tốt nghiệp. Hiện nay những người tốt nghiệp trong các khóa học này đang nắm giữ nhiều vai trò quản lý then chốt trong các cơ quan của nhà nước hoặc trong các doanh nghiệp tại Việt Nam. Có được kết quả này không thể không nhắc đến vai trò quyết định của Giáo sư David Beanland, Giám đốc Đại học RMIT, tầm nhìn cùng tấm lòng độ lượng của Giám đốc Chương trình Quốc tế của Đại học RMIT Giáo sư Tony Adams và sáng kiến cùng quyết tâm của Giáo sư Ian Bates[1].

Chương trình đào tạo Thạc sĩ ngành Công nghệ Hệ thống (Master of System Engineering) là một trong số những hoạt động then chốt của Trung tâm CSD. Đây là một chương trình khá thành công tại trường Đại học RMIT Melbourne. Khóa đầu tiên của chương trình này bắt đầu tuyển sinh tại Việt Nam vào đầu năm 1995. Có 24 sinh viên trúng tuyển, chỉ có một số ít sinh viên là

---

[1] Giáo sư Ian Bates, Phó Khoa trưởng trường Kỹ thuật Đại học RMIT, là một trong vài ba thành viên đã có những đóng góp lớn nhất cho sự thành hình Trung tâm Phát triển Hệ thống tại Đại học Quốc gia Hà Nội.

phải trả học phí. Số còn lại do quỹ học bổng của RMIT chi trả. Trong số sinh viên nhận được học bổng (miễn trả học phí), có 4 người là giảng viên của ĐHQG Hà Nội, 5 người thuộc trường Đại học Bách khoa Hà Nội (trong đó có anh Ngô Lê Thông đã có bằng Tiến sĩ ở Tiệp Khắc), 3 người của Đại học Huế, 4 người là giảng viên của trường Đại học Bách khoa TP Hồ Chí Minh và 1 người là chuyên viên của Khu Công nghệ cao Thành phố Hồ Chí Minh (Ho Chi Minh City High Tech Industrial Park). Khóa học kéo dài gần ba năm, trong đó giai đoạn sau cùng, tất cả sinh viên phải qua học tại trường Đại học RMIT ở Melbourne. Trong thời gian học tại RMIT, sinh viên phải tham dự các lớp hội thảo khoa học, thực tập tại các doanh nghiệp và viết luận văn tốt nghiệp. Sau cùng có 18 sinh viên tốt nghiệp nhận văn bằng Thạc sĩ Kỹ thuật (Master of Engineering) chuyên ngành Công nghệ Hệ thống (Systems Engineering) do trường Đại học RMIT cấp tại Melbourne.

Tổ chức các hội thảo quốc tế

Song song với các hoạt động đào tạo của Trung tâm Phát triển Hệ thống, giữa hai trường đại học còn hợp tác trong việc tổ chức các hội thảo quốc tế. Hội thảo quốc tế lần đầu tiên được tổ chức tại Hà Nội do hai trường đứng ra tổ chức vào tháng 5 năm 1996 về "Vai trò của giáo dục đại học tại các nước đang phát triển trong thế kỷ 21" (The Role of Higher Education in Developing Countries in the 21st Century). Hội thảo có khoảng 200 nhà giáo dục từ trên 20 nước tham dự. Một số bài tham luận trong Hội thảo này về sau được phổ biến trong một số tạp chí ở nước ngoài, trong đó có bài của tôi với tên "Giáo dục đại học tại Việt Nam: Những lĩnh vực cần hỗ trợ" (Higher Education in Vietnam: Key Areas Need Assistance), do Hiệp hội các Đại học Quốc tế đăng trên tạp chí *Higher Education Policy* (Bộ 10, Số 22, trang 137-143), Anh quốc.

Trên hai năm sau, từ ngày 15 đến 17/7/1998, một hội thảo quốc tế khác được tổ chức tại Hà Nội với quy mô lớn nhất Việt Nam từ trước đến nay- Việt Nam học[1], do ĐHQG Hà Nội và Trung tâm Khoa học Xã hội và Nhân văn Việt Nam đồng tổ chức. Đại học Công nghệ Hoàng gia Melbourne (RMIT University) là cơ quan tư vấn.

Tháng 10/1997 tôi có đọc một bài về "Tình hình giảng dạy, học tập môn tiếng Việt và nghiên cứu về Việt Nam tại Úc" tại một cuộc hội thảo quốc tế tại Pháp. Nhân dịp này tôi có phổ biến thông tin về cuộc Hội thảo về Việt Nam học sẽ được tổ chức tại Hà Nội vào tháng 7 năm 1998[2]. Trong chuyến đi châu Âu lần này ngoài mục đích dự hội thảo tại Paris tôi có ghé thăm London, Amsterdam và đến thành phố Stuttgart của Đức để thăm vợ chồng Christopher và Georgia Kohler, hai bạn cũ của tôi quen biết nhau từ thời còn học tại Đại học Indinana University ở thành phố Bloomington, Hoa Kỳ.

Hội thảo quốc tế về Việt Nam học được tổ chức tại Hà Nội từ ngày 15 đến 17 tháng 7 năm 1997 "là cuộc hội

---

[1] Việt Nam học (Vietnamology). Tên dự trù lúc đầu cho Hội thảo Quốc tế này là Vietnamese Studies and the Enhancement of International Cooperation. Lúc đó chỉ có Đại học Quốc gia Hà Nội tổ chức. Về sau mới có thêm Trung tâm Khoa học xã hội và nhân văn Quốc gia. Tên chính thức của Hội thảo từ đó là Việt Nam học và do ĐHQGHN và TTKHXHNVQG đồng tổ chức. Đại học RMIT đóng vai trò tư vấn.

[2] *Vietnamese Studies Review* (RMIT Xuất bản, số 1 tháng 1 năm 1997, tr. 124-125), trang "Call for Papers".

thảo đầu tiên về Việt Nam học tổ chức tại Việt Nam"[1] với trên 700 nhà khoa học và trí thức tham dự, trong đó gần một nửa là những nhà nghiên cứu Việt Nam học đến từ 26 quốc gia trên thế giới. Tham dự hội thảo còn có các nhà lãnh đạo cấp cao nhất của Việt Nam tham dự, từ Tổng bí thư, Thủ tướng Chính phủ, Đại tướng Võ Nguyên Giáp, đến các nhà khoa học, nhà nghiên cứu hàng đầu trong cả nước. Trong phiên họp khai mạc, ngoài các quan chức Việt Nam còn có nhiều vị Đại sứ và đại diện 27 Đại sứ quán nước ngoài tại Hà Nội tham dự.

Có 437 báo cáo khoa học, trong đó có 176 báo cáo khoa học của các nhà khoa học nước ngoài và 10 báo cáo khoa học chính được mời trình bày trong phiên họp toàn thể. Các báo cáo xoay quanh 8 chủ đề chính về Việt Nam và phát triển hợp tác quốc tế: một, lịch sử, truyền thống và hiện đại; hai, văn hoá và giao lưu văn hoá; ba, kinh tế và xã hội; bốn, làng xã, nông thôn và nông nghiệp; năm, phụ nữ, gia đình và dân số; sáu, đô thị và môi trường; bảy, ngôn ngữ và tiếng Việt; và tám, các nguồn tư liệu và thư viện.

Những vị phát biểu trong các phiên họp toàn thể gồm có Võ Nguyên Giáp (Đại tướng, Việt Nam), Eto Shinkichi (Giáo sư danh dự Đại học Tokyo, Nhật Bản), Trần Văn Giàu (Học giả, Việt Nam), Cốc Nguyên Dương (Giáo sư, Trung Quốc), Jean-Pierre Drege (Viễn Đông Bác cổ, Pháp), D.V. Deopik (Giáo sư, Liên bang Nga), David Beanland (Giáo sư, Úc)...

Bài "Việt Nam học ở Bắc Mỹ" do Giáo sư Keith Taylor, thuộc Đại học Cornell, Hoa Kỳ, tác giả của quyển *The Birth of Vietnam* (Buổi bình minh của Việt Nam), đọc

---

[1] Trang 2 trong Lời nói đầu, Việt Nam học.

trong phiên họp toàn thể (keynote speech) được những người tham dự Hội thảo nồng nhiệt đón nhận. Ông giới thiệu động lực và toàn cảnh của ngành nghiên cứu Việt Nam học tại Bắc Mỹ trong thời chiến tranh lạnh, đến giai đoạn không còn chiến tranh lạnh và đặc biệt là bốn khuynh hướng nghiên cứu ngành Việt Nam học đang diễn ra hiện nay ở Bắc Mỹ: một, nhấn mạnh vào những vùng và địa phương hoặc các nhóm xã hội hay chính trị trong quá khứ đã bị bỏ qua; hai, không xem lịch sử như là sự phát triển từ một giai đoạn này sang một giai đoạn khác mà đơn giản chỉ là một sự tích tụ kinh nghiệm của con người (không bị giam hãm bởi quan điểm lịch sử sẽ có nhiều sáng kiến đa dạng hơn); ba, nhấn mạnh vào ngôn ngữ và vào sự biết đọc và biết viết và chú trọng vào văn học bằng tiếng Việt hơn là văn học Việt Nam (không chỉ có nghiên cứu văn học tại Việt Nam và Việt Nam trong khu vực Đông Nam Á mà bất cứ đâu trên thế giới có văn học được viết bằng tiếng Việt); bốn, hiểu về Việt Nam như một đối tượng của tri thức qua những câu chuyện khác không dựa vào câu chuyện anh hùng dân tộc chống thực dân của lịch sử Việt Nam, và nhờ vậy mà sẽ giúp người Bắc Mỹ có những cách nhìn mới vào Việt Nam[1].

Ba ngôn ngữ được sử dụng chính thức tại hội thảo là tiếng Việt, tiếng Anh và tiếng Pháp. Nếu người phát biểu bằng tiếng Pháp thì có một nhóm thông dịch ra tiếng Việt và một nhóm ra tiếng Anh. Riêng Giáo sư Keith Taylor, người Mỹ, nhưng lại đọc bản báo cáo của mình bằng tiếng Việt.

---

[1] Kỷ yếu Hội thảo về Việt Nam học do Nhà xuất bản Thế giới xuất bản, Hà Nội, 1998, tập 1, tr. 79-92.

Giáo sư Nguyễn Văn Đạo, Giám đốc ĐHQG Hà Nội là Đồng Chủ tịch Hội thảo Việt Nam học này. Giáo sư Phan Huy Lê và Giáo sư Lê Hữu Tầng đồng làm Trưởng ban tổ chức và cá nhân tôi được mời làm việc như một chuyên viên cung cấp hai loại tư vấn: một, tham dự các buổi họp xin tài trợ hội thảo và góp ý đề cử các vị phát biểu chính trong các phiên họp toàn thể; và hai, liên hệ với các nhà khoa học nước ngoài, đọc và giúp chọn các bản tham luận tóm lược bằng tiếng Anh (Abstract) của các tham dự viên người nước ngoài. Văn phòng đại diện của trường Đại học RMIT tại Việt Nam, lúc này đã chuyển đến số 52B Nguyễn Khuyến, Hà Nội, là trụ sở làm việc chính thức của Ban tổ chức Hội thảo trong giai đoạn tiền hội thảo.

Qua việc tham gia vào hội thảo quan trọng này, và qua những lần họp với Ban tổ chức và các ban ngành liên quan thuộc các Bộ, Cục, tôi mới thấy chính phủ Việt Nam rất coi trọng các hội thảo quốc tế. Những bài tham luận đến từ bất cứ đâu cũng được đọc và xem xét rất kỹ, và điều ngạc nhiên lớn nhất của tôi là phần lớn giới trí thức Việt Nam rất "trọng nể" nếu không nói là khiếp sợ các vị làm việc trong ngành Công An. Những bài tham luận trong Hội thảo này về sau được chỉnh sửa và xuất bản phổ biến rộng rãi tại Việt Nam[1].

Hội thảo về Việt Nam học này được Ban tổ chức đánh giá là cực kỳ thành công. Bởi đây là một hội thảo về học thuật lớn nhất Việt Nam từ trước đến nay, có nhiều nhà khoa học quốc tế tham dự nhất, nhiều cấp lãnh đạo cấp cao trong nước tham dự nhất, nhiều nhà nghiên cứu Việt Nam hàng đầu có đóng góp tham luận nhất, và cũng

---

[1] *Kỷ yếu Hội thảo* về Việt Nam.

là hội thảo tốn kém nhất từ trước đến nay. Quỹ Ford Foundation của Mỹ tại Hà Nội đã tài trợ khoảng 77 phần trăm trên tổng số chi phí. Số còn lại là do Quỹ Toyota tài trợ và phí thu từ các người nước ngoài tham dự hội thảo. Trong buổi liên hoan sự thành công của hội thảo Giáo sư Phan Huy Lê đã tổng kết ý kiến rằng từ nay cứ mỗi hai hoặc ba năm nên tổ chức Hội thảo Quốc tế về Việt Nam học một lần và đưa ra đề xuất hình thành một tổ chức quốc tế về Việt Nam học mang tên Hội đồng quốc tế về Việt Nam học[1]. Nhiều người nghĩ rằng sau hội thảo, trào lưu nghiên cứu về Việt Nam học sẽ bước qua một trang sử mới.

Trong thời gian giúp Hội thảo quốc tế về Việt Nam học tôi gặp một điều khó quên. Trong thời gian gần ba tuần lễ nữa là đến ngày hội thảo, chúng tôi trong Ban tổ chức ai ai cũng bận rộn ghê gớm, mắt người nào cũng thâm quầng. Một hôm có một nữ sinh viên người Mỹ (gốc Pháp) đang học ở Hà Nội đến xin đăng ký dự Hội thảo. Như bất cứ người nước ngoài nào muốn dự hội thảo là tôi (phụ trách các hội thảo viên người nước ngoài) ký Thư mời đã in sẵn (chỉ cần điền thông tin cá nhân). Mấy ngày sau tôi mới biết bà là sinh viên học môn tiếng Việt tại trường Đại học Sư phạm Hà Nội, visa sẽ hết hạn ngày 30/06/1998 và bà không được gia hạn visa để ở lại dự cuộc hội thảo quốc tế này vì trong thời gian ở Hà Nội bà đã làm thông dịch cho Dương Thu Hương (một nhà văn chống chế độ Cộng sản). Bà sinh viên này nhờ Đại sứ Mỹ tại Hà Nội Pete Peterson can thiệp bằng cách gửi công hàm đến Bộ Ngoại giao Việt

---

[1] Phan Huy Lê, "Một cuộc hội tụ quốc tế của các nhà Việt Nam học" (Tổng kết khoa học), Kỷ yếu Việt Nam học, tập 1, tr. 13-16.

Nam, nhờ thế bà người Mỹ này được ở lại Việt Nam cho đến hết hội thảo.

Sau vụ đó, tôi bị phía An Ninh nghi ngờ làm việc cho CIA Mỹ. Họ gọi tôi đến Bộ Công An điều tra. Văn phòng tôi làm việc và các máy vi tính đều bị Công an khám xét và lập biên bản (Trong biên bản ghi là "chỉ có tài liệu phục vụ hội thảo"). Sau đó cùng với những "hiểu lầm" khác, tôi bị cấm không cho về Việt Nam. Cuối năm 2004 nhờ có xác minh và cam kết của Giáo sư Nguyễn Văn Đạo tôi mới được về lại Việt Nam sau trên bốn năm bị cấm.

Góp ý kiến về giáo dục đại học với Bộ Giáo dục và Đào tạo

Từ đầu năm 1992 đến cuối năm 1993 tôi về Việt Nam nhiều lần. Kết quả, đầu năm 1993 Bộ GDĐT có quyết định mời tôi về Việt Nam giúp Bộ GDĐT.

Đến đầu tháng tư năm 1994, tôi về Hà Nội. Ngoài việc làm tư vấn cho trường Đại học RMIT và cố vấn thiện nguyện cho Đại học Quốc gia Hà Nội, thì giờ còn lại tôi giúp Bộ GDĐT tìm hiểu cơ cấu tổ chức và cách thức điều hành một trường đại học đa ngành ở các nước phát triển phương Tây.

Các vị lãnh đạo Bộ GDĐT và các trường đại học Việt Nam thời đó và ngay cả bây giờ vẫn còn bị ảnh hưởng quá mạnh bởi mô hình trường đại học đơn ngành trong khối Liên Xô cũ. Họ lúng túng không biết làm sao có thể điều hành được một trường đại học đa ngành. Tôi đã giải thích nhiều lần nhưng họ vẫn không tin rằng lối điều hành đa ngành, đan chéo như vậy có thể thành công. Vụ Đại học có đặt mua và nghiên cứu quyển luận án Tiến sĩ của tôi in ở London năm 1982[1] nhưng cũng không thấy chút ánh sáng nào thêm. Ngoài các ông Lâm Quang Thiệp và Lê Viết Khuyến, Vụ trưởng và Vụ phó của Vụ Đại học, và ông Trần Văn Nhung lúc ấy là Vụ trưởng Vụ Hợp tác Quốc tế, tôi có may mắn được gặp Bộ trưởng Trần Hồng Quân khá thường xuyên.

Các khuyến cáo liên quan đến cải tổ hệ thống giáo dục đại học trong Bản Báo cáo Liên Bộ và tổ chức UNESCO phổ biến năm 1992[2] chỉ được áp dụng nửa chừng. Các cơ sở nghiên cứu thuộc Bộ Khoa học và Công nghệ và các hoạt động nghiên cứu và phát triển (R&D) của các trường đại học thuộc Bộ GDĐT vẫn hoạt động riêng lẻ, thiếu phối hợp khiến cho các trường đại học Việt Nam cho đến nay vẫn còn yếu kém về mặt nghiên cứu. Những dự án nghiên cứu của Bộ GDĐT phân phối cho các trường đại học cũng không giúp cải tiến mảng nghiên cứu trong các trường đại học. Cơ cấu tổ chức các trường đại học vẫn bám sát mô hình đại học đơn ngành của Liên Xô cũ. Việc thành lập hai trường đại học quốc gia cũng rất bất cập. Điển hình là trường ĐHQGHN thì số trường đại học thành viên quá ít (3 trường), không có các ngành kỹ thuật, công nghệ, y, dược, kiến trúc, do đó ĐHQGHN không xứng với tầm cỡ của một trường đại học quốc gia, trong lúc đó thì số trường thành viên nhập lại trong ĐHQG/TPHCM lại quá lớn (9 trường) bao gồm tất cả các trường đại học công lập tại Thành phố Hồ Chí Minh. Về sau tách ra thì ĐHQG/TPHCM lại quá nhỏ.

---

[1] Nguyễn Xuân Thu, 1982, *Organizational Structure and Governance of Public Universities in South Vietnam* (Cơ cấu tổ chức và quản lý các Đại học công lập miền Nam Việt Nam), London.

[2] Phạm Minh Hạc (1992) *Báo cáo công tác* (A Report of Activities). UNDP, UNESCO và Bộ Giáo dục Đào tạo, Hà Nội.

Quản lý trong hai trường đại học quốc gia này không phải là lối quản lý của một trường đại học đa ngành theo mô hình của các nước phát triển phương Tây. Nhiều chuyên gia về giáo dục xem đó là nhiều trường đại học trong một trường đại học (Many universities in one university). Việc cho áp dụng giai đoạn I- Giáo dục Đại cương cũng là một thử nghiệm sai lầm và phải mất nhiều năm sau mới xóa được các trường "Giáo dục đại cương". Đề xuất Ngân hàng Thế giới tài trợ dự án cải tổ giáo dục đại học Việt Nam từ năm 1992 mà mãi trên 10 năm sau vẫn chưa triển khai xong.

Ngoài những lần thảo luận, tư vấn ấy, tôi còn được yêu cầu tư vấn một số vấn đề khác. Vận động với trường Đại học RMIT tài trợ cho một số nhà quản lý giáo dục đại học Việt Nam đến tham quan và tìm hiểu cách thức quản lý trong một số trường đại học của Úc, hoặc cấp một số học bổng cho một số giáo viên trong các trường đại học hoặc cho một số sinh viên có hoàn cảnh đặc biệt đi du học tại trường Đại học RMIT. Vận động trường Đại học RMIT đưa các thành viên trong ban lãnh đạo trường cũng như các giáo sư chuyên ngành của RMIT qua Việt Nam thuyết trình về kinh nghiệm quản lý một trường đại học đa ngành ở Úc tại hội trường Bộ GDĐT, tại các trường đại học ở Hà Nội, Huế và Tp Hồ Chí Minh (Gs David Beanland), tại hai trường quản lý giáo dục của Bộ GDĐT ở Hà Nội và TP Hồ Chí Minh (Phó Gs Peter Ling thuộc Đại học RMIT và Gs Lorraine Ling thuộc Đại học La Trobe), và tư vấn thành lập các bộ phận trắc nghiệm và khảo thí tại Bộ GDĐT Việt Nam (Gs Patrick Griffin).

Chương 8:
Thành lập trường Đại học Quốc tế RMIT Việt Nam

Ý tưởng thành lập trường đại học quốc tế tại Việt Nam

Vào khoảng tháng tư năm 1996, tôi đến gặp Bộ trưởng Trần Hồng Quân tại văn phòng của ông và tôi thú thực rằng vai trò cố vấn của tôi không có mấy hiệu quả vì "chỉ nghe mà không thấy" khó có thể thuyết phục được người khác. Bộ trưởng Trần Hồng Quân cũng đồng ý như thế và ông cũng tâm sự rằng Bộ trưởng Giáo dục không phải có thể làm bất cứ việc gì mình muốn mà ông đã bị chi phối bởi quá nhiều thế lực bên ngoài của xã hội. Một lúc sau, hết sức dè dặt, tôi gợi ý là có nên chăng mời một trường đại học nước ngoài vào thành lập trường của họ ở Việt Nam. Ông đồng ý ngay và bảo tôi suy nghĩ thêm và nếu cần gửi thư mời thì ông sẽ ký. Thế là từ sau buổi gặp Bộ trưởng, ý tưởng thành lập một trường đại học quốc tế tại Việt Nam nhen nhúm mãnh liệt trong tôi.

Hơn một tuần lễ sau, tôi cầm tay đưa cho Bộ trưởng Trần Hồng Quân bản thảo thư gửi Ban lãnh đạo trường Đại học RMIT về việc mời thành lập trường đại học quốc tế RMIT tại Việt Nam. Đọc xong, ông đồng ý ngay. Đó là giờ phút đầu tiên để bốn năm sau có sự ra đời của trường Đại học Quốc tế RMIT tại Việt Nam.

Tôi chuyển thư của Bộ trưởng Trần Hồng Quân về Úc cho Giáo sư David Beanland, Viện trưởng/Giám đốc của Đại học RMIT. Một tuần sau RMIT gửi thư trả lời Bộ trưởng Trần Hồng Quân yêu cầu Bộ GDĐT cho biết những chương trình đào tạo mà Việt Nam quan tâm và muốn đưa vào giảng dạy tại trường đại học quốc tế tại Việt Nam. Bộ trưởng Trần Hồng Quân cho tôi biết những quan tâm của ông và nhờ tôi thảo thư trả lời.

Nhân dịp phái đoàn của trường Đại học RMIT sang thăm Việt Nam, tôi chuyển cho Giáo sư David Beanland thư của Bộ trưởng Trần Hồng Quân tại khách sạn Norfolk, số 117 đường Lê Thánh Tôn, quận 1, Thành phố Hồ Chí Minh (nơi phái đoàn trường Đại học RMIT đang ở). Giáo sư Beanland cùng phái đoàn trong đó có tôi, họp thảo luận thư của Bộ trưởng Trần Hồng Quân và tất cả mọi thành viên được mời đóng góp ý kiến phác thảo diện mạo của trường Đại học Quốc tế RMIT tại Việt Nam. Tôi là người đánh bản thảo ấy vào máy tính đặt tại Văn phòng Đại diện RMIT tại Tp Hồ Chí Minh. Ngày hôm sau, thư và dự án thành lập trường Đại học RMIT được chuyển ra Hà Nội cho Bộ trưởng Trần Hồng Quân. Từ đó Bộ GDĐT làm việc trên dự án này và tôi được mời tham dự đóng góp ý kiến. Đến tháng 7 năm 1996 thì văn bản về việc xin thành lập trường đại học RMIT do Bộ trưởng Trần Hồng Quân ký được trình lên Văn phòng Thủ tướng. Khoảng 3 tháng sau, vào tháng 10 năm ấy, Bộ GDĐT nhận được văn thư của văn phòng Thủ tướng yêu cầu Bộ GDĐT trình thêm một số văn bản bổ sung. Sau đó Bộ GDĐT gửi lại đầy đủ hồ sơ theo yêu cầu với mong muốn là Bộ GDĐT có thể nhận được văn bản đồng ý của Văn phòng Chính phủ trước khi nhiệm kỳ Bộ trưởng GDĐT của Giáo sư Trần Hồng Quân kết thúc vào tháng 7 năm sau.

Tuy nhiên khi nhiệm kỳ Bộ trưởng của Ông Trần Hồng Quân kết thúc thì trường Đại học RMIT vẫn chưa nhận được văn bản về việc thành lập trường như mong đợi. Do đó, đến ngày 9 tháng 12 năm 1997, với sự giúp đỡ của anh Nguyễn Trí Dũng (lúc đó là Tổng biên tập của báo *Đầu Tư* và phiên bản tiếng Anh là *Vietnam Investment Review*), tôi đã soạn một văn bản ký tên Giám đốc Chương trình Úc-Việt của Trường Đại học RMIT gửi Văn phòng Chính phủ xin cứu xét hồ sơ mở trường của Đại học RMIT với một niềm hy vọng rất mong manh. Thế nhưng, khoảng hơn một tháng sau, ngày 23/01/1998 tôi nhận được văn bản trả lời từ Văn phòng Chính phủ do Bộ trưởng, Chủ nhiệm VPCP Lại Văn Cử, thay mặt Phó Thủ tướng Phạm Gia Khiêm ký, "đồng ý về mặt nguyên tắc để trường Đại học Công nghệ Hoàng gia Melbourne (RMIT) được thành lập phân viện đại học ở Việt Nam".

Với văn bản "đồng ý về mặt nguyên tắc", văn phòng đại diện trường Đại học RMIT tại Việt Nam mở ra một giai đoạn phát triển mới, tất cả sẽ được trình bày dưới đây trong phần "Thành lập trường Đại học Quốc tế RMIT Việt Nam".

Tiến hành dự án

(Từ trái sang: Giáo sư David Beanland, Giáo sư David Wilmoth và Nguyễn Xuân Thu)

Với Giấy phép chấp thuận về nguyên tắc của Chính phủ, Giám đốc Đại học RMIT tại Melbourne cho tiến hành thành lập ngay bộ máy phụ trách dự án này[1]. Theo đó, Giáo sư David Wilmoth, Phó Giám đốc Quốc tế (Deputy Vice-Chancellor International) được chuyển sang làm Giám đốc các Dự án chính (Major Projects). Đơn vị này được đặt dưới quyền lãnh đạo trực tiếp của Giáo sư David Beanland, Giám đốc Đại học RMIT[2]. Từ đó

---

[1] Văn bản số 274/VPCP/KGVX V/v Thành lập phân viện đại học RMIT tại Việt Nam do Bộ trưởng, Chủ nhiệm VPCP Lại Văn Cử ký ngày 23/01/1998.

[2] Trong mỗi Đại học tại Úc (trước năm 1975 tại miền Nam gọi là Viện đại học), chủ nhân của đại học/viện đại học là Hội đồng Đại học (University Council) và người đứng đầu của Hội đồng Đại học

văn phòng của Chương trình Úc - Việt đặt tại Hà Nội cũng được chuyển sang làm việc với Dự án chính. Và để đảm trách nhiệm vụ mới, văn phòng tại Hà Nội phải được dời vào Thành phố Hồ Chí Minh. Nhưng vì tôi còn phải giúp Đại học Quốc gia Hà Nội tổ chức Hội thảo quốc tế về Việt Nam học nên sau khi Hội thảo kết thúc và từ tháng 8 năm 1998 văn phòng này mới dần dần được dời vào Nam.

Phải mất một thời gian hơn ba tháng Văn phòng Dự án thành lập trường Đại học RMIT Việt Nam tại Sài Gòn mới có giấy phép chính thức[1]. Văn phòng này đặt tại số 27 Nguyễn Trung Trực, Quận 1, thành phố Hồ Chí Minh, gần chợ Bến Thành. Văn phòng chỉ có 4 người: tôi làm trưởng văn phòng dự án, cô Bùi Võ Minh Thanh giúp tôi liên hệ với các cơ quan của chính quyền thành phố trong dự án thành lập trường Đại học RMIT, cô Võ Kim Trưng làm thư ký kiêm điều phối viên trong chương trình đào tạo Thạc sĩ Kỹ thuật ngành Kỹ thuật Hệ thống (Master of Engineering in System Engineering), và cô Nguyễn Thị Thu Cúc phụ trách tuyển sinh du học cho Đại học RMIT tại Melbourne.

Để bắt đầu, việc chọn địa điểm để thành lập trường Đại học Quốc tế RMIT Việt Nam là ưu tiên hàng đầu. Hai tháng sau khi nhận được Giấy phép chấp thuận về nguyên tắc, khoảng cuối tháng 3 năm 1998, một phái đoàn có 3 người, trong đó có tôi (văn phòng của tôi lúc

---

(viện đại học) gọi là Chủ tịch Hội đồng Đại học (Chancellor of University Council). Người chính thức điều hành đại học (University) là Phó Chủ tịch Hội đồng Đại học kiêm Giám đốc Đại học (President) ngày trước gọi là Viện trưởng (President).

[1] Giấy phép số 4577/UB-QLDA do Phó Chủ tịch UBND Lê Thanh Hải ký ngày 03/11/1999.

ấy vẫn còn đặt tại Hà Nội), do Phó Giáo sư Ron Davidson làm trưởng đoàn đến Việt Nam với nhiệm vụ tìm kiếm đất để xây dựng khuôn viên đại học. Chúng tôi đi thăm cơ sở của Đại học Quốc gia TP Hồ Chí Minh tại Thủ Đức, rồi đến thăm một vài khu đất ở Biên Hòa và Bình Dương, sau cùng là ở khu đô thị Phú Mỹ Hưng và khu đất ở phường Tân Phong thuộc Quận 7, phía Nam của Sài Gòn.

Trong bản báo cáo trình Đại học RMIT, hai thành viên trong phái đoàn là ông Ron Davidson và Tiến sĩ Booi Kham thì chọn đất ở Bình Dương với lý do ở đây không phải tốn chi phí san lấp, còn chi phí cho việc đền bù giải tỏa thì không đáng kể. Còn tôi thì chọn đất ở phường Tân Phong, thuộc Quận 7 vì địa điểm này chỉ cách trung tâm Sài Gòn (chợ Bến Thành) có 4,5 cây số và Sài Gòn là trung tâm kinh tế và là thành phố lớn nhất của cả nước.

Sau khi kết thúc Hội thảo quốc tế về Việt Nam học tại Hà Nội, ngày 17/7/1998 tôi tháp tùng Giám đốc Đại học RMIT vào thành phố Hồ Chí Minh để quyết định việc lựa chọn địa điểm. Chúng tôi đã đến xem lại khu đất tại Phường Tân Phong, dự buổi thuyết trình của Ban Quản lý Khu Nam Sài Gòn giới thiệu, thăm lãnh đạo khu đô thị Phú Mỹ Hưng ông Lawrence Ting (người Đài Loan), lắng nghe tư vấn của các luật sư trong Công ty luật Free Hills và sau cùng đến thăm Ông Vũ Hùng Việt, Phó Chủ tịch Ủy ban Nhân dân TP Hồ Chí Minh, để trình bày ý nguyện xin thuê khu đất tại phường Tân Phong làm khuôn viên của trường Đại học Quốc tế RMIT Việt Nam.

Sau đó RMIT gửi đến UBND TP Hồ Chí Minh văn bản xin thuê khu đất rộng khoảng 60 ha tại địa điểm nói trên. Ngày 19/03/1999, RMIT nhận được văn bản của UBND TP Hồ Chí Minh đồng ý để cho trường Đại học RMIT tiến hành các thủ tục thuê khu đất như yêu cầu để triển khai dự án thành lập trường Đại học Quốc tế RMIT Việt Nam[1].

Khi đã có đất, chúng tôi phải làm rất nhiều thủ tục và công đoạn mới có thể có được văn bản về quỹ đất cần thiết cho việc thành lập trường đại học quốc tế tại Việt Nam. Thực tế, cả bên chủ đầu tư lẫn phía chính quyền địa phương đều vừa học vừa làm vì thời ấy mọi việc còn mới lạ, các văn bản quy định đầu tư do các cơ quan chức năng mới ban hành và chúng tôi là đơn vị nước ngoài đầu tiên áp dụng các văn bản ấy. Chúng tôi phải thuê một công ty xây dựng tại thành phố Hồ Chí Minh kết hợp với các sở liên quan trong thành phố như Sở Xây dựng, Sở Địa chính-Nhà đất, Sở Khoa học-Công nghệ và Môi trường để làm hồ sơ khảo sát kỹ thuật trên khu đất. Chúng tôi thuê một công ty tại Melbourne đến Sài Gòn khảo sát đất và làm thủ tục mang về Úc khoảng 20 kg đất để thử nghiệm chất độc trong đất. Chúng tôi còn thuê một đơn vị của quân đội khảo sát xem có còn bom, mìn nằm ẩn trong lòng đất. Chúng tôi còn thuê các cơ quan chuyên môn đo diện tích đất và vẽ bản đồ của khu đất. Mãi đến tháng 8/1999 chúng tôi mới có Quyết định của Ủy ban Nhân dân Thành phố về việc phê duyệt đồ án quy hoạch chi tiết sử dụng đất tỷ lệ 1/2000 trên quy mô sử dụng đất 59,2 ha[2] (không phải 60 ha như văn bản ban đầu vì không bao gồm diện tích sông, rạch đi qua khu đất).

---

[1] Văn bản số 987/CV-UB-KT Về chấp thuận địa điểm xây dựng Phân viện Đại học RMIT (Úc) do Phó Chủ tịch UBND Thành phố Lê Thanh Hải ký ngày 19/03/1999.

[2] Quyết định số 4337/QĐ-UB-QLĐT về việc phê duyệt đồ án quy hoạch chi tiết sử dụng đất do Ông Vũ Hùng Việt Phó Chủ tịch UBND TP ký ngày 02/08/1999.

Trên khu đất gần 60 ha có một số hộ gia đình đang sinh sống hoặc có chủ nhưng họ ở chỗ khác. Vì thế chúng tôi phải làm việc với rất nhiều cơ quan từ trung ương đến địa phương, kể cả UBND phường Tân Phong và một Công ty đánh giá môi trường để biết số tiền đền bù cho việc di dời và giải tỏa. Nội dung thống kê mang tính xã hội học gồm dân số, công ăn việc làm, tư cách pháp nhân ruộng đất của mỗi hộ, các công trình xây dựng, mồ mả (mộ đất hoặc mộ kiên cố), các loại cây trồng, diện tích trồng trọt, thu nhập của mỗi hộ hàng năm... Ngoài ra chúng tôi phải soạn ra các biểu mẫu kê khai tài sản để mỗi hộ khai, có chứng thực của chính quyền, đồng thời đưa ra các quy trình và thủ tục thanh toán tiền. Nội dung của các biểu mẫu này dựa trên các quy định có liên quan của Chính phủ Việt Nam. Vì dự án xây dựng trường đại học này có vay tiền của Tổ chức Tài chính Thế giới (IFC), một bộ phận của Ngân hàng Thế giới và Ngân hàng Phát triển châu Á (ADB) nên tất cả thủ tục đền bù giải tỏa đều phải dựa trên các quy định của Ngân hàng Thế giới, và giá biểu đền bù của Chính phủ Việt Nam và Thành phố Hồ Chí Minh[1].

Phía UBND Thành phố Hồ Chí Minh cần các văn bản: một, bản đồ tổng thể 1/2000 và bản đồ xây dựng 1/500 phác thảo các công trình xây dựng phục vụ học tập và sinh hoạt; hai, kế hoạch đền bù, giải tỏa và trợ cấp thất nghiệp cho các lao động ở trong khu đất xây trường RMIT (khoảng 15 triệu USD trong năm 1999); ba, giấy phép nội dung thiết kế gồm cả cơ cấu sử dụng đất).

---

[1] Văn bản về Phương án giá đền bù, giải toả, trợ cấp thiệt hại, tái bố trí dân cư trong khu vực thuộc Dự án thành lập trường Đại học Quốc tế RMIT Việt Nam do ông Nguyễn Thành Liêm và Giáo sư Nguyễn Xuân Thu ký ngày 21/07/1999.

Bên cạnh đó, chúng tôi còn phải tiến hành làm một số văn bản khác nhằm đáp ứng yêu cầu của Hội đồng Đại học RMIT (RMIT Council) và Chính phủ bang Victoria. Văn phòng các Dự án lớn tại Melbourne và Chương trình Úc – Việt tại Việt Nam cùng phối hợp soạn một số văn bản cần thiết khác: Một, điều lệ Đại học Quốc tế RMIT Việt Nam; hai, khả năng tài chính của RMIT; ba, kế hoạch marketing của RMIT Việt Nam; bốn, các chương trình giáo dục, đào tạo, nghiên cứu cũng như các hoạt động hỗ trợ của trường Đại học Quốc tế RMIT Việt Nam; năm, dự toán kế hoạch thu chi trong 10 năm của trường RMIT Việt Nam; sáu, hồ sơ xin thành lập trường Đại học Quốc tế RMIT Việt Nam.

Sau gần một năm làm việc cật lực, khoảng cuối tháng 7 năm 1999, hồ sơ xin thành lập trường Đại học quốc tế RMIT hoàn tất được đóng thành 8 bộ và được nộp tại Bộ Kế hoạch và Đầu tư tại Hà Nội.

Ngày 10 tháng 8 năm 1999, Bộ Kế hoạch và Đầu tư gửi hồ sơ xin thành lập trường của trường đại học RMIT đến Bộ Giáo dục và Đào tạo và các Bộ liên quan như Bộ Tài chính, Bộ Nội vụ để xin ý kiến trước khi trình Chính phủ.

Hơn hai tháng sau, ngày 2 tháng 11, Bộ GDĐT gửi văn thư do Thứ trưởng Vũ Ngọc Hải ký thay Bộ trưởng cho Bộ KHĐT khẳng định hỗ trợ dự án thành lập trường Đại học Quốc tế RMIT tại Việt Nam và yêu cầu nhà đầu tư (tức là trường đại học RMIT) cam kết rằng: một, các chương trình đào tạo phải được đăng ký với Bộ GDĐT; hai, hoạt động giáo dục và đào tạo của trường đại học quốc tế RMIT tại Việt Nam không gây tác hại về mặt kinh tế, xã hội, chính trị và văn hóa của Việt Nam; ba, chất lượng các chương trình đào tạo tại trường đại học RMIT Việt Nam phải tương đương với chất lượng của các chương trình RMIT tại Úc; bốn, văn bằng tốt nghiệp tại RMIT Việt Nam phải do Đại học RMIT tại Úc cấp[1].

Nhận được thông báo của Bộ GDĐT và Bộ KHĐT, tôi bay ra Hà Nội và gặp Ông Vũ Ngọc Hải, Thứ trưởng Bộ GDĐT và anh Nguyễn Bá Cần, chuyên viên Vụ Kế hoạch Tài chính, người trực tiếp phụ trách dự án RMIT để tìm hiểu kỹ hơn các yêu cầu của Bộ GDĐT.

Lập tức tôi chuyển về Úc cho Giáo sư David Wilmoth văn bản của Bộ GDĐT và nội dung Bộ GDĐT muốn đại học RMIT phải có cam kết trong văn bản. Đồng thời, trong lúc chờ đợi văn bản từ Đại học RMIT, tôi cũng soạn bản "Giải trình bổ sung" bằng tiếng Việt đáp ứng những yêu cầu của Bộ GDĐT. Tôi trao bản dự thảo do tôi soạn cho anh Nguyễn Bá Cần (chuyên viên Bộ GDĐT) xem, và sau khi đọc, anh ấy đồng ý và bảo tôi ký ngay, ghi ngày 16/11/1999. Tôi bảo đây chỉ là bản dự thảo của tôi chưa có sự đồng ý của RMIT. Anh ấy bảo cứ nộp đi. Thế là hôm sau, đúng 8 giờ sáng, tôi đến Phòng văn thư của Bộ GDĐT lấy văn thư đề ngày 17 tháng 11 năm 1999 gửi Bộ KHĐT hài lòng với những cam kết của RMIT như sau:

Trường Đại học Quốc tế RMIT Việt Nam sẽ không làm điều gì có nguy hại cho an sinh của Việt Nam trong các lĩnh vực kinh tế, văn hóa và xã hội, và tôn trọng các giá trị văn hóa và chính trị của Việt Nam.

Trường Đại học Quốc tế RMIT Việt Nam sẽ thông báo cho Bộ GDĐT Việt Nam tất cả các chương trình sẽ được giảng dạy trong trường đại học RMIT tại Việt Nam.

---

[1] Văn bản do Bộ Giáo dục và Đào tạo gửi Bộ Kế hoạch và Đầu tư số 10930/KH&TC do Thứ trưởng Vũ Ngọc Hải ký ngày 17/11/1999 hỗ trợ Dự án thành lập trường Đại học Quốc tế RMIT tại Việt Nam.

Văn bằng trường Đại học quốc tế RMIT Việt Nam cấp là tài sản của Hội đồng Đại học RMIT tại Úc. Chất lượng đào tạo và văn bằng cấp cho sinh viên tốt nghiệp tại trường Đại học quốc tế RMIT Việt Nam tương đương với văn bằng tốt nghiệp của sinh viên tốt nghiệp tại Melbourne.

Ngoài các hoạt động nhằm cung cấp các dịch vụ phục vụ cộng đồng và lợi ích sinh viên, trường Đại học quốc tế RMIT Việt Nam còn hỗ trợ sinh viên qua chính sách học bổng của trường và chương trình giới thiệu việc làm cho sinh viên sau khi tốt nghiệp.

Với ý kiến đồng thuận của Bộ GDĐT, Bộ KHĐT gửi văn thư trình Thủ tướng chính phủ xem xét cấp Giấy phép đầu tư cho trường Đại học RMIT.

Tuy nhiên, lúc bấy giờ Việt Nam chưa có văn bản của Chính phủ cho phép các cơ sở nước ngoài đầu tư vào Việt Nam trong các dự án về giáo dục và đào tạo. Vì vậy, Bộ KHĐT phải phối hợp với Bộ GDĐT, Bộ Khoa học và Công nghệ và Bộ Y tế soạn thảo Nghị định về việc kêu gọi các tổ chức và tư nhân người nước ngoài đầu tư vào trong ba lĩnh vực Sức khỏe và Y tế, Giáo dục và Đào tạo, và Nghiên cứu khoa học. Ngày 06/03/2000, Nghị định 06/2000/NĐ-CP[1] ra đời và hơn một tháng sau, ngày 20 tháng 4 năm 2000, trường Đại học RMIT nhận được Giấy phép Đầu tư do Bộ KHĐT cấp, chính thức mở đầu cho sự ra đời của Đại học Quốc tế RMIT Việt Nam (RMIT

---

[1] Nghị định 06/2000/NĐ-CP do Thủ tướng Chính phủ Phan Văn Khải ký ngày 06/03/2000, theo đó các tổ chức, cá nhân người nước ngoài được khuyến khích đầu tư vào Việt Nam trong các lĩnh vực sức khoẻ và y tế, giáo dục và đào tạo, và nghiên cứu khoa học.

International University Vietnam)[1]. Nhiệm vụ của tôi sau gần 6 năm tại Việt Nam xem như đã hoàn thành. Tôi trở về lại Úc.

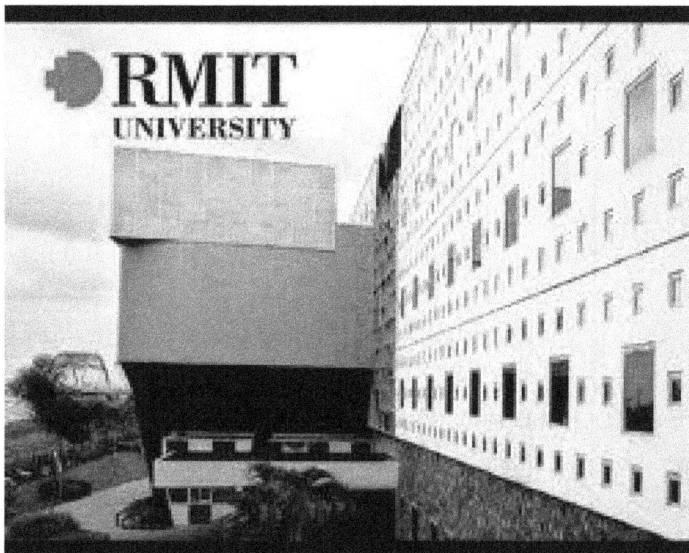

Đại học Quốc tế RMIT Việt Nam là một trường đại học quốc tế được thành lập đầu tiên tại Việt Nam, gồm 100% vốn nước ngoài, có thời gian hoạt động là 50 năm kể từ ngày được cấp Giấy phép Đầu tư.

Đại học Quốc tế RMIT Việt Nam được ra đời do sự khởi xướng đầu tiên của một cá nhân được sinh ra trên một vùng đất khô cằn ở miền Trung, suốt tuổi thơ mồ côi, đói rách triền miên và sau lần trở lại Việt Nam vào cuối năm 1991, có mong muốn làm một điều gì đó trong lĩnh vực giáo dục cho đất nước của mình và những người kém may mắn như mình. Sự khởi xướng ấy được

---

[1] Giấy phép Đầu tư số 2157/GP cấp ngày 20/04/2000 do Bộ trưởng Bộ Kế hoạch và Đầu tư Trần Xuân Giá ký.

sự đồng ý của Giáo sư David Beanland, Giám đốc/Viện trưởng Đại học RMIT ở Melbourne, và sự kiên trì của một chuyên gia xuất sắc về mặt đàm phán và soạn thảo văn bản, Giáo sư David Wilmoth, Phó Giám đốc Quốc tế Đại học RMIT lúc bấy giờ. Về phía chính phủ Việt Nam, nếu không có sự hỗ trợ ban đầu của Bộ trưởng Bộ Giáo dục và Đào tạo Giáo sư Trần Hồng Quân thì dự án này khó có cơ may thành công.

Ngoài ra, còn có rất nhiều người khác đã tận tình giúp đỡ tôi cho dự án này. Nếu không có họ, dự án này chắc chắn đã gặp phải rất nhiều khó khăn.

Nhân kỷ niệm 10 năm ngày Đại học Quốc tế RMIT Việt Nam đưa vào hoạt động (ngày 24/11/2011), Giáo sư David Beanland, Giáo sư David Wilmoth và cá nhân tôi được mời về Việt Nam tham dự. Trong buổi lễ, Giáo sư David Beanland có đọc một bài trình bày quá trình hình thành Đại học Quốc tế RMIT Việt Nam trong buổi ban đầu[1]. Cũng trong thời gian này tôi có bài "Xây dựng một hệ thống giáo dục đại học và cao đẳng có hiệu quả cho nền kinh tế tri thức" đăng trên báo Lao Động (Lao Động cuối tuần, Thứ 7, ngày 12/11/2011)[2], trong đó tôi có nhắc đến những đóng góp trong 10 năm qua của Đại học Quốc tế RMIT Việt Nam và những gì phải làm trong thập kỷ tới, nếu Đại học RMIT Việt Nam muốn đóng góp

---

[1] "The Birth of RMIT International University Vietnam" (*Sự ra đời của Đại học Quốc tế RMIT Việt Nam*), bài đọc trong lễ kỷ niệm 10 năm Đại học Quốc tế RMIT Việt Nam đưa vào hoạt động. Xem thêm Phụ lục 2.

[2] Bài này tôi viết bằng tiếng Anh "Building an Effective Higher Education System in Vietnam for a Knowledge-Based Economy" về sau Tiến sĩ Ngô Lê Thông dịch ra tiếng Việt, đăng trên báo Lao Động Cuối tuần. Xem Phụ lục 3.

hơn nữa cho sự phát triển lâu dài của Việt Nam và duy trì ngôi vị quán quân trong các trường đại học tại Việt Nam.

Chương 9:
Làm việc giai đoạn từ năm 2000 về sau

Làm việc cho trường Đại học RMIT ở Melbourne

Tôi trở về lại Úc sau khi Chính phủ Việt Nam cho ra Nghị định số 06/2000/NĐ-CP về việc cho phép các tổ chức và cá nhân người nước ngoài đầu tư vào các lĩnh vực sức khoẻ và y tế, giáo dục và đào tạo, và nghiên cứu khoa học. Về lại Úc, tôi lại tiếp tục làm việc cho Đại học RMIT tại bộ phận Dự án lớn (Major Projects) trong Dự án Thành lập trường Đại học Quốc tế RMIT Việt Nam dưới sự quản lý của Giáo sư David Wilmoth. Nhiệm vụ chính của tôi là tư vấn cho trường Đại học RMIT về các vấn đề Việt Nam, đặc biệt là những chính sách về đầu tư của Việt Nam liên quan đến văn hoá, giáo dục, nghiên cứu khoa học, và làm việc với đại diện của Ngân hàng Thế giới, Ngân hàng Phát triển châu Á và Công ty Luật Freehills ở Úc để vay tiền xây dựng khuôn viên đại học Quốc tế RMIT Việt Nam tại Quận 7 Thành phố Hồ Chí Minh.

Một năm sau, đầu năm 2001, sau khi được phép của chính phủ tiểu bang Victoria, trường Đại học Quốc tế RMIT Việt Nam chính thức thành lập và khai giảng các khoá học tiếng Anh đầu tiên tại một cơ sở tạm thuê ở Quận 3, ngay trong trung tâm thành phố Sài Gòn (Giấy phép thành lập Đại học Quốc tế RMIT Việt Nam của chính quyền Việt Nam ký ngày 20/04/2000). Từ giữa năm 2002 tôi được chuyển qua làm việc cho Bộ phận Nghiên cứu của trường Đại học RMIT, dưới quyền lãnh đạo của Giáo sư Neil Furlong, Phó giám đốc đặc trách Nghiên cứu và Đổi mới (Research and Innovation). Công việc của tôi là điều phối các chương trình nghiên cứu và phát triển với Việt Nam. Theo đó, thông qua học bổng của Tổ chức Atlantic Philanthropies, trường Đại học RMIT nhận 10 sinh viên Việt Nam được học bổng toàn phần của tổ chức trên theo học các chương trình sau đại học về khoa học và công nghệ. Sau một năm học, phần lớn các sinh viên này tốt nghiệp với văn bằng Thạc sĩ và trở về Việt Nam. Một trong số này về sau học tiếp và nhận bằng tiến sĩ ngành công nghệ sinh học tại Đại học RMIT.

Tư vấn giáo dục tại Việt Nam

Cuối năm 2004 tôi có visa về lại Việt Nam sau gần 5 năm bị chính phủ Việt Nam cấm. Đến tháng 2 năm 2005 tôi xin nghỉ làm việc cho trường Đại học RMIT. Sau một vài chuyến về thăm Việt Nam, tôi quyết định thành lập Công ty Tư vấn và Đào tạo Xuân Thu tại số 37 Tôn Đức Thắng, Quận 1, thành phố Hồ Chí Minh. Công việc chính của công ty này gồm có 3 lĩnh vực: 1) kết nối các trường đại học Úc với các trường đại học Việt Nam trong các chương trình đào tạo liên kết; 2) tư vấn cho các sinh

viên Việt Nam đi du học tại các trường cao đẳng và đại
học tại Úc, và 3) cùng với ba công ty đối tác Úc[1] tư vấn
về chất lượng giáo dục đại học và quản lý các trường đại
học.

Công ty tư vấn giáo dục quốc tế có làm được một vài
dự án nhỏ. Dự án giúp trường Đại học Bách khoa Hà Nội
phát triển chất lượng quản lý và tư vấn hướng phát
triển của Viện Khoa học Tiên tiến và Công nghệ Hà Nội
(HAST). Với dự án này, hiệu trưởng và một số giáo sư
của trường đã đến thăm các trường đại học lớn và các
cơ quan nghiên cứu của Úc tại Melbourne, Canberra,
Sydney và gặp gỡ, trao đổi kinh nghiệm với các nhà
khoa học và nghiên cứu Úc. Cũng trong dự án này phái
đoàn trường Đại học Bách khoa Hà Nội đã đi tìm hiểu
nhiều trường đại học tầm cỡ của Mỹ từ phía Tây, miền
Trung Bắc, qua các bang miền Đông, và đến Canada
thăm các trường đại học hàng đầu của đất nước này.
Một dự án khác giúp Đại học Huế xây dựng chiến lược
tổng thể nhằm đáp ứng nhiệm vụ đào tạo nguồn nhân
lực cho sự phát triển của các tỉnh miền Trung. Trong
thời gian này, nhóm đã giúp bộ phận Nghiên cứu và Đổi
mới (Research and Innovation) của Đại học RMIT ký
hợp đồng với Bộ Giáo dục và Đào tạo trong Dự án Học
bổng 322. Theo đó, trường Đại học RMIT sẽ giúp cho các
sinh viên sau đại học của Việt Nam được Học bổng 322
học miễn phí tiếng Anh, giảm học phí trong suốt thời
gian của khoá học tại Đại học RMIT ở Melbourne, cấp
một vé máy bay đi và về giữa khoá học (mục đích để
giúp sinh viên tìm thông tin, tài liệu hoặc nghiên cứu

---

[1] Công ty DGB Concepts Pty Ltd, Công ty Learning Cities
International Pty Ltd và Công ty International Resource Solutions
Australia Pty Ltd.

thực địa), và cấp cho sinh viên phí sinh hoạt hàng tháng gần tương đương với số tiền do nhà nước Việt Nam cấp cho mỗi sinh viên.

Ngoài ra, trong thời gian này tôi có giúp quản lý một công ty nhỏ do một nhóm Việt Kiều tại Sài Gòn thành lập dưới sự lãnh đạo của ông Nguyễn Ngọc Mỹ.

Nói chung, mặc dù có một vài kết quả trong lĩnh vực tư vấn, nhưng nói chung công việc tư vấn giáo dục không có gì đặc biệt nổi trội.

Hiệu trưởng trường trung cấp nghề Hồng Lam

Đến cuối năm 2006, ông Nguyễn Ngọc Mỹ mời tôi làm việc cho dự án trường học tại thị trấn Phú Mỹ, huyện Tân Thành, tỉnh Bà Rịa – Vũng Tàu (BR-VT) trong mô hình nhà nước đầu tư xây dựng cơ sở vật chất và tư nhân tham gia đầu tư, quản lý và điều hành.

Trong phiên họp đầu tiên vào cuối tháng 11 năm 2006 giữa lãnh đạo tỉnh BR-VT và đại diện tập đoàn VABIS do ông Nguyễn Ngọc Mỹ, chủ tịch kiêm Tổng giám đốc, ông Trần Minh Sanh, đại diện lãnh đạo tỉnh thông báo một số ý cốt lõi như sau: 1) đây là một dự án trường học có mục đích đào tạo các công nhân lành nghề làm việc cho các doanh nghiệp và các cơ sở sản xuất trong các khu công nghiệp của tỉnh; 2) lãnh đạo tỉnh quyết định mời tập đoàn VABIS tham gia đầu tư và quản lý ngôi trường này; 3) tập đoàn VABIS và ban lãnh đạo trường này có toàn quyền quyết định các ngành nghề phù hợp với mục tiêu của dự án và chính quyền tỉnh BR-VT sẽ hỗ trợ tối đa; 4) bằng mọi cách, trường này phải được khai giảng trong năm 2007; 5) đối tác chính của dự án trường dạy nghề này về phía nhà nước là Sở Lao động, Thương binh và Xã hội (LĐTBXH).

Để tiến hành dự án quan trọng này, ông Nguyễn Ngọc Mỹ giao cho tôi toàn quyền quyết định mọi việc với điều kiện là đạt được các mục tiêu của dự án. Anh Mỹ cho biết là anh muốn lấy hai từ Hồng Lam đặt tên cho trường mới này. Hồng Lam là hai từ gắn liền với quê hương của anh (núi Hồng Lĩnh, sông Lam). Thế là tên trường Trung cấp Nghề Hồng Lam ra đời[1].

Khâu khó nhất là chọn các ngành nghề đào tạo. Tôi bắt đầu tham khảo tài liệu của Bộ LĐTBXH, tìm hiểu tình hình kinh tế, xã hội tỉnh BR-VT, các khu công nghiệp trong tỉnh, gồm cả Công ty Dầu khí hoạt động tại Vũng Tàu và các cơ sở sản xuất, cũng như khu công nghiệp trong các vùng lân cận như Thành phố Hồ Chí Minh, tỉnh Bình Dương, Tây Ninh, Long An.

Hơn hai tháng sau, với tư vấn của DGB Concepts và Learning Cities International, 4 ngành nghề đào tạo được chọn và Chủ tịch VABIS Nguyễn Ngọc Mỹ đồng ý:

---

[1] Quyết định số 1798/QĐ-UBND ký ngày 15/05/2007 về việc thành lập Trường Trung cấp Nghề Hồng Lam và công nhận ông Nguyễn Xuân Thu là Hiệu trưởng.

1. Ngành Hàn: ưu tiên tại các công ty hàn tàu thuỷ (Aker Yards, Strategic Marine, các công ty thuộc tập đoàn Dầu khí Quốc gia Việt Nam, Petro Vietnam), sản xuất thép (Thép miền Nam), POSCO, tổng công ty Hàng hải Việt Nam và tập đoàn quốc tế APM Terminals tại cảng Cái Mép).

2. Điện (công nghiệp và dân dụng): phục vụ các công ty Điện miền Nam, Đạm Phú Mỹ, các tỉnh trong khu kinh tế trọng điểm miền Nam và các nhà máy có nhu cầu.

3. Điện lạnh và điều hòa không khí: cho tất cả các doanh nghiệp, các khu công nghiệp và trên 20 cảng dọc con sông từ Sài Gòn chảy ra Vũng Tàu, đi qua Thành phố Hồ Chí Minh và các tỉnh Đồng Nai, Bình Dương và BR-VT.

4. Cơ khí ô tô: đặc biệt phục vụ mọi loại ôtô chạy xăng di chuyển dày đặc ngày đêm trên tuyến đường 51 từ Sài Gòn qua Đồng Nai đến BR-VT.

Như vậy, trường Trung cấp nghề Hồng Lam (Trường Hồng Lam) có 4 ngành nghề trọng điểm phù hợp với các ngành nghề theo các danh mục ngành nghề quốc tế và khu vực đưa ra. Chỉ thiếu các ngành nghề trong lĩnh vực xây dựng. Với tư cách là hiệu trưởng, tôi thông báo cho Sở LĐTBXH và được Sở này chính thức đồng ý.

Để cho chất lượng đào tạo tại Trường Hồng Lam có chất lượng, qua hai tổ chức tư vấn quốc tế nói trên, Trường Hồng Lam ký hợp đồng với trường Cao đẳng Box Hill (Box Hill Institute of TAFE, gọi tắt là BHI). Theo đó, trường BHI có nhiệm vụ: 1) cung cấp 4 loại chương trình đào tạo như Trường Hồng Lam yêu cầu và danh mục các trang thiết bị cần thiết cho công tác dạy và học; 2) theo dõi chất lượng dạy và học tại Trường Hồng Lam, gồm cả đào tạo Chứng chỉ 4 Sư phạm cho giáo viên của

Trường Hồng Lam; và 3) cấp các chứng chỉ tốt nghiệp cho học viên tốt nghiệp.

Mua sắm trang thiết bị cho một trường dạy nghề không phải là một khâu đơn giản. Vì thế, trường đã nhờ ông Ngô Lê Thông, tốt nghiệp tiến sĩ ngành hàn tại Tiệp Khắc cũ và kỹ sư Hàn quốc tế, đang là giảng viên môn Hàn tại trường Đại học Bách khoa Hà Nội, làm tư vấn và lập các kế hoạch mời các công ty cung cấp thiết bị tham gia gói thầu hàn. Thiết bị ngành hàn là tốn kém nhất và mất nhiều thì giờ nhất vì phải nhập khẩu từ Pháp và Đức, và ngành hàn cũng là ngành trọng điểm của Trường Hồng Lam.

Để Trường Hồng Lam xứng đáng là một trường học khang trang, mẫu mực, các trang bị nội thất cho văn phòng, các lớp học, phòng máy tính, thư viện, nhà ăn, ký túc xá cho khoảng 300 sinh viên... cũng được cung cấp bởi những nhà cung cấp hàng đầu tại Sài Gòn.

Ngoài khâu hoàn chỉnh cơ sở vật chất và mua sắm trang thiết bị, một nhóm dưới 10 người trong ban điều hành ban đầu đã phải hoàn thành một khối lượng lớn về văn bản cần thiết để xin giấy phép thành lập trường và đưa trường vào hoạt động.

Chúng tôi đã làm việc với tốc độ khẩn trương, đến tháng 10 năm 2007 thì Trường Hồng Lam khai giảng khoá học đầu tiên, với gần 200 học viên đến từ trên 20 tỉnh, thành phố trong cả nước. Tại buổi khai giảng, ngoài chính quyền địa phương, quan khách, phụ huynh và học sinh, các doanh nghiệp trong tỉnh như công ty đóng tàu Strategic Marine, Aker Yards, BlueScope Steel, POSCO, Thép miền Nam, Điện Đạm Phú Mỹ..., còn có sự tham dự của đại diện các đối tác ở Mỹ, Úc và đặc biệt có sự hiện diện của Giáo sư Nguyễn Cảnh Lương, Phó Hiệu trưởng trường Đại học Bách khoa Hà Nội.

Từ ngày trường khai giảng, tại thị trấn Phú Mỹ này, ban ngày tấp nập học viên học tập các ngành nghề dài hạn. Còn ban đêm, ngôi trường sáng lên và nhộn nhịp với các lớp học ngắn hạn từ tiếng Anh, kế toán, đến vi tính cơ bản, thư ký văn phòng. Trong số học viên buổi tối, có cả nhân viên, cán bộ do các doanh nghiệp gửi đến học.

Đến đầu năm 2008, tôi bắt đầu làm việc để chuẩn bị tuyển sinh cho khoá 2008-2010. Một trong số những chương trình ưu tiên xây dựng là triển khai chương trình vừa học vừa làm, do doanh nghiệp tài trợ (apprenticeship program), với công ty Strategic Marine Vietnam tại khu công nghiệp Đông Xuyên thuộc thành phố Vũng Tàu, chi nhánh của công ty đóng tàu Úc có trụ sở tại thành phố Perth, bang Tây Úc. Đây là một chương trình rất phổ biến tại Úc nhưng là chương trình thí điểm đầu tiên tại Việt Nam. Theo đó, Strategic Marine Vietnam trả học phí, trả lương tập sự cho 55 học viên đi học Trường Hồng Lam, khoá học hai năm và học các ngành hàn, lắp ráp tàu thuỷ, điện và điện lạnh. Sau khi tốt nghiệp, các học viên sẽ làm việc với Strategic Marine.

Ngoài ra, Trường Hồng Lam còn xây dựng chương trình học bổng cho các học viên có thành quả học tập tốt. Các công ty Thép BlueScope Steel (Úc) và Cảng Quốc tế Cái Mép CMIT (liên doanh giữa Việt Nam và tập đoàn quốc tế APM Terminals) đồng ý cấp một số học bổng cho các học viên xuất sắc.

Với một thời gian rất ngắn, từ các toà nhà mới hoàn thiện phần thô, ngổn ngang trên một diện tích 4 ha đến một ngôi trường khang trang, đẹp và đưa vào hoạt động, tôi đã phải trải qua quá nhiều công việc, phải làm ngày đêm, và sức khoẻ của tôi vì thế cũng sa sút rất nhiều. Các con tôi khuyên tôi phải về lại Úc ngay để chữa bệnh và nghỉ ngơi. Đến giữa tháng 5 năm 2008 tôi về lại Úc. Trước đó tôi đã báo cáo với Chủ tịch tập đoàn VABIS Nguyễn Ngọc Mỹ về tình hình sức khoẻ của tôi và đề cử người thay thế tôi. Được sự chấp thuận của anh Mỹ, Trường Hồng Lam đã mời được Tiến sĩ Ngô Lê Thông từ Hà Nội vào thay thế tôi trong chức vụ Hiệu trưởng.

Tuy chỉ làm việc trong một thời gian ngắn và Trường Hồng Lam đã có được một số kết quả ban đầu, tôi phải thừa nhận rằng tôi đã may mắn có được cơ hội làm việc với một người chủ có tầm nhìn xa. Anh tin tưởng vào tôi và cho phép tôi đưa ra mọi quyết định. Trong kinh doanh, anh là một chiến sĩ xông pha vào trận mạc không biết mệt mỏi, nhưng trong giáo dục anh là một vị mạnh thường quân đáng kính phục. Ngoài ra, tôi cũng may mắn trong một thời gian ngắn tuyển được gần 70 cộng sự viên các cấp, và cùng họ chung sức đóng góp vào việc hình thành ngôi trường Hồng Lam trong buổi ban đầu.

Vì sức khoẻ, tôi ra đi với sự luyến tiếc vì cấp trên, vì đồng nghiệp một phần, nhưng phần lớn hơn là tôi chưa thực hiện được hoài bão của mình. Hoài bão xây dựng một khuôn mẫu trường nghề có chất lượng để có thể thay đổi được cách nghĩ, cách nhìn của đại bộ phận người dân Việt Nam đối với các ngành nghề thuộc giai cấp cổ áo xanh. Nhưng tôi tin tưởng mãnh liệt rằng những người tiếp nối tôi sẽ làm cho trường Hồng Lam này phát triển tốt đẹp trăm ngàn lần hơn buổi ban đầu, vì mảnh đất Phú Mỹ có cả ba yếu tố thiên thời, địa lợi và nhân hoà.

Thành lập Công ty Tư vấn Du học

Về lại Úc, sau một thời gian trị bệnh, để tránh thì giờ nhàn rỗi, tôi quyết định thành lập công ty tư vấn du học tại Úc nhằm tuyển sinh viên học sinh từ Việt Nam qua du học tại Úc. Giấy đăng ký thành lập Công ty Vacat Education Consulting của Victorian Consumer Affairs đề ngày 7 tháng 7 năm 2008[1]. Gần một năm sau, ngày 15/05/2009, Công ty TNHH hai thành viên trở lên được thành lập tại Thành phố Hồ Chí Minh[2]. Không lâu sau đó, công ty Vacat có thêm văn phòng tại Vũng Tàu ở số 33 Trần Bình Trọng, Vũng Tàu, do bà Ngô Vĩ Cầm quản lý. Năm 2011, bà Lê Thị Kim Liên mở Công ty tư vấn Du học Liên Hoàn tại số 137 Nhật Lệ, Huế. Năm 2012, bà Đinh Hằng lập công ty tư vấn du học tại Hà Nội. Tất cả nhóm đều hoạt động dưới tên Công ty Tư vấn Du học Vacat và tên tiếng Anh là Vacat Education Consulting.

Không giống như phần lớn các công ty tư vấn du học khác tại Việt Nam, nhóm tư vấn du học Vacat có hai chủ trương lớn: một, khu vực tuyển sinh là cả nước nhưng tập trung vào các tỉnh có mức độ phát triển kinh tế xã hội tương đối còn chậm so với cả nước (như các tỉnh thuộc miền Trung và vùng cao nguyên), và hai, thu nhập của công ty Vacat không phải là mục tiêu ưu tiên của cả công ty vì các thành viên trong nhóm đều có nguồn thu nhập chính từ các ngành nghề chuyên môn.

---

[1] Vacat Education Consulting có địa chỉ tại 7 Belgrove Street, Preston Victoria 3072.

[2] Công ty TNHH Tư vấn Du học Va-Cat, địa chỉ 64 Nguyễn Đình Chiểu, quận 1, tp Hồ Chí Minh.

Để có thể phục vụ mục tiêu xã hội, công ty Vacat đã có văn phòng tại Huế và Vũng Tàu và tập trung quảng cáo tại 18 tỉnh miền trung, Tây nguyên và các tỉnh dọc theo bờ biển từ Vũng Tàu đến Phan Thiết, Nha Trang. Một số sinh viên có gia đình ở Kon Tum, Đắc Lắc, Đắc Nông, Bình Định, Nghệ An, Quảng Bình, Quảng Trị, Thừa Thiên Huế, Lâm Đồng, Bình Phước, Đồng Nai, Vũng Tàu ngày nay đang học tập tại Úc. Đa số các sinh viên này là con của những người tốt nghiệp đại học trong thập kỷ 1980 và đã tình nguyện đến những vùng sâu, vùng xa để sinh sống và lập nghiệp và ngày nay khi đã có một cuộc sống khá giả và quyết tâm đầu tư vào giáo dục cho con cháu của họ, nhằm xây dựng và phát triển những vùng đất mới này.

Về tài chính, đúng như chủ trương của công ty, Vacat không đặt nặng mục tiêu thu nhập. Trừ văn phòng Vacat chính tại Thành phố Hồ Chí Minh là có nhân viên được thuê làm việc toàn thời gian, còn lại tất cả các văn phòng khác chỉ có những người làm việc bán thời gian và chính họ là chủ nhân của mỗi văn phòng Vacat, và đa số họ là những người có việc làm ổn định trong các lĩnh vực chuyên môn (phần lớn có văn bằng tiến sĩ và thạc sĩ).

Số sinh viên học sinh có thị thực nhập cảnh Úc từ lúc Công ty Vacat thành lập cho đến cuối năm 2011 rất thấp, vì thủ tục chứng minh tài chính của Úc rất nhiêu khê. Nhưng từ tháng 7 năm 2012 đến nay số sinh viên có thị thực gia tăng đáng kể, nhờ chính phủ Úc áp dụng các khuyến cáo trong bản phúc trình Knight về Chính sách cấp thị thực cho sinh viên quốc tế.

Tương tự như giai đoạn tuyển sinh trước năm 2000, Công ty Tư vấn Du học Vacat từ năm 2008 đến nay đưa được một sinh viên có hoàn cảnh gia đình cực kỳ đặc biệt đến Úc học tập. Em này đang học lớp 4 bậc tiểu học thì phải rời ghế nhà trường để đi làm giúp bố mẹ nuôi một đàn em 6, 7 đứa còn nhỏ. Thế nhưng, nhờ những người Úc giúp đỡ (một công ty xây dựng), cho việc làm và đưa qua Úc lúc đầu học tiếng Anh, đến lúc em có điểm tiếng Anh IELTS, em vào các lớp nghề, rồi lên cao đẳng, đại học. Nếu không có gì trở ngại, em sẽ tốt nghiệp bằng cử nhân kinh doanh ngành kế toán vào năm 2016. Mảnh bằng cử nhân của em đánh dấu một nỗ lực phi thường của em. Nó là món quà vô giá của một tấm lòng cao cả hiếm có của một công ty người Úc. Nó là thành quả của một nền giáo dục Úc không có rào cản (cho phép một cô gái chưa học xong lớp 4 có thể theo học từ từ rồi vào đại học), không cần qua giáo dục phổ thông, để có ngày tốt nghiệp được bậc đại học. Công ty Tư vấn Du học Vacat rất hãnh diện về sự đóng góp tư vấn nhỏ bé trong sự thành công của sinh viên này.

Tham dự lễ kỷ niệm 10 năm thành lập trường Đại học Quốc tế RMIT Việt Nam

Trong năm 2006, nhân dịp trường Đại học Quốc tế RMIT Việt Nam khai trương cơ sở chính thức vừa mới xây dựng xong (với tiền biểu tặng của tổ chức phi lợi nhuận Atlantic Philanthropic Foundation), tiền vay của Tổ chức Tài chính Quốc tế (IFC) thuộc Ngân hàng Thế giới, và Ngân hàng Phát triển châu Á), tôi được mời tham dự trong đó có cả Giáo sư David Beanland, người

10 năm trước đây đã đồng ý cho phép tôi khởi động dự án thành lập trường Đại học Quốc tế RMIT Việt Nam.

Đến tháng 11 năm 2011, nhân dịp lễ kỷ niệm 10 năm trường Đại học Quốc tế RMIT Việt Nam hoạt động tại Việt Nam, Giáo sư David Beanland[1], Giáo sư David Wilmoth và tôi, là ba người sáng lập, được mời tham dự. Trường Đại học Quốc tế RMIT Việt Nam ngày nay là một cơ sở giáo dục đại học quốc tế khang trang nhất Việt Nam trên một thửa đất mà, 10 năm trước đây, là một vùng nước trũng với một số đám rau muống hoang. Ngày nay trường có hai cơ sở, cơ sở chính tại thành phố Hồ Chí Minh và chi nhánh tại Hà Nội. Trường có trên 200 nhân viên với gần 100 giáo viên đến từ trên 20 nước trên thế giới. Trường có trên 6000 sinh viên, với khoảng 10 phần trăm là sinh viên quốc tế đến từ trên 20 quốc gia khác nhau. Đại học Quốc tế RMIT Việt Nam là trường đại học nước ngoài tại Việt Nam được giảng dạy hoàn toàn bằng tiếng Anh, chương trình học và bằng tốt nghiệp do trường mẹ tại Úc cấp, chịu sự quản lý chặt chẽ về chất lượng của cơ quan quản lý chất lượng của tổ chức AUQA, nay đổi thành TEGSA.

Cả ba thành viên sáng lập, cùng với tất cả cộng đồng trường Đại học RMIT Melbourne và Đại học Quốc tế RMIT Việt Nam, rất vui mừng thấy thành quả của tầm nhìn chiến lược, quyết tâm sắt đá và sự kiên nhẫn của một quãng đường dài đầy khó khăn trong việc vượt qua mọi trở ngại để cho ra đời một trường đại học quốc tế tại một quốc gia Cộng sản như Việt Nam.

---

[1] Nhân dịp này Giáo sư David Beanland, nguyên Giám đốc Đại học RMIT, đã đọc một bài nói sự đóng góp trong giai đoạn đầu lúc trường mới thành lập (xin xem trong Phụ bản 2).

Chương 10:
Những thành tựu và những bi kịch

Một số thành quả và đôi lời tri ân

Trong suốt 5 năm và 10 tháng làm việc tại Việt Nam, từ tháng 4 năm 1994 đến tháng 2 năm 2000, khách quan mà nói, tôi đã gặt hái được một số thành quả: một trường đại học quốc tế 100% vốn nước ngoài lần đầu tiên được thành lập ở Việt Nam, giúp tổ chức thành công một hội thảo quốc tế về Việt Nam học tại Hà Nội lần đầu tiên và lớn nhất Việt Nam, thành lập Trung tâm Phát triển Hệ thống tại Đại học Quốc gia Hà Nội và hợp tác điều hành với kết quả có khoảng gần 100 sinh viên tốt nghiệp văn bằng Thạc sĩ Kỹ thuật ngành Công nghệ Hệ thống (Master of System Engineering) do trường Đại học RMIT cấp, và chính những người tốt nghiệp đó đã và đang đóng góp không nhỏ cho sự phát triển kinh tế xã hội của Việt Nam hiện nay.

Một kết quả khác không thể không nhắc đến, đó là sự phát triển mối quan hệ hợp tác tốt đẹp giữa ĐHQG Hà Nội và Đại học Công nghệ Hoàng gia Melbourne RMIT, qua việc xây dựng Trung tâm Phát triển Hệ thống và các hoạt động hàn lâm của Chương trình Úc Việt của Đại học RMIT tại Việt Nam.

Có được kết quả trên, tôi không thể không nhớ đến Giáo sư David Beanleand và cố Giáo sư Nguyễn Văn Đạo về tầm nhìn và sự quyết tâm của họ. Cá nhân tôi cũng xin bày tỏ một tấm lòng tri ân rất lớn đối với cố Giáo sư Tony Adams về việc khởi xướng chương trình quốc tế hóa giáo dục tại Đại học RMIT và tấm lòng độ lượng của ông qua chương trình cấp học bổng cho sinh viên Việt Nam trong thời điểm đất nước này vừa mới mở cửa. Một người nữa tôi không thể quên là Giáo sư Ian Bates, một người trong giai đoạn đầu đã có những sáng kiến rất tốt đặt nền móng cho sự thành công về sau của Chương trình Thạc sĩ Kỹ thuật ngành Công nghệ Hệ thống. Sau cùng, tôi không thể không cảm ơn Giáo sư David Wilmoth, một nhà soạn thảo kế hoạch giáo dục và văn bản lỗi lạc mà tôi rất trân trọng.

Từ cuối năm 2006, tôi có giúp thành lập trường dạy nghề Hồng Lam, một trường dạy nghề thật sự có chất lượng ở Việt Nam, có liên kết với nhiều khu công nghiệp trong tỉnh Bà Rịa Vũng Tàu và nhiều trường và trung tâm nghiên cứu trong nước và trên thế giới.

Ngoài ra, trong suốt mấy chục năm, nhất là từ 1994 về sau, tôi đã giúp tư vấn rất nhiều tổ chức giáo dục tại Việt Nam, từ Bộ giáo dục đến các trường đại học từ miền Nam đến miền Bắc trong nỗ lực hiện đại hóa nền giáo dục Việt Nam, mở rộng việc liên kết với nước ngoài để nâng cao chất lượng dạy và học tại Việt Nam. Tôi cũng giúp đưa rất nhiều học sinh và sinh viên Việt Nam sang Úc du học. Nhiều người trong đó đã thành tài.

Có được một số thành quả trên, cá nhân tôi cũng đã phải trả một cái giá rất đắt và đã vượt qua muôn vàn thử thách, trong đó có chứa cả niềm vui thoáng qua lẫn nỗi buồn sâu lắng. Buồn nhất là những sự hiểu lầm đến từ nhiều phía.

Những suy nghĩ thực

Bạn bè mỗi người có một cách suy nghĩ về tôi. Có người nghĩ rằng tôi về Việt Nam làm việc là vì tôi là người thân Cộng, muốn phục vụ chế độ Cộng sản. Có kẻ cho rằng tôi tham tiền, chạy theo bất cứ chế độ nào mà có thể kiếm được nhiều lợi lộc. Có một người bạn Việt kiều ở Úc khi về Việt Nam thì nói đầy thâm ý với những người ông gặp rằng Nguyễn Xuân Thu ngày trước làm cho CIA Mỹ, còn bây giờ sống ở Việt Nam thì làm việc cho Công An của Cộng sản. Mặc cho ai nghĩ gì thì nghĩ, tôi làm theo quyết định của lương tâm mình, lương tâm của một đứa trẻ mồ côi, nghèo khổ ngày trước và bây giờ làm những gì trong khả năng để giúp những người cùng số phận với mình ngày xưa. Bên Quốc gia hay phía Cộng sản đều có người tốt, kẻ xấu. Chính phủ miền Nam trước đây mà tôi đã hết lòng phục vụ hay chính quyền Cộng sản ngày nay, bên nào cũng có những chính sách đáng trân trọng và những chính sách rất tồi, nhằm trước tiên phục vụ đảng phái, phe nhóm của mình. Nhưng trong lòng, tôi chưa bao giờ yêu quý chế độ Cộng sản. Còn bảo tôi rất giàu và tham tiền, tôi rất tự hào để nói với năm đứa con trong gia đình tôi và bạn bè rằng trong đời, trước đây và ngay cả bây giờ, tôi chưa bao giờ giàu và chưa hề kiếm được đồng tiền nào không lương thiện.

Cảm nhận của tôi về Hà Nội

Trong thời gian ở Hà Nội, tôi ít đi ra ngoài nếu không có việc cần. Trên 4 năm ở Hà Nội tính lại tôi đến thăm nhà bạn bè không đến 10 lần. Có lẽ thời ấy người dân Hà Nội còn e ngại Việt Kiều, đặc biệt là đối với những người có dính dáng đến chế độ cũ ở miền Nam như tôi, hoặc họ không muốn mời khách đến nhà khi nhà cửa của họ lúc ấy chưa được tươm tất lắm để tiếp người lạ. Những ngày nghỉ cuối tuần hoặc những ngày lễ, Tết, nếu muốn thay đổi không khí, tôi thường đi thăm các thắng cảnh ở miền Bắc. Tôi rất thích đi thăm Chùa Trúc Lâm lúc chưa có cáp treo. Tôi cũng có đi thăm chùa Hương, Sapa, vịnh Hạ Long, Tam Cốc tại Ninh Bình mỗi nơi vài lần. Mặt khác vì tôi không uống bia, rượu nên cũng ít có bạn bè. Tại Hà Nội, tôi thích nhất là hồ Hoàn Kiếm. Đến đó ngồi chơi, uống cà phê, hay đi dạo quanh bờ hồ làm tôi thấy thư thái hơn. Có một địa chỉ rất nổi tiếng ở Hà Nội mà thời đó tôi chưa đến thăm: Lăng Bác[1]. Có lẽ tôi là người sợ các xác chết.

Công An theo dõi

Tôi không biết rõ Công An theo dõi tôi từ bao giờ, từ lúc tôi mới về Việt Nam lần đầu, hay lúc tôi về làm việc tại Hà Nội vào tháng 4 năm 1994, hoặc hơn một năm sau, từ giữa năm 1995 lúc tôi dọn đến ở và làm việc tại số nhà 52B Nguyễn Khuyến, Hà Nội?

---

[1] Sau này khoảng năm 2008 tôi có đến thăm lăng Chủ tịch Hồ Chí Minh một lần cùng với tất cả các người tham dự hội thảo tại Trung tâm Hội thảo Quốc gia Mỹ Đình, Hà Nội.

Thời đó, tất cả Việt Kiều ở và làm việc bất cứ đâu tại Việt Nam cũng đều phải đăng ký tạm trú với địa phương nơi mình ở và chịu sự quản lý hành chính của Công An phường. Ngoài các thủ tục cư trú và an ninh trên, cá nhân tôi còn phải chịu sự quản lý chuyên môn của cơ quan chủ quản của tôi lúc ấy là Đại học Quốc Gia Hà Nội.

Thực tế, tôi chưa bao giờ liên hệ trực tiếp với Ủy ban Nhân dân Phường hay Công An Phường. Nếu có những đóng góp gì cho quỹ từ thiện, như bão lụt, thiên tài, Tết Nhi đồng..., thì nhân viên kế toán trong văn phòng của tôi giải quyết. Chính quyền địa phương hay Công An chưa bao giờ đòi hỏi tôi bất cứ điều gì, ngoại trừ trong những dịp lễ như 30/4 hay 2/9 tôi thường được căn dặn hạn chế đi ra ngoài, nhất là ở những chỗ đông người.

Tôi cứ nghĩ mình với tuổi tác đã khá cao và ngay từ sau ngày được tha ra khỏi trại cải tạo, rồi tìm đường vượt biên, tôi đã tự nhận mình là kẻ hèn nhất, nên lúc sống ở Úc tôi chỉ tập trung làm công việc giáo dục thuộc khả năng chuyên môn của mình. Vì thế tôi nhất quyết không tham gia vào bất cứ một tổ chức chính trị nào, do đó tôi nghĩ chẳng ai để ý đến tôi. Thế nhưng, về sau do một sự cố tình cờ mà tôi mới biết sự suy nghĩ của tôi về người Cộng sản là quá ấu trĩ. Sự cố ấy là, lúc đó khoảng giữa năm 1996, một hôm Giáo sư Nguyễn Văn Đạo, Giám đốc Đại học Quốc gia Hà Nội, người đứng đầu cơ quan chủ quản của tôi, gọi tôi lên văn phòng của ông và khiển trách là tại sao tôi liên hệ với nhà văn Dương Thu Hương để Công An phải làm báo cáo[1]. Tôi trả lời rằng từ

---

[1] Dương Thu Hương sinh ra và lớn lên tại Hà Nội, nhà văn, đảng viên đảng Cộng sản. Về sau bà trả thẻ đảng và được xem là nhà văn chống chế độ Cộng sản rất quyết liệt. Hiện nay bà đang định cư ở Pháp.

lúc về ở Hà Nội tôi chưa bao giờ gặp nhà văn Dương Thu Hương. Hai hôm sau, Giáo sư Nguyễn Văn Đạo lại gọi tôi đến văn phòng của ông lần nữa và cho tôi biết là phía An Ninh họ đã nhầm tôi với một người khác.

Nguyên do về sau tôi mới biết. Hôm ấy nhà phê bình văn học Nguyễn Hưng Quốc (tên thật là Nguyễn Ngọc Tuấn) từ Úc về thăm Hà Nội và hẹn gặp nhà văn Dương Thu Hương tại một tiệm ăn, sau đó, đi uống cà phê ở bờ hồ Hoàn Kiếm. Từ giã Dương Thu Hương, Nguyễn Hưng Quốc đến địa chỉ 52B đường Nguyễn Khuyến thăm tôi. Viên công an có nhiệm vụ canh chừng nhà văn Dương Thu Hương đã đi theo Nguyễn Hưng Quốc về đến địa chỉ của tôi. Với báo cáo như thế, Công An truy ra địa chỉ ấy là chỗ tôi ở nên xác quyết Nguyễn Xuân Thu là người gặp gỡ và ăn với Dương Thu Hương. Về sau, khi nhận được văn bản của Đại học Quốc gia Hà Nội thông báo rằng Giáo sư Nguyễn Xuân Thu xác nhận là ông chưa bao giờ gặp Dương Thu Hương, và sau khi kiểm chứng lại, phía Công An mới thông báo cho Đại học Quốc gia Hà Nội biết là người đến thăm Dương Thu Hương không phải là tôi, vì người gặp Dương Thu Hương dưới 50 tuổi, cao trên 1,65cm, thân hình vạm vỡ; trong lúc đó tuổi của tôi đã ngoài 60, người thấp và không được khỏe mạnh như người đã được mô tả.

Sau vụ việc ấy, người hàng xóm cùng phố mới nói với tôi là họ đã biết Công An theo dõi tôi từ lâu rồi. Nhà hàng bán thức ăn đối diện với nhà tôi thuê là nơi các anh Công An thường đến ngồi để theo dõi tôi.

Tâm trạng lúc treo lá cờ đỏ sao vàng

Nhà tôi thuê ở Hà Nội vừa làm chỗ ở vừa là văn phòng. Ngày thường có nhân viên làm việc và có người lo cơm nước cho tôi. Nhưng vào buổi tối, những ngày lễ và cuối tuần thì chỉ có một mình tôi. Là người đã trải qua những năm tháng nghèo khó, rồi đến cuộc sống của sinh viên ở trong nước cũng như ở nước ngoài, kéo dài hơn một thập niên, tôi đã quen tự lo lắng cho mình mọi thứ.

Nhưng có một điều mà không ngờ tôi bắt buộc phải làm. Đó là vào dịp lễ kỷ niệm chiến thắng 30/4 và ngày Quốc tế Lao động 1 tháng 5, mọi nhà ở Hà Nội đều treo cờ. Riêng nhà tôi thuê ở không thấy có cờ treo nên Công An phường đến gõ cửa và bảo tôi phải tìm cờ treo. Tôi vào nhà, tìm lá cờ đỏ sao vàng, mà mặt mày tôi tái xám, tay run run, người rã rời muốn ngất xỉu. Tôi cầm lá cờ treo lên trước cửa nhà mà thấy mình là kẻ phản bội vì lá cờ đó không phải là lá cờ mà tôi đã quá quen thuộc trong những năm tháng tuổi thơ. Lá quốc kỳ hiện cả nước đang trân trọng, trong thâm tâm, đối với tôi vẫn còn rất xa lạ.

Cũng trong những ngày lễ ấy, kéo dài cả tuần, toàn bộ hệ thống phát thanh, truyền hình và báo chí của Việt Nam ca tụng hết lời công lao của đảng Cộng sản và không hết lời mạt sát Mỹ, Ngụy. Là kẻ chiến thắng, họ không cần để ý đến mảy may sự thật trong nội dung tuyên truyền. Những việc làm như thế hoàn toàn đi ngược lại với chính sách mà họ thường tuyên truyền là "khoan hồng" và "hòa hợp hòa giải dân tộc".

Thế giới của tôi trong những đêm mất ngủ

Trong thời gian sống ở Hà Nội, chỗ tôi ở có nhân viên ra vào khá tấp nập vào những ngày làm việc, nhưng buổi tối và những ngày nghỉ thì ngôi nhà này thật sự hoang vắng. Chỉ có một mình tôi. Đó là thời gian tôi sống thực với chính tôi và đó cũng là những ngày tháng tôi buồn da diết.

Hình ảnh của những năm 1945, 1946 trở lại. Những người chú trong họ của tôi đêm đêm bị những người cán bộ Việt Minh đến bắt đi. Sáng hôm sau thấy xác ở một làng bên cạnh. Người này rồi đến người khác. Dòng họ Nguyễn Xuân của tôi bị xem là Việt gian bán nước.

Rồi đến ngày đất nước chia đôi, ôi thời thanh bình làm sao! Tôi đã có những chuyến đi xe lửa tuyệt vời từ Đông Hà, Quảng Trị, qua Huế, vào Đà Nẵng, Quảng Nam, Quy Nhơn, Tuy Hoà, Nha Trang rồi cuối cùng đến Sài Gòn nhộn nhịp. Trên mỗi đoạn đường đi qua, người dân địa phương tuy nghèo nhưng khuôn mặt họ rạng rỡ như đất nước đang hồi sinh sau nhiều năm chiến tranh tàn khốc.

Thời đó tôi cũng có dịp theo bạn bè về các tỉnh miền Tây, miền Đông. Đâu đâu người dân cũng sống cuộc sống bình dị, không xa hoa, nhưng có đủ cơm ăn, áo mặc, con cái đến trường học hành tử tế. Xe chở khách và hàng hóa chạy liên tục suốt đêm từ Sài Gòn về lục tỉnh và ngược lại. Rồi những lần lên Bảo Lộc thăm gia đình của người em họ, những ngày nghỉ thật thanh bình tại Đà Lạt, những buổi tối đi uống cà phê với bạn bè, những tuần lễ ngắn ngủi sống trong nhà bố mẹ của người bạn học Nguyễn Tường Thiết[1] tại đường Hoàng Diệu. Tôi có quá nhiều kỷ niệm đẹp của thời sinh viên dồn dập trở về với tôi trong những đêm khó ngủ giữa thủ đô Hà Nội ngày nay.

Thời ấy, người Philippines, Mã Lai, Singapore, Thái Lan đến Sài Gòn như đến thăm hòn ngọc của viễn Đông. Người Đài Loan, Đại Hàn (bây giờ gọi là Hàn Quốc) sau khi đến thăm miền Nam Việt Nam đều mơ ước đất nước của họ như Việt Nam. Người dân miền Nam không phải đi làm cho người nước ngoài như người lao động dưới chế độ Cộng hoà Xã hội Chủ nghĩa Việt Nam ngày nay.

Thế rồi những ngày tháng bình yên đó không còn nữa khi miền Nam bắt đầu có phong trào "Đồng khởi" nổi dậy. Sự thực không phải người dân miền Nam nổi dậy. Đây là đường lối và chủ trương đánh chiếm miền Nam của Đảng Cộng sản Việt Nam. Chính những người cán bộ Cộng sản được cài ở lại miền Nam và những người Cộng sản tập kết ra Bắc nay trở lại, kích động người dân trong các xã ấp nổi lên đánh phá chính quyền miền Nam. Họ sử dụng chiêu bài "đánh cho Mỹ cút, Nguy nhào" để "giải phóng miền Nam" theo chủ trương của chế độ Cộng sản miền Bắc với sự hỗ trợ đắc lực của khối Cộng sản quốc tế, chủ yếu là Trung Quốc và Liên Xô.

Thời đó miền Nam cũng có sổ gia đình (sổ hộ khẩu) nhưng đó là một quyển sổ dùng cho việc quản lý hành chính thuần tuý. Nó không phải là một quyển sổ định

---

[1] Nguyễn Tường Thiết, con út của nhà văn, nhà chính trị Nhất Linh Nguyễn Tường Tam, hiện đang sống tại Hoa Kỳ. Ông Nhất Linh Nguyễn Tường Tam tự tử chết ở Sài Gòn 7/7/1963 để phản đối chế độ độc tài gia đình trị của Tổng thống Ngô Đình Diệm.

mệnh như quyển "sổ hộ khẩu" của miền Bắc dùng để bóp yết hầu và tiêu diệt quyền làm người chính đáng của người dân trong suốt nhiều thập kỷ trước ngày Việt Nam chính thức gia nhập Tổ chức Thương mại Thế giới.

Miền Nam cũng có công an, cảnh sát, nhưng kỹ thuật tra tấn không tinh vi và hiểm độc như công an miền Bắc. Miền Nam chỉ có chính sách "Người cày có ruộng", không có cảnh vận động những người dân ít học, nghèo khổ gọi là "bần nông" đi tố khổ những gia đình bị chế độ xem là "cường hào", "ác bá". Miền Nam không có phong trào "Cải cách ruộng đất"[1] và chiến dịch càn quét những người trí thức thuộc nhóm Nhân văn giai phẩm trong những năm 1956, 1967. Người dân miền Nam trước đây không khiếp sợ công an như ngày nay. Ngược lại, ngày nay tại miền Bắc hầu như mọi tầng lớp nhân dân, kể cả tầng lớp nhà giáo, trí thức, khoa bảng đều khiếp sợ công an.

Miền Nam cũng có hối lộ, tham nhũng, nhưng mức độ thì tuyệt đối không "hoành tráng" và có hệ thống như xã hội Việt Nam ngày nay. Tham nhũng lớn nhất trước đây ở miền Nam, phần lớn thường là đánh cắp hàng viện trợ của Mỹ, chứ ít có nạn hoạnh họe người dân để lấy tiền.

Tại miền Bắc ngày nay khác hẳn. Tuyệt đại bộ phận những người có chức có quyền từ cấp trung ương đến địa phương đều là đảng viên của Đảng Cộng sản. Chính họ là những người tham nhũng và nhận hối lộ lớn nhất. Cho nên người Cộng sản Việt Nam có đưa ra bao nhiêu

---

[1] Đọc *Cải cách ruộng đất tại miền Bắc Việt Nam (1953-1958)* của Hoàng Văn Chí sẽ thấy rõ sự khủng khiếp và tàn bạo của chế độ Cộng sản miền Bắc.

quyết tâm chống tham nhũng cũng chỉ là bánh vẽ để loại trừ những kẻ không thuộc phe nhóm của mình.

Miền Nam trước đây không phải là thiên đường. Từ ngày chiến tranh do miền Bắc chính thức phát động gọi là "Đồng khởi" năm 1960 với mức độ leo thang nhanh khủng khiếp cho đến năm 1965 trở đi, khi quân đội Mỹ ồ ạt vào cứu miền Nam, xã hội miền Nam từ đó bị đảo ngược hoàn toàn. Cô gái bán dâm tặng tiền "boa" cho bác sĩ. Đời sống đắt đỏ lên. Nạn nghèo đói, thiếu thốn gia tăng hầu hết trong mọi gia đình. Một công chức ban ngày đi làm cho chính phủ, buổi tối đi làm cho các khách sạn, nhà hàng để kiếm thêm thu nhập, vì đồng lương lúc đó ở các thành phố chỉ đủ cho gia đình chi tiêu trong nửa tháng hoặc khá hơn là 20 ngày. Có người cảnh sát phải làm nghề xe ôm buổi tối bị hành khách đánh vì tưởng là Việt cộng vì có mang theo súng lục (quên không để súng lại cơ quan). Có một thầy giáo ở Tây Ninh chạy xe xích lô buổi tối đón phải học trò của mình. Nhận ra thầy, em học trò bối rối nhưng vẫn lễ phép vòng tay thưa thầy. Thầy giáo phải thú thật là lương hàng tháng của thầy không đủ sống nên thầy phải đi làm thêm buổi tối và yêu cầu em đừng nói với ai và lần sau nếu có gặp thì chỉ gọi là "bác", đừng gọi "thầy"[1].

Một trong những kỷ niệm đẹp trong đời dạy học của tôi tại miền Nam (cụ thể là ở Huế năm 1962, 1963 và ở Tuy Hoà năm 1965, 1966) là những đêm cắm trại. Thầy trò chúng tôi có cả Lê Anh Triết[2] tâm sự về chiến tranh,

---

[1] Báo cáo của Giám đốc Sở Giáo dục tỉnh Tây Ninh trong phiên họp của lãnh đạo Bộ Giáo dục tại miền Nam Việt Nam, tháng 8/1974.

[2] Cố Bác sĩ Lê Anh Triết, một trí thức trẻ lúc ấy có nhiều ưu tư về tình hình đất nước, thường tham gia các sinh hoạt với giới học sinh tại Tuy Hòa, tỉnh Phú Yên.

về đất nước, về sứ mệnh giới trẻ phải làm gì. Và trong những lần tâm sự như thế, cả thầy lẫn trò đều rưng rưng nước mắt vì sự bất lực của tuổi trẻ, sự tàn bạo của chiến tranh, sự tham vọng của các chủ nghĩa ngoại lai. Một số trong các em học sinh thời ấy sau tháng 4 năm 1975 là những quan chức lớn trong một số tỉnh ở miền Trung.

Và trong những đêm dài thao thức ấy, có cả những kỷ niệm của thời còn trai trẻ, trong đó có cả chuyện tình đơn phương kéo dài trong nhiều năm với một vài người con gái. Các mối tình đơn phương ấy như là những chỗ tựa bồng bềnh cho cuộc sống bớt cô đơn và để đứng dậy, vươn lên.

Rồi sáng hôm sau, bên ngoài trời bừng sáng, đường sá xe cộ tấp nập, các cháu học sinh vội vã đến trường, người cán bộ công chức đến sở làm việc, người công nhân ra công trường. Một xã hội đang tìm con đường ngắn nhất để vươn lên, để hòa đồng với thế giới sau quá nhiều thập kỷ vùi dập trong chiến tranh, bom đạn, chết chóc, nghèo đói.

Và những hồi tưởng trong đêm bị xóa nhòa đi như tâm sự tiếc nuối thời son trẻ của người kỷ nữ trong tác phẩm Tỳ bà hành (Tiếng đàn trên sông Tỳ bà hành) của Bạch Cư Dị[1]: "Đêm khuya sực nhớ vòng tuổi trẻ/Lệ trong mơ hoen vẻ phấn son".

---

[1] Bản dịch của Phan Huy Thực. Nguyên văn: "Dạ thâm hốt mộng thiếu niên sự/Mộng đề trang lệ hồng lan can" trong bài Tỳ bà hành của Bạch Cư Dị (772-846), một nhà thơ nổi tiếng đời Đường của Trung Quốc.

Gia đình đổ vỡ

Trong gia đình, điều làm tôi vui nhất là các con. Tôi có năm con, bốn trai (Như, Hữu, Nhân và Vũ) và một gái (Quỳnh Hương). Khi tôi vượt biên, tất cả đều còn nhỏ. Bốn năm sau, tôi bảo lãnh được vợ và cả năm con sang Úc. Hiện nay, tất cả đều đã thành tài và đã có gia đình êm ấm.

Nhưng quan hệ giữa tôi và vợ tôi thì lại không hoàn toàn tốt đẹp. Chúng tôi thành hôn với nhau từ năm 1962. Trừ những năm đầu, thời gian về sau, chúng tôi có những lúc xa nhau thật lâu. Trước năm 1975, tôi đi du học ở Mỹ 4 năm; sau năm 1975, tôi đi cải tạo 5 năm; sau đó thì vượt biên, 4 năm sau mới bảo lãnh được gia đình sang Úc; từ năm 1994, tôi về Việt Nam làm việc một mình trong nhiều năm. Những sự xa cách ấy chắc chắn càng làm cho những bất đồng về quan điểm và tính cách càng lúc càng trầm trọng thêm. Giữa năm 2002, vợ tôi và tôi quyết định ly hôn sau hơn bảy năm sống gần như ly thân. Tôi biết rất rõ ly hôn là một đổ vỡ lớn trong đời và mang lại đau đớn không nhỏ cho chính những người trong cuộc, và còn là một vết thương âm ỉ lâu dài về sau. Thế nhưng những gì phải đến đã đến. Tôi giao hết nhà cửa cho vợ, chỉ mang quần áo và sách vở ra đi.

Phụ lục 1:
Khởi xướng việc thành lập
Đại học Quốc tế RMIT Việt Nam

Ghi chú: Bài do Nguyễn Xuân Thu viết bằng tiếng Anh, Ngô Lê Thông chuyển ngữ ra tiếng Việt, ngày 21/4/2005

Cũng như những người Việt rời khỏi đất nước sau những biến cố của năm 1975, tôi có một vài mong muốn riêng: làm việc để nuôi sống gia đình, tạo cơ hội tốt cho các con tôi được tiếp tục học hành trên quê hương mới, và đóng góp mang lại lợi ích cho quê hương mới của mình.

Sau 12 năm làm việc cật lực tại Australia và sau khi các con tôi đã học xong đại học và trả xong tiền mua sắm ngôi nhà của gia đình, tháng 3 năm 1994 tôi quyết định thôi công tác giảng dạy của một giảng viên chính tại Đại học Công nghệ Hoàng gia Melbourne (Đại học RMIT) và quay về Việt Nam để đóng góp cho quê hương của mình. Quyết định này đã khiến gia đình tôi bị chia rẽ sâu sắc, làm cho các bạn tôi thấy choáng váng, và được Giáo sư David Beanland, khi đó là Giám đốc của Đại học RMIT coi là "một quyết định dũng cảm và đầy đau đớn".

Quá trình làm thủ tục thôi việc đã kéo dài đến hơn 3 tháng. Vào đầu tháng 8 năm đó tôi quay về sống tại Hà Nội. Không như Sài Gòn (thành phố Hồ Chí Minh hiện nay), Hà Nội khi đó là một thành phố xa lạ đối với tôi, và tôi không có một người bạn hay bà con thân thích nào ở đó. Nhưng tôi đã quyết định sống ở Thủ đô vì cho rằng nếu muốn làm một cái gì có ý nghĩa, bạn phải ở gần "đầu não", nơi ra những quyết định quan trọng.

Tại Hà Nội, tôi kiếm sống bằng cách làm tư vấn độc lập cho Đại học RMIT. Tôi có nhiệm vụ đại diện cho Đại học RMIT tại Việt Nam, xúc tiến sự hợp tác hàn lâm giữa Đại học RMIT và Đại học Quốc gia Hà Nội, và giúp tuyển sinh viên du học tự túc cho Đại học RMIT. Nguồn thu nhập duy nhất của tôi là từ Đại học RMIT. Những công việc đó chỉ đủ để tôi thanh toán những chi phí sinh hoạt khiêm tốn. Những khoản chi phí khác tôi đều phải thanh toán từ tiền cá nhân của mình lấy từ lương hưu mà tôi đã rút trước khi quay về Việt Nam. Thu nhập của tôi khi đó không dư dả, nhưng tôi thích làm việc tại Việt Nam, là nơi tôi có thể đóng góp những hiểu biết và kinh nghiệm của mình cho quê hương trong lãnh vực giáo dục.

Những công việc khó khăn nhất và làm tôi bận rộn nhất lại không phải là những công việc được trả thù lao mà những công việc tự nguyện của tôi. Một trong những công việc không có thù lao đó là công việc làm cho Bộ Giáo dục và Đào tạo.

Tư vấn cho Bộ Giáo dục và Đào tạo của Việt Nam

Ngày 2 tháng 1 năm 1993, Thứ trưởng Bộ Giáo dục và Đào tạo Trần Chí Đáo thay mặt Bộ trưởng Trần Hồng

Quân gửi cho Giáo sư David Beanland, khi đó là Viện trưởng/Giám đốc Đại học RMIT, một lá thư đề nghị Đại học RMIT cho tôi về Việt Nam giúp Bộ Giáo dục và Đào tạo trong một chương trình nhằm tái cấu trúc hệ thống đại học của Việt Nam. Do những vấn đề về mặt tài chính, việc biệt phái của tôi không thành. Tháng 4 năm 1994 sau khi từ chức tại Đại học RMIT, tội quay về Việt Nam làm tư vấn cho Đại học RMIT và giúp Bộ Giáo dục và Đào tạo trên cơ sở tự nguyện.

Với tư cách tự nguyện này, tôi đã có cơ hội gặp gỡ và làm việc thường xuyên với Bộ trưởng Trần Hồng Quân, Gs. Lâm Quang Thiệp và Ts. Lê Viết Khuyến (Vụ trưởng và Vụ Phó Vụ Đại học), nhiều trợ lý cho Bộ trưởng, các Vụ trưởng, chuyên viên chính của các Vụ trong Bộ Giáo dục và Đào tạo.

Vào lúc đó, hệ thống giáo dục đại học của Việt Nam còn theo mô hình của Liên Xô cũ. Ngoài Đại học Tổng hợp Hà Nội, Đại học Tổng hợp thành phố Hồ Chí Minh có các khoa về khoa học xã hội, nhân văn và tự nhiên, và Đại học Cần Thơ, các trường còn lại đều là các trường đại học, cao đẳng chuyên ngành. Một số trực thuộc Bộ Giáo dục và Đào tạo và số khác trực thuộc các Bộ chủ quản có liên quan.

Cho đến năm 1994 có khoảng 120 trường đại học và cao đẳng công lập và gần 2 phần 3 trong số này là các trường cao đẳng sư phạm có nhiệm vụ đào tạo giáo viên tiểu học và trung học cơ sở. Trước thời kỳ Đổi mới năm 1986 không có trường dân lập hay bán công nào trong ngành giáo dục đại học. Bắt đầu từ năm 1991, có một số ít trường cao đẳng và đại học bán công được thành lập tại Hà Nội và sau đó tại thành phố Hồ Chí Minh.

Vì giáo dục đại học là miễn phí và lúc đó Việt Nam được coi là một trong những nước nghèo nhất thế giới, số lượng sinh viên nhập học hàng năm rất ít, ít hơn 100 ngàn em đối với một dân số trên 70 triệu người. Các trường đại học và cao đẳng cũng được bao cấp hoàn toàn và do đó cơ sở vật chất cho giảng dạy, các phòng thí nghiệm và thư viện đều được trang bị rất nghèo nàn. Vì vậy, chất lượng giáo dục rất thấp.

Các trường đại học và cao đẳng không cung cấp được những người có đủ những kỹ năng thích hợp phục vụ những yêu cầu phát triển kinh tế và xã hội của Việt Nam. Cũng không có liên kết nào giữa giáo dục và các ngành. Các trường đại học và cao đẳng chỉ làm công tác giảng dạy thuần túy. Hầu như không có các hoạt động nghiên cứu và phát triển bên trong các trường đại học. Khi đó nghiên cứu và phát triển chủ yếu thuộc về *Trung tâm Khoa học và Công nghệ Quốc gia* và *Trung tâm Khoa học Xã hội và Nhân văn Quốc gia* (trước đó gọi là Viện Khoa học Việt Nam và Viện Khoa học Xã hội và Nhân văn) với trên 200 Viện và Trung tâm trong khắp cả nước. Vì vậy các chương trình đào tạo sau đại học tại các trường đại học rất yếu.

Với tình hình như vậy trong ngành giáo dục đại học, Bộ Giáo dục và Đào tạo được yêu cầu đổi mới hệ thống giáo dục của mình và vai trò của tôi là chia sẻ với Bộ trưởng và các cộng sự của ông những hiểu biết và kinh nghiệm liên quan đến giáo dục của phương Tây (tôi tốt nghiệp tại Bộ môn Giáo dục Đại học của Đại học Indiana tại Bloomington, Hoa Kỳ). Tôi đã giới thiệu tóm tắt với họ các hệ thống khác nhau trong giáo dục đại học ở phương Tây, đặc biệt là hệ thống giáo dục đại học tại Mỹ và tác động của nó lên sự phát triển kinh tế xã hội của nước này. Tôi đã dành ra nhiều thời giờ giải thích cách thức vận hành của các trường đại học đa ngành. Những khái niệm đó rất mới đối với họ vì hệ thống giáo dục đại học của Liên Xô cũ không theo mô hình đó. Mối quan hệ giữa giảng dạy và nghiên cứu cũng là trọng tâm chính vì Bộ Giáo dục và Đào tạo có mong muốn tăng cường các hoạt động nghiên cứu tại các trường đại học của Việt Nam. Tôi cũng chia sẻ với họ những khái niệm về quản lý và thực tiễn về mặt điều hành trường đại học. Việt Nam không có các hội đồng đại học hay các hội đồng quản trị mà ta thường thấy bên Anh quốc hay Hoa Kỳ. Hệ thống tín chỉ, hệ thống học phần và chuyển tiếp tín chỉ cũng đều là những khái niệm rất mới lạ đối với họ. Cấu trúc khóa học và các quy trình kiểm định những khóa học mới cũng hoàn toàn xa lạ. Chúng tôi đã thảo luận các cách thức cải thiện chất lượng giáo dục và xem xét việc thành lập các trung tâm đánh giá cấp vùng, các quá trình bảo đảm chất lượng. Chúng tôi cũng đã thảo luận các mô hình giáo dục khác nhau, như các trường đại học cộng đồng hoặc cao đẳng 2 năm, vốn rất phổ biến bên Hoa Kỳ.

Những lý do khởi xướng việc thành lập Đại học Quốc tế RMIT Việt Nam

Đầu năm 1996, tôi ý thức được rằng vai trò cố vấn của tôi đã không thành công. Hệ thống giáo dục đại học theo mô hình của Liên Xô cũ đã bắt rễ sâu vào tư duy và thực tiễn hàng ngày của họ. Họ rất khó nắm bắt được các mô hình khác mà không thấy chúng thông qua các thí dụ thực tế.

Vào một ngày cuối tháng 4 năm 1996, tại văn phòng của Bộ trưởng ở 49 Đại Cồ Việt, Hà Nội, tôi bày tỏ lo lắng của mình với Bộ trưởng Trần Hồng Quân rằng chương trình đổi mới hiện có chắc khó có khả năng thành công vì hầu hết các nhà giáo và nhà quản lý của Việt Nam không biết cách thức hoạt động của một trường đại học đa ngành. Tôi gợi ý rằng Việt Nam nên mời một cơ sở giáo dục quốc tế đến để thành lập một trường đại học đa ngành theo phong cách phương Tây để làm mô hình tham khảo cho các trường trong nước. Bộ trưởng Trần Hồng Quân hoàn toàn đồng ý với tôi và đề nghị tôi tiếp tục triển khai sáng kiến này.

Tôi có đủ lý do để đưa ra ý tưởng tìm một nhà cung cấp giáo dục quốc tế đầu tư vào ngành giáo dục đại học tại Việt Nam. Tôi hoàn toàn hiểu rằng nhiều bạn bè của mình và phần lớn cộng đồng người Việt ở nước ngoài không muốn thấy bất kỳ ai làm điều gì tại Việt Nam nhằm củng cố chế độ của những người Cộng sản. Vợ và các con lớn của tôi cũng cùng có quan điểm này. Khi tôi quay về làm việc tại Việt Nam, nhiều bạn tôi cũng đã lên án tôi là kẻ phản bội bạn bè và Nam Việt Nam, nơi tôi đã lớn lên và làm việc trong hơn 20 năm. Đã từng phải đi tập trung cải tạo 5 năm sau năm 1975, tôi cũng có những nỗi đau và niềm tâm sự riêng. Tuy nhiên, từng là một đứa trẻ mồ côi lớn lên bên những người bất hạnh nhất tại các tỉnh nghèo khó của miền Trung, tôi bao giờ cũng muốn làm một điều gì đó có thể giúp những người nghèo tại quê hương. Để thực hiện mong muốn sâu sắc đó của mình, tôi phải tìm cách làm lành những vết thương trong quá khứ bất kể đến những đánh giá và lên án của những người khác, trong đó có cả vợ tôi và những bạn bè thân thiết nhất. Như tôi đã viết trong *Journal of Vietnamese Studies (tạp chí Việt Nam học)* năm 1991: "bạn không thể làm lành viết thương của mình bằng cách nhìn lại quá khứ và bạn cũng không thể tạo dựng được một tương lai tốt đẹp cho con cái mình bằng thù hận. Quá khứ cần thuộc về quá khứ. Tương lai là cách duy nhất để đem lại sự an bình và hạnh phúc cho mình và tạo dựng tương lai tốt đẹp cho con em của bạn." Tôi tin tưởng mạnh mẽ vào tương lai và mọi công việc của tôi là đầu tư vào tương lai. Đối với tôi, giáo dục là tương lai, tương lai của những thế hệ trẻ, tương lai của Việt Nam, và cũng là con đường tốt nhất đi tới phồn vinh cho một đất nước như Việt Nam.

Về gợi ý nói trên của Bộ trưởng Trần Hồng Quân, tôi đã tìm hiểu nhiều nhà cung cấp giáo dục khác nhau ở nhiều nước. Chi phí hoạt động của các trường nổi tiếng bên Mỹ thường rất cao và không khả thi đối với Việt Nam. Các rào cản về mặt chính trị cũng vẫn còn đó giữa hai cựu thù và không dễ vượt qua chúng. Mặc dù Pháp có ảnh hưởng mạnh đối với giáo dục của Việt Nam trong quá khứ, lúc đó họ không có bất kỳ dự án đầu tư đáng kể nào vào giáo dục tại Việt Nam. Tại Australia, Đại học Monash và Đại học RMIT là hai nhà cung cấp giáo dục tích cực nhất cho nhiều nước trên thế giới, đặc biệt tại khu vực châu Á và Thái Bình Dương. Giữa hai trường này, tôi chọn RMIT vì nhiều lý do: tôi từng làm việc cho RMIT và biết RMIT hơn Monash; khi đó RMIT đã có một phân nhánh tại Penang (Malaysia); và quan trọng hơn, tôi được cho biết rằng Bộ Giáo dục và Đào tạo không hài lòng về Đại học Monash do đã có tin đăng tải không đúng sự thật trên một số báo chí lớn của Australia sau chuyến viếng thăm nước này của Thủ tướng Võ Văn Kiệt năm 1994. Sau khi xem xét thận trọng nhiều nhà cung cấp dịch vụ giáo dục, tôi đã trình bày quan điểm của mình cho Bộ trưởng Trần Hồng Quân. Ông đã khuyến khích tôi liên lạc với Đại học RMIT.

Tôi đã chuyển lời nhắn của Bộ trưởng cho Giám đốc David Beanland của Đại học RMIT và ông này sau đó đề nghị rằng Bộ Giáo dục và Đào tạo gửi cho ông một bức thư mời RMIT thăm dò khả năng thành lập một trường đại học tại Việt Nam. Tôi đã thông báo cho Gs. Quân về đề nghị của Đại học RMIT và ông yêu cầu tôi thảo bức thư và tôi đã làm điều đó. Giữa tháng 4 năm 1996 ông đã ký vào bức thư.

Gs. David Beanland nhận được thư của Bộ Giáo dục và Đào tạo mời nghiên cứu ý tưởng thành lập một trường đại học quốc tế tại Việt Nam khi ông đến thăm thành phố Hồ Chí Minh. Tôi đã thảo luận với ông nhiều vấn đề chính liên quan tới hệ thống giáo dục đại học của Việt Nam, các xu hướng tái cấu trúc nó, và những lĩnh vực giáo dục mà Việt Nam cần cải cách. Tôi cũng tóm tắt cho ông Beanland biết về những tư duy đẳng sau lời mời của Bộ Giáo dục và Đào tạo. Cuối cùng tại khách sạn Norfolk (thành phố Hồ Chí Minh), Gs. Beanland đã thảo một bức thư trình bày quan điểm của mình về khả năng một trường đại học quốc tế có thể phải làm để đáp ứng nhu cầu phát triển kinh tế xã hội của Việt Nam và tôi đã đánh máy bức thư đó trên máy tính tại Văn phòng Liên lạc của Đại học RMIT tại 51A Phạm Ngũ Lão, Quận 1, thành phố Hồ Chí Minh.

Bức thư này gồm một tầm nhìn về một trường đại học sẽ thành lập tại Việt Nam, một sứ mạng, các mục tiêu, các lĩnh vực giáo dục và đào tạo và các chương trình giảng dạy ở các giai đoạn khác nhau, nghiên cứu và phát triển ứng dụng, phương pháp luận giảng dạy và công tác bảo đảm chất lượng, dự báo số sinh viên trong nước và quốc tế nhập học vào trường này trong 10 năm đầu hoạt động, tỷ lệ nhân viên trong nước và nước ngoài, các dịch vụ học tập và dịch vụ cộng đồng, mô hình điều hành trường, dự báo tài chính và cơ cấu quản lý. Cũng đã có chỉ rõ rằng đó chỉ là những ý tưởng ban đầu nhằm đáp lại lời mời của Bộ Giáo dục và Đào tạo và đã thể hiện mong muốn được Bộ cho nhận xét về những điểm mà RMIT đề nghị. Hơn nữa, Bộ Giáo dục và Đào tạo đã được mời bổ sung thêm bất kỳ chương trình hay hướng dẫn nào để có thể giúp RMIT xây dựng được một trường đại học có thể đóng góp đáng kể cho phát triển kinh tế xã hội của Việt Nam, đặc biệt trong giai đoạn đổi mới kinh tế ban đầu. Bức thư này hứa rằng RMIT sẽ dùng những ý kiến của Bộ Giáo dục và Đào tạo để soạn ra một đề án toàn diện trước khi đệ trình chính thức cho Bộ.

Gần một tuần sau đó, tôi đã trao bức thư này cho Bộ trưởng Trần Hồng Quân tại văn phòng của ông ở Hà Nội. Bộ trưởng đã hoan nghênh sáng kiến của RMIT và vào đầu tháng 5, Bộ Giáo dục và Đào tạo đã trả lời ủng hộ đề xuất sơ bộ của RMIT. Tôi đã fax bức thư của Bộ Giáo dục và Đào tạo cho RMIT. Trên cơ sở bức thư trước đó gửi cho Bộ Giáo dục và Đào tạo, RMIT đã xây dựng bản đề án đầy đủ và ngày 24 tháng 6 năm 1996, nó đã được chính thức đệ trình cho Bộ Giáo dục và Đào tạo xem xét. Các bản sao của nó cũng đã được gửi cho Bộ Ngoại giao và Thương mại Australia tại Canberra và tòa đại sứ Australia tại Hà Nội.

Trong tháng 7 năm đó, Bộ Giáo dục và Đào tạo đã chuyển hồ sơ của RMIT cho Văn phòng Chính phủ kèm theo công văn đồng ý của Bộ về sáng kiến của RMIT và đề nghị Chính phủ Việt Nam xem xét chấp thuận yêu cầu của RMIT. Sau đó 3 tháng, vào tháng 10 năm 1996, Bộ Giáo dục và Đào tạo đã nhận được một công văn của Ông Đoàn Mạnh Giao, khi đó là Phó Chủ nhiệm Văn phòng Chính phủ, cho biết rằng Phó Thủ tướng Nguyễn

Khánh, thay mặt cho Thủ tướng Võ Văn Kiệt, đã chỉ thị cho Bộ Giáo dục và Đào tạo soạn thảo một quy định về việc thành lập và hoạt động của các trường đại học nước ngoài tại Việt Nam để Chính phủ ban hành trước khi xem xét hồ sơ của RMIT.

Với sự đáp ứng này từ phía Văn phòng Chính phủ, Bộ Giáo dục và Đào tạo đã thành lập một nhóm công tác do Vụ Trưởng Vụ Đại học lãnh đạo để soạn thảo những quy định đó. Tôi đã được mời đóng góp tham luận và nhóm công tác của Bộ Giáo dục và Đào tạo đã tiến hành nhiều hội thảo nhằm hoàn thiện tài liệu này. Dự thảo quy định về việc thành lập và hoạt động của các trường đại học quốc tế tại Việt Nam cuối cùng đã được gửi cho Văn phòng Chính phủ vào đầu tháng 1 năm 1997 với hy vọng rằng Chính phủ sẽ sớm ban hành một khuôn khổ pháp lý và hồ sơ của RMIT sẽ được phê duyệt trong cùng thời gian.

Hy vọng này đã không thành khi nhiệm kỳ của Thủ tướng Võ Văn Kiệt kết thúc vào tháng 7 năm đó và chưa có một khuôn khổ pháp lý nào để khuyến khích nước ngoài đầu tư vào giáo dục tại Việt Nam và hồ sơ của RMIT cũng chưa được phê duyệt. Việc này sau đó đã được giải thích rằng Chính phủ muốn ban hành một tài liệu pháp lý kêu gọi đầu tư nước ngoài không chỉ trong lĩnh vực giáo dục và đào tạo mà cả trong các hoạt động y tế và nghiên cứu. Do đó, sẽ phải chuẩn bị một tài liệu với sự tham gia của nhiều Bộ (Bộ Y tế, Bộ Giáo dục và Đào tạo, và Trung tâm Khoa học và Công nghệ Quốc gia) và điều này sẽ tốn thời gian.

Tôi tin chắc rằng để đẩy nhanh công cuộc đổi mới kinh tế tại Việt Nam, đất nước này cần có đầu tư nước ngoài trong lĩnh vực giáo dục và đã chia sẻ những suy nghĩ đó với những bạn bè mà tôi gặp. Một trong những người bạn đó là ông Nguyễn Trí Dũng, khi đó là Tổng Biên tập báo *Vietnam Investment Review*, đã đề nghị tôi với tư cách là Giám đốc Dự án Australia – Việt Nam của Đại học RMIT, nên viết một lá thư gửi cho Thủ tướng Việt Nam. Lúc đầu tôi lưỡng lự, nhưng sau đó với sự khích lệ của ông Dũng, tôi đã thảo bức thư đó và sau khi ông Dũng biên tập lại, tôi đã ký vào bức thư và gửi đi vào ngày 9 tháng 12 năm 1997 (trên thực tế tôi đã trao bức thư đó cho Ông Nguyễn Trí Dũng để chuyển cho cơ quan có thẩm quyền tại Văn phòng Chính phủ).

Hơn một tháng sau, tôi nhận được thư số 274/VPCP/KGVX đề ngày 23/01/1998 từ Ông Lại Văn Cử, Bộ trưởng Chủ nhiệm Văn phòng Chính phủ cho biết rằng Phó Thủ tướng, thay mặt cho Thủ tướng đã: (1) đồng ý về mặt nguyên tắc cho phép RMIT thành lập phân nhánh của mình tại Việt Nam và yêu cầu RMIT nhanh chóng xây dựng một dự án trên cơ sở Luật Đầu tư Nước ngoài tại Việt Nam và tình hình thực tế trong nước, và (2) trao cho Bộ Giáo dục và Đào tạo và Bộ Kế hoạch và Đầu tư cũng như các cơ quan có liên quan chịu trách nhiệm đánh giá dự án và trình Thủ tướng xem xét quyết định.

Tôi đã gửi thư đó cùng với bản dịch về Đại học RMIT. Gs. David Beanland ngay lập tức đã bổ nhiệm Gs. David Wilmoth, khi đó là Phó Giám đốc phụ trách quan hệ quốc tế, làm người đứng đầu dự án này. Gs. David Wilmoth đã thành lập một nhóm 3 người để tiến hành nghiên cứu tiền khả thi vào cuối tháng 3 năm 1998, bao gồm PGs. Ron Davidson, khi đó là Trưởng Bộ môn Kỹ thuật Hệ thống, Ts. Booi Kham từ khoa Kinh doanh của Đại học RMIT và tôi, Nguyễn Xuân Thu.

Trước khi tham gia vào nhóm này, từ khi còn ở Việt Nam, tôi đã tập hợp và đọc tất cả các tài liệu pháp lý có liên quan đế đầu tư nước ngoài tại Việt Nam, kể cả Luật Đầu tư Nước ngoài tại Việt Nam, Nghị định 22-CP của Chính phủ ngày 18 tháng 2 năm 1997 quy định chi tiết Luật Đầu tư Nước ngoài tại Việt Nam, và thông tin liên quan đến thuế thu nhập công ty, và những tài liệu liên quan đến việc thành lập công ty ở Việt Nam (công ty trách nhiệm hữu hạn).

Những nhiệm vụ của nhóm nghiên cứu tiền khả thi bao gồm các cuộc thăm viếng các tổ chức và cá nhân khác nhau, xác định vị trí tiềm năng để làm địa điểm xây trường của RMIT tại thành phố Hồ Chí Minh hoặc các tỉnh lân cận, và soạn thảo tài liệu nghiên cứu tiền khả thi. Chúng tôi đã đến thăm Thứ trưởng Bộ Giáo dục và Đào tạo Vũ Ngọc Hải, Giám đốc Đại học Quốc gia Hà Nội Nguyễn Văn Đạo, Phó Chủ tịch Ủy ban Nhân dân thành phố Hồ Chí Minh Vũ Hùng Việt, các Phó Giám đốc Đại học Quốc gia thành phố Hồ Chí Minh Nguyễn Ngọc Giao và Nguyễn Văn Hanh. Chúng tôi cũng đã đến thăm Ủy viên Australia Vy Lê tại tòa Đại sứ Australia tại Hà nội (sau này là phu nhân Đại sứ Hoa Kỳ Pete Peterson), tổng Lãnh sự Australia Lisa Fillipetto, đại diện công ty luật Freehills tại thành phố Hồ Chí Minh, Giám đốc Điều hành tập đoàn Norfolk Nguyễn Thanh Hoàng, và nhiều người khác.

Tại mọi nơi đã đến, chúng tôi đều nhận được ủng hộ mạnh mẽ. Nhiều người bày tỏ một cách cởi mở rằng có nhu cầu to lớn đối với giáo dục quốc tế tại Việt Nam và dự án thành lập trường đại học của RMIT tại Việt Nam là khả thi. Tuy nhiên cũng có nhiều người bày tỏ lo ngại về chi phí học tập cao tại trường của RMIT tại thành phố Hồ Chí Minh.

Về mặt xác định địa điểm xây trường, trước hết chúng tôi đã đến thăm khu trường của Đại học Quốc gia thành phố Hồ Chí Minh tại Thủ Đức, khoảng 15 km về phía Bắc thành phố. Chúng tôi đã không thể tìm đủ diện tích vì tại đó chỉ có 12 hecta dành cho các trường đại học quốc tế trong tương lai. Chúng tôi cũng đã đến xem một địa điểm ở Đồng Nai, 30 km về phía Đông Bắc thành phố Hồ Chí Minh và một khu đồng nước tại Quận 7 trong khu đô thị mới Nam thành phố Hồ Chí Minh. Gs. Ron Davidson và Ts. Booi Kham quan tâm đến khu đất tại Biên Hoà vì cho rằng đất tại đó đủ cứng, dễ xây dựng và RMIT không phải trả nhiều tiền đền bù đất đai. Tuy nhiên tôi lại thích địa điểm tại Quận 7 vì nhiều lý do: thành phố Hồ Chí Minh là thủ phủ kinh tế và tài chính của Việt Nam, Quận 7 chỉ cách trung tâm thành phố Hồ Chí Minh 5 km, và khu Nam thành phố Hồ Chí Minh đang trong quá trình phát triển trở thành một thành phố hiện đại trong thế kỷ 21. Gần 1 tháng sau đó, báo cáo nghiên cứu tiền khả thi đã được nộp cho Đại học RMIT với 2 phương án lập địa điểm xây trường.

Tháng 7 năm 1998, sau khi tham dự và đóng góp tham luận tại Hội thảo Quốc tế về Việt Nam học tại Hà Nội (do Đại học Quốc gia Hà Nội, Trung tâm Khoa học Xã hội và Nhân văn và Đại học RMIT cùng đứng ra tổ chức), Gs. David Beanland đã tới thăm thành phố Hồ Chí Minh và khu Nam Thành phố. Sau chuyến thăm đó, Gs. David Beanland đã ký vào đơn xin thuê 62 hecta đất dọc bờ Tây rạch Ông lớn tại Quận 7. Không lâu sau đó, RMIT đã được Ông Lê Thanh Hải, khi đó là Phó Chủ tịch Ủy ban Nhân dân thành phố Hồ Chí Minh, phê duyệt. Trên thực tế, RMIT tiếp tục bày tỏ nguyện vọng đối với khu đất dọc bờ phía Đông, mặc dù khi đó nó đã được hứa dành cho nhà đầu tư khác. Cuối cùng, đề nghị đó đã được phê duyệt trong công văn số 987/CV-UB-KT do Phó Chủ tịch Lê Thanh Hải của Ủy ban Nhân dân thành phố Hồ Chí

Minh ký ngày 19 tháng 3 năm 1999 xác nhận ranh giới của khu đất 62 hecta đó như sau: "Phía bắc giáp rạch Bàng, Phía tây giáp rạch Ông Lớn, Phía đông giáp đường Bắc – Nam (theo quy hoạch) và phía nam giáp đường Bình Thuận" (nay là đường Nguyễn Văn Linh).

Với việc phê duyệt địa điểm, tôi đã phải tiến hành nhiều việc đòi hỏi phải thường xuyên có mặt tại thành phố Hồ Chí Minh. Vì vậy việc đầu tiên mà tôi làm là chuyển văn phòng của mình từ Hà Nội vào thành phố Hồ Chí Minh. Trước hết tôi đã thuê một địa điểm tại 236 đường Điện Biên Phủ, Quận 3 từ tháng 8 năm 1998, sau đó chuyển đến 27 Nguyễn Trung Trực, Quận 1 từ 7 tháng 10 năm 1999 (công văn số 4577/UB-QLDA do Phó Chủ tịch Ủy ban Nhân dân thành phố Hồ Chí Minh ký ngày 03/11/1999).

Khi đã tới thành phố Hồ Chí Minh, nhiệm vụ chính của tôi là làm việc chặt chẽ với RMIT tại Melbourne, các Sở, Ban, Ngành của thành phố Hồ Chí Minh và các công ty tư vấn trong và ngoài nước để chuẩn bị các tài liệu cho việc xin giấy phép đầu tư của Bộ kế hoạch và Đầu tư.

Theo Luật Đầu tư Nước ngoài tại Việt Nam và những hướng dẫn chi tiết nêu trong Nghị định 12-CP ngày 18 tháng 2 năm 1997, cần có các tài liệu sau cho việc nộp đơn: (1) Điều lệ của RMIT International University Vietnam Limited, (2) Chứng thực tư cách pháp nhân của RMIT, (3) Tình hình tài chính của bên nộp đơn, (4) Báo cáo kinh tế kỹ thuật, (5) Đơn xin thuê đất, (6) Phê duyệt quy hoạch chi tiết sử dụng đất, và phê duyệt nhiệm vụ thiết kế.

Vì Đại học Quốc tế RMIT Việt Nam là một sáng kiến hoàn toàn mới và chưa có gì để tham khảo ngoại trừ những hướng dẫn chung nêu trong Nghị định 12-CP, tôi đã phải làm việc cùng các chuyên gia trong nước, kể cả các luật sư và quan chức nhà nước để soạn thảo Điều lệ đó trước khi gửi về Melbourne để xin ý kiến. Gs. David Wilmoth, khi đó là Giám đốc Điều hành Ban các Dự án Lớn của RMIT lại phải tham khảo ý kiến của các chuyên gia pháp lý và văn phòng công ty Luật Freehills tại thành phố Hồ Chí Minh để hoàn tất bản Điều lệ dự thảo. Bản dự thảo cuối cùng này gồm 12 chương đã cần đến nhiều tháng mới được hoàn thành.

Việc chuẩn bị những tài liệu liên quan đến các báo cáo tài chính và chứng minh tư cách pháp nhân của RMIT thì rất đơn giản. Gs. David Wilmoth và nhân viên của ông tại Ban các Dự án Lớn đã cung cấp các báo cáo tài chính của năm 1997 và 1998 và Luật về Học viện Công nghệ Hoàng gia Melbourne năm 1992 của Quốc hội Bang Victoria, Australia.

Báo cáo nghiên cứu khả thi về mặt kinh tế kỹ thuật tốn rất nhiều thời gian (gần 1 năm) và công sức chuẩn bị của cả hai văn phòng tại thành phố Hồ Chí Minh và của Ban các Dự án Lớn tại Melbourne. Tài liệu 32 trang này phải tuân theo các hướng dẫn của Chính phủ Việt Nam, cung cấp mọi chi tiết cần thiết liên quan đến nhà đầu tư (tên công ty, những người đại diện, trụ sở chính, các ngành nghề kinh doanh chính); doanh nghiệp sẽ thành lập (tên doanh nghiệp, dạng đầu tư, doanh nghiệp có dạng đầu tư 50 năm, những mục tiêu hoạt động chủ yếu, vốn đầu tư); các sản phẩm, dịch vụ và thị trường (sản phẩm và dịch vụ gồm các chương trình dự bị đại học, chứng chỉ, văn bằng, các chương trình đại học và sau đại học bậc thạc sĩ và tiến sĩ, các chương trình đào tạo dành cho doanh nghiệp, các khoá huấn luyện ngắn hạn, v.v.); quy mô sản phẩm (lượng sinh viên từ 1341 sinh viên tương đương toàn phần trong năm đầu tiên tăng đến trên 8000 sinh viên trong năm thứ 12); công nghệ (gồm việc dạy và học sử dụng công nghệ thông tin và truyền thông, thiết bị đào tạo và giải trí và phát triển môi trường bền vững có thể tìm đọc trong báo cáo kỹ thuật và báo cáo của công ty tư vấn Meinhardt Pty Ltd); những yêu cầu đối với hoạt động sản xuất (cung cấp điện, nước, xử lý chất thải); địa điểm công trường, xây dựng và kiến trúc (phường Tân Phong, Quận 7, 62 hecta, 0,23 đô la/mét vuông một năm trên diện tích xây dựng, các hạng mục xây dựng bên trong hàng rào, bản đồ mặt bằng chung và chứng nhận quy hoạch vùng); tổ chức và quản lý, lao động và lương bổng (tổ chức, lương hàng năm, phương pháp tuyển dụng và kế hoạch đào tạo cán bộ nhân quản lý và kỹ thuật, nhân viên); cho đến kế hoạch triển khai; cơ cấu vốn đầu tư; đánh giá hiệu quả dự án (hiệu quả tài chính lợi ích kinh tế xã hội); và nhận xét và kiến nghị xin ưu đãi đầu tư và các biện pháp của chính phủ Việt Nam.

Sau một năm chuẩn bị, ngày 9 tháng 8 năm 1999, RMIT đã nộp đơn bao gồm 8 bộ hồ sơ có 7 tài liệu cho Bộ Kế hoạch và Đầu tư tại Hà Nội với hy vọng rằng giấy phép đầu tư cho phép RMIT thành lập một trường đại học quốc tế tại Việt Nam sẽ được cấp trong vòng 2 tháng như quy định trong Nghị định 22-CP nói trên.

Sau 2 tháng mà không thấy hồi âm của Bộ Kế hoạch và Đầu tư, tôi đã bay ra Hà Nội và được biết rằng hầu hết thông tin phản hồi nhận được đều ủng hộ RMIT. Chỉ có Bộ Giáo dục và Đào tạo là thúc giục RMIT nộp thêm giải trình bổ sung nhằm làm rõ một số vấn đề liên quan đến những hoạt động tương lai của Đại học Quốc tế RMIT Việt Nam. Vì vậy tôi đã đến Bộ Giáo dục và Đào tạo và nói chuyện với Thứ trưởng Gs. Vũ Ngọc Hải (phụ trách mảng quan hệ quốc tế). Gs. Hải cho tôi biết rằng

Bộ Giáo dục và Đào tạo cần có giải trình bổ sung trước khi trả lời cho Bộ Kế hoạch và Đầu tư và yêu cầu tôi làm việc với Vụ Kế hoạch Tài chính của Bộ. Sau đó tôi đã đi gặp các cán bộ có trách nhiệm của Vụ này và họ đã yêu cầu tôi cung cấp tài liệu bằng văn bản làm rõ những hoạt động dự kiến mà khi đó Bộ chưa biết rõ. Họ cũng cho biết cách tốt nhất để thuyết phục Bộ Giáo dục và Đào tạo ủng hộ cho đơn xin là làm cho các mục tiêu và hoạt động của RMIT trở nên đơn giản. Họ cũng chỉ ra một số hoạt động bổ trợ nêu trong đơn là những việc mà thông thường một cơ sở giáo dục đào tạo tại Việt Nam không tiến hành.

Tôi đã báo cáo lại cho RMIT Melbourne và đề nghị chuẩn bị ngay một giải trình bổ sung, và đồng thời tại Hà Nội, tôi cũng chuẩn bị một tài liệu tương tự có đưa vào những gợi ý sửa đổi của Bộ Giáo dục và Đào tạo. Sau một tuần, do không nhận được gì từ Melbourne, ngày 16 tháng 11 năm 1999 tôi đã gửi bản giải trình mà tôi soạn thảo cho Bộ Giáo dục và Đào tạo. Sáng sớm ngày hôm sau, vào khoảng 7 giờ 30, Gs. Hải đã ký trước mặt tôi công văn gửi cho Bộ Kế hoạch và Đầu tư nêu rõ Bộ Giáo dục và Đào tạo đồng ý với giải trình của RMIT và chính thức chấp thuận đơn của RMIT. Sau đó 1 tuần, vào ngày 23 tháng 11 tôi đã nhận được bản giải trình bổ sung từ Gs. David Wilmoth của RMIT Melbourne.

Với sự đáp ứng của Bộ Giáo dục và Đào tạo, ngày 22 tháng 12, Bộ Kế hoạch và Đầu tư đã gửi đơn của RMIT cho Văn phòng Chính phủ Việt Nam kèm theo đề nghị của Bộ xin Chính phủ phê duyệt việc thành lập Đại học Quốc tế Việt Nam có 100% vốn đầu tư nước ngoài và thời hạn hoạt động là 50 năm.

Quá trình phê duyệt này đã tốn nhiều thời giờ vì Việt Nam chưa có một khuôn khổ pháp lý nào cho việc thành lập và hoạt động của trường đại học nước ngoài tại Việt Nam trên cơ sở lợi nhuận. Do đó, Bộ Kế hoạch và Đầu tư đã được yêu cầu chuẩn bị một tài liệu như vậy.

Ngày 6 tháng 3 năm 2000, Thủ tướng Phan Văn Khải ký Nghị định 06/2000/NĐ-CP khuyến khích các tổ chức nước ngoài, trên cơ sở Luật Đầu tư Nước ngoài tại Việt Nam, đầu tư vào các lĩnh vực y tế, giáo dục và đào tạo, và nghiên cứu khoa học và công nghệ.

Ba ngày trước khi Nghị định số 06 được ban hành, Phó Chủ nhiệm Văn phòng Chính phủ gửi một công văn cho Bộ Kế hoạch và Đầu tư và Bộ Giáo dục và Đào tạo, xác nhận rằng Thủ tướng Chính phủ đã phê duyệt việc thành lập Đại học quốc tế RMIT tại Việt Nam và giao cho Bộ Kế hoạch và Đầu tư ban hành giấy phép đầu tư đó.

Ngày 20 tháng 4 năm 2000, Đại học RMIT đã nhận được giấy phép đầu tư, kết thúc 4 năm dài làm việc kiên trì và cần mẫn với sự ủng hộ của nhiều người.

Một vài lời kết luận

Về phía Chính phủ Việt Nam, Bộ trưởng Trần Hồng Quân trong giai đoạn đầu và sau đó là Bộ trưởng Nguyễn Minh Hiển là những người ủng hộ chủ chốt. Trong giai đoạn trước năm 2000, từ phía Bộ Giáo dục và Đào tạo, Giáo sư Vũ Ngọc Hải, Tiến sĩ Lê Viết Khuyến, và Ông Nguyễn Bá Cần đã ủng hộ mạnh mẽ cho Đại học RMIT. Tại Bộ Kế hoạch và Đầu tư, Đại học RMIT đã nhận được sự ủng hộ không hạn chế của Bộ trưởng Trần Xuân Giá, Thứ trưởng Võ Hồng Phúc và nhiều Vụ trưởng như Tiến sĩ Nguyễn Bích Đạt (nay là Thứ trưởng Bộ Kế hoạch và Đầu tư), Tiến sĩ Phan Hữu Thắng và Ông Dương Đức Ưng, và Bà Mai Thu (chuyên viên, nay là Phó

Cục trưởng Cục Đầu tư Nước ngoài). Tại Văn phòng Chính phủ, cần phải cảm ơn Thứ trưởng Trần Quốc Toản, Ông Đặng Văn Định (chuyên viên giáo dục) và Ông Đỗ Doãn Thuật (Vụ phó).

Tại thành phố Hồ Chí Minh là Ông Lê Thanh Hải (khi đó còn là Phó Chủ tịch, nay là Chủ tịch Ủy ban Nhân dân thành phố), Ông Vũ Hùng Việt (lúc đó là Phó Chủ tịch thành phố), Ông Tôn Sĩ Kinh (khi đó là Trưởng Ban quản lý khu đô thị Nam Sài Gòn) và nhiều người khác.

Về phía các bạn bè, Giáo sư Nguyễn Văn Đạo (khi đó là Giám đốc Đại học Quốc gia Hà Nội), Ông Nguyễn Trí Dũng (khi đó là Tổng biên tập báo Vietnam Investment Review), Ông Nguyễn Thanh Hoàng (Tổng Giám đốc tập đoàn Norfolk), Giáo sư Nguyễn Ngọc Giao và Giáo sư Nguyễn Văn Hạnh (khi đó đều là các Phó Giám đốc Đại học Quốc gia thành phố Hồ Chí Minh) đã là những người ủng hộ mạnh mẽ nhất cho Đại học RMIT.

Bà Lisa Filipetto, Tổng Lãnh sự Australia tại thành phố Hồ Chí Minh và ông Michael Mann, Đại sứ Australia tại Việt Nam cũng đã ủng hộ mạnh mẽ cho dự án này.

Về phía đại học RMIT, dự án này không thể có được nếu thiếu sự tham gia và ủng hộ mạnh mẽ của nhiều người chủ chốt, đặc biệt ở giai đoạn ban đầu cho đến năm 2000 Giáo sư David Beanland (khi đó là Giám đốc Đại học RMIT và hiện nay là Giáo sư danh dự của trường), là người đóng vai trò vô cùng quan trọng trong giai đoạn chuẩn bị nộp đơn từ năm 1998 cho đến ngày Đại học RMIT nhận được giấy phép, Giáo sư David Wilmoth (Phó Giám đốc thứ nhất và từ tháng 3 năm 1998 là Giám đốc Ban các Dự án Lớn của trường). Tiến sĩ Madeleine Reeve, khi đó là Tổng Giám đốc Công ty RMIT International Pty Ltd của trường và bây giờ là Phó

Giám đốc phụ trách quan hệ quốc tế của trường và Giáo sư Tony Adams trong thời gian ông là Giám đốc Chương trình Quốc tế từ 1996 cho đến ngày ông rời khỏi Đại học RMIT (hiện nay ông là Phó giám đốc Đại học Macquarie) cũng đều là những người ủng hộ đặc biệt nhiệt thành.

Cuối cùng là tôi, Nguyễn Xuân Thu, khi đó là Giám đốc Dự án Australia-Việt Nam của Đại học RMIT, là người khởi xướng dự án này từ thuở ban đầu hồi đầu năm 1996 và đã làm việc liên tục với nhiều Bộ, Ngành của Việt Nam để biến dự án này thành hiện thực, và cô Bùi Võ Minh Thanh, trợ lý của tôi, là người có vai trò rất quan trọng trong việc giúp tôi giữ liên lạc và làm việc chặt chẽ với Ủy ban Nhân dân thành phố Hồ Chí Minh.

Tôi chân thành cảm ơn tất cả mọi người nói trên đã tạo cho tôi vinh dự được cùng làm việc với họ và biến ước mơ suốt đời của một người từng trải qua nhiều thăng trầm trong cuộc sống, trở thành hiện thực.

Mơ ước làm một cái gì đó để đóng góp cho sự phát triển kinh tế và xã hội của Việt Nam thông qua giáo dục trên thực tế đã khiến tôi phải trả giá đắt: gia đình đổ vỡ do nhiều năm xa cách và một cuộc sống lúc xế chiều ít nhiều vắng bóng bạn bè thân thiết. Mỗi khi gặp tôi, nhiều người ở Việt Nam cứ đặt câu hỏi là liệu tôi có được phía Đại học RMIT chính thức bày tỏ sự cảm ơn hay là ghi nhận công lao hay không. Tôi trả lời họ rằng bản thân công việc của tôi đã đem lại kết quả và những thành quả tiếp diễn của dự án này sẽ là phần thưởng dành cho tôi.

Nguyễn Xuân Thu
(Viết tại Australia, tháng 4, năm 2005)

Phụ lục 2:

Sự ra đời của
Đại học Quốc tế RMIT Việt Nam*

Bản dịch bài "The Birth of RMIT International University Vietnam" do Giáo sư danh dự David Beanland, nguyên Viện trưởng Đại học RMIT Melbourne, đọc tại Lễ Kỷ niệm 10 năm Đại học Quốc tế RMIT Việt Nam đưa vào hoạt động tại Việt Nam, ngày 25/11/2011.

Sự ra đời của Đại học Quốc tế RMIT Việt Nam là kết quả của tầm nhìn, sự cam kết, phối hợp và hợp tác của ba thành viên thuộc Đại học RMIT Australia, sự hào phóng của một tổ chức mạnh thường quân rất đặc biệt, niềm tin, sự giúp đỡ, tầm nhìn và sự hỗ trợ của rất nhiều viên chức chủ chốt trong hệ thống chính quyền của Việt Nam và tầm nhìn của Hội đồng Đại học RMIT. Với tư cách là một trong ba người, tôi rất vinh dự có được cơ hội để kể một câu chuyện về giai đoạn đầu tiên của sự thành lập Đại học Quốc Tế RMIT Việt Nam và để công nhận những cam kết và đóng góp chuyên môn của rất nhiều người đã cùng chung tầm nhìn và biến tầm nhìn thành hiện thực. Đại học Quốc Tế RMIT Việt Nam hiện đang chứng minh sự thành công tại Việt Nam trong nỗ lực phục vụ đất nước này, phục vụ nhu cầu của giới trẻ, cộng đồng Việt Nam và các doanh nghiệp, trong lúc vừa nâng cao được uy tín quốc tế và kinh nghiệm của chính Đại học RMIT Australia.

Câu chuyện bắt đầu với Tiến sĩ Nguyễn Xuân Thu, là một trong nhóm ba người nói trên. Ông đã trở thành một thành viên của Đại học RMIT khi Học viện Công nghệ Phillip và nhóm Nghiên cứu Việt Nam học của Học viện này trở thành một phần của Đại học RMIT vào ngày 1 tháng 7 năm 1992. Ông thấy rằng Đại học RMIT có quyết tâm tăng số sinh viên quốc tế học tại Australia và cả các cơ sở ở nước ngoài. Lúc ấy RMIT đã có sinh viên theo học ở Malaysia, Singapore và Indonesia và đã mở rộng hoạt động đến các nước khác. Ngoài ra, RMIT cũng đã thu hút một tỉ lệ lớn các sinh viên quốc tế đến học ở Australia đến từ nhiều nước, trong đó có Việt Nam.

Tiến sĩ Thu đã luôn cam kết trước giới trẻ của Việt Nam và nhấn mạnh về tầm quan trọng của giáo dục trong việc làm cho tương lai của họ trở nên tốt đẹp hơn. Ông đã phát triển quan điểm rằng RMIT có thể trở thành một công cụ cung cấp tầm nhìn của mình trong việc hỗ trợ Việt Nam và giới trẻ Việt Nam thông qua việc cung cấp một nền giáo dục chất lượng cao. Ông đã giúp tôi hiểu Việt Nam, sắp xếp để chúng tôi cung cấp một chương trình học bổng cho các sinh viên xuất sắc và khuyến khích các sinh viên có năng lực học tại RMIT. Năm 1994 Tiến sĩ Thu xin nghỉ việc tại RMIT để trở về Việt Nam, nhưng chúng tôi thấy sẽ có lợi hơn nếu tuyển ông vào làm việc lại trong vai trò là nhà tư vấn/đại diện của chúng tôi tại Việt Nam. Ông Thu nghĩ rằng ông có thể có hiệu quả hơn trong việc giúp Việt Nam bằng việc về sống và làm việc trong nước.

Kết quả nổi bật đầu tiên là thỏa thuận hợp tác giữa RMIT và Đại học Quốc gia Hà Nội (ĐHQG Hà Nội) và tiếp theo đó, RMIT đã đồng ý tài trợ cho việc xây dựng Nhà Hợp tác Quốc tế trong khuôn viên của ĐHQG Hà Nội. Nhà Hợp tác Quốc tế (ICH) được khánh thành vào tháng 4 năm 1997 và trở thành ngôi nhà của Trung tâm Phát triển Hệ thống và chương trình đào tạo Thạc sĩ chuyên ngành Kỹ thuật Hệ thống đã được bắt đầu từ năm 1995. Chương trình này đã rất thành công trong một số năm, là kết quả của sự phối hợp tuyệt vời của Tiến sĩ Thu và rất nhiều người liên quan. Giờ đây các sinh viên này đã có được những vị trí quản lý quan trọng ở Việt Nam. Giám đốc ĐHQG Hà Nội là Giáo sư Nguyễn Văn Đạo, trở thành người hỗ trợ chính của RMIT trong hoạt động của mình ở Việt Nam. Một hoạt động chủ yếu khác của RMIT tại thời điểm này là đào tạo cán bộ cho Công ty xe Ford Việt Nam khi Ford Việt Nam mới thành lập một nhà máy sản xuất tại Hải Dương.

Tiến sĩ Thu cũng đã được mời để giúp Bộ Giáo dục và Đào tạo (MOET) trên cơ sở tự nguyện năm 1994. Hệ thống Giáo dục Đại học đang cần tái cơ cấu và kinh nghiệm của ông đã được đánh giá cao để giúp ông gặp gỡ thường xuyên với Bộ trưởng Trần Hồng Quân và Vụ trưởng Vụ Đại học Giáo sư Lâm Quang Thiệp. Đây là một cơ hội tuyệt vời cho ông để phổ biến kinh nghiệm của ông về hệ thống giáo dục đại học quốc tế tại thời điểm mà sự đổi mới giáo dục trở thành cần thiết ở Việt Nam. Ông cũng mời tôi tham gia các cuộc thảo luận và diễn thuyết trước Bộ trưởng và cán bộ của Bộ về tất cả các khía cạnh về triết lý, hoạt động và quy hoạch về giáo dục đại học. Vì vậy, Bộ trưởng đã yêu cầu tôi thuyết trình tại hội thảo một ngày về "Giáo dục Đại học, Hệ thống và Hoạt động Giáo dục Đại học ở Australia", cho tất cả các Giám đốc/Viện trưởng các trường đại học của Việt Nam ở Hà Nội, Huế và Thành phố Hồ Chí Minh. Tiến sĩ Thu đã tập trung vào chủ đề cách làm thế nào để nâng cao giáo dục của giới trẻ Việt Nam.

Tháng 5 năm 1996, RMIT và ĐHQG Hà Nội đồng tổ chức Hội thảo quốc tế về "Giáo dục Đại học ở Thế kỷ 21: Sứ mệnh và thách thức ở các nước đang phát triển" tại Hà Nội. Tất nhiên, ông Thu là người khởi xướng và người điều phối. Ông "đã bổ nhiệm" tôi giữ vai trò người thuyết trình chính. Tôi đã chọn để phát biểu về "Trường Đại học mới" mô tả những gì tôi tin tưởng vào các đặc điểm của các trường đại học và đối chiếu các trường đó với những gì tôi nghĩ sẽ được yêu cầu trong tương lai. Thông điệp là nếu quý vị đang phát triển các trường đại học mới thì quý vị nên nhấn mạnh các đặc điểm cần thiết cho tương lai. Bộ trưởng Trần Hồng Quân đã trình bày các vấn đề chính. Trong quá trình Hội thảo, tôi đã nhận lời mời để gặp gỡ Bộ trưởng tại Văn phòng Bộ trưởng vào cuối Hội thảo. Tại cuộc gặp gỡ đó, Bộ trưởng yêu cầu tôi cung cấp tài liệu mô tả các đặc điểm chính của một trường đại học Quốc tế và làm thế nào để có thể thành lập và hoạt động một trường đại học quốc tế tại Việt Nam. Với sự khéo léo Tiến sĩ Thu đã tư vấn cho cả hai chúng tôi (độc lập) khi chúng tôi đặt vấn đề thời điểm này!

Nhưng Bộ trưởng đã trao cho tôi một công việc ngoài dự kiến mà tôi tự thấy không thể hoàn thành sớm được, vì tôi đã có chương trình làm việc dày đặc lúc trở về trong ngày hôm sau. Tuy nhiên, tôi nghĩ rằng tôi còn một ít thời gian có thể làm việc trước khi máy bay cất cánh. Có nhiều thuận lợi, trước tiên là các đồng nghiệp chủ chốt của RMIT đã có những hiểu biết về Việt Nam và giáo dục quốc tế hiện đang ở lại cùng khách sạn nên có thể nhờ họ giúp khi cần, và thứ hai, vì chủ đề tương lai của giáo dục đại học ở các nước như Việt Nam đang còn trong tâm trí khi chúng tôi vừa mới dự Hội thảo xong. Tôi thông báo cho họ biết rằng tôi cần sự giúp đỡ của họ như là một nhóm tư vấn trong ngày tiếp theo. Sau đó tôi bắt đầu ngồi viết tài liệu, trước khi trao cho họ để thảo luận, đưa ra nhận xét và điều chỉnh. Tài liệu được viết khá nhanh, ý tưởng được trình bày thích hợp, một số đề xuất hay được bổ sung. Kết quả cô đọng, nhưng cần bổ sung thêm phần về các nguyên tắc phải được chú trọng đối với một trường đại học quốc tế được thành lập ở Việt Nam và một trường đại học quốc tế phải hoạt động như thế nào. Tiến sĩ Thu đã đánh vào máy vi tính và bản tài liệu đã được gửi đến Bộ trưởng Trần Hồng Quân ngày hôm sau.

Trong thư trả lời của Bộ trưởng, ông đã đồng ý với các ý tưởng, mục tiêu, mô hình và phạm vi hoạt động trong tài liệu đề xuất. Bộ trưởng cũng mời RMIT triển khai phần thực hiện việc thành lập một trường đại học quốc tế như vậy, bằng việc triển khai chi tiết ý tưởng dưới hình thức đề xuất sơ bộ! Tôi đã rất ngạc nhiên. Sự phát triển này là cần thiết và phải tiến hành gấp với một khối lượng công việc đáng kể để làm rõ tầm nhìn, nhiệm vụ, phạm vi, ngành học, phương pháp giáo dục, bằng cấp, kiểm tra chất lượng, yêu cầu về khuôn viên trường, vốn đầu tư, chi phí hoạt động, học phí, giáo viên, nghiên cứu, tương tác cộng đồng, đối tác công nghiệp, nguồn cung cấp vốn, quản lý và điều hành thích hợp. Giáo sư David Wilmoth, Phó Giám đốc (Quốc tế), và là thành viên thứ ba của nhóm nói trên, là tác giả chính, và đã làm việc với tôi về những vấn đề liên quan đến trường đại học quốc tế tương lai. Tài liệu đề xuất sơ bộ được đệ trình vào tháng 7 năm 1996. Trong khi tài liệu nhận được ý kiến phản hồi tốt, chúng tôi lo ngại rằng Trường đại học quốc tế sẽ khó trở thành hiện thực khi chưa có khuôn khổ pháp lý nào cho phép một tổ chức như vậy tại Việt Nam. Tuy nhiên, Tiến sĩ Thu đang làm việc cho mục tiêu đó!

Sự phát triển tiếp theo là Bộ GDĐT đã gửi hồ sơ của Đại học RMIT đến Văn phòng của Thủ tướng yêu cầu được xem xét tạo điều kiện thuận lợi. Thư phúc đáp yêu cầu Bộ GDĐT soạn thảo các quy định thích hợp với việc thành lập các trường đại học nước ngoài tại Việt Nam, để Chính phủ có thể ban hành các quy định này trước khi xét đơn RMIT. Tiến sĩ Thu, với tư cách là cố vấn cho Bộ GDĐT, có thể giúp họ trong nhiệm vụ này, và kết quả là Chính phủ đã thành lập một khuôn khổ pháp lý về đầu tư nước ngoài vào ba hoạt động chính: giáo dục và đào tạo, sức khỏe và y tế, và nghiên cứu khoa học. Vào tháng 1 năm 1998, Bộ GDĐT nhận được thông báo từ Văn phòng Thủ tướng đồng ý về nguyên tắc cho phép RMIT thành lập một cơ sở giáo dục tại Việt nam và thúc giục RMIT xây dựng dự án đầy đủ, phù hợp với Luật đầu tư nước ngoài, và gửi về Bộ trưởng Bộ Giáo dục và các cơ quan liên quan khác, để thẩm định và trình bày trước Thủ tướng để xem xét và quyết định.

Lần đầu tiên tôi tin rằng một trường đại học quốc tế mới ở Việt Nam có thể trở nên khả thi. Tuy nhiên RMIT sẽ có một khối lượng công việc khổng lồ để làm nếu điều đó trở thành hiện thực. Đây có thể là một dự án lớn chưa từng có của RMIT. Điều quan trọng đối với Việt Nam là củng cố hệ thống giáo dục của họ, và đối với RMIT trong tương lai là một trường Đại học Quốc tế. Điều cần thiết là dự án được dẫn đầu bởi một nhà quản lý cao cấp hiệu quả và có nhiều kinh nghiệm. Việc làm đầu tiên của tôi là bổ nhiệm Giáo sư David Wilmoth, người đã tham gia vào từng khía cạnh của dự án, vào chức vụ Phó Viện trưởng/Giám đốc, phụ trách các Dự án lớn, với trách nhiệm tiếp tục triển khai dự án này và được miễn các trách nhiệm quốc tế khác.

Tầm nhìn của chúng tôi đối với một trường đại học Việt Nam là những chương trình được cung cấp có sự giống nhau về nội dung và tiêu chuẩn của RMIT Melbourne, và kết quả là có được những văn bằng của chính Đại học Australia và tạo điều kiện trao đổi sinh viên giữa hai nước. Các sinh viên tốt nghiệp sẽ được cung cấp những kiến thức và khả năng thích hợp với các nghề nghiệp tại Việt Nam bằng các chương trình giáo dục được giảng dạy bằng tiếng Anh, sử dụng phương pháp lấy sinh viên làm trung tâm của thế kỷ 21. Một điều cũng rất quan trọng là dự án đưa ra mức học phí hấp dẫn và mang lại hiệu quả tốt cho các gia đình Việt Nam, mà vẫn mang lại hiệu quả đầu tư bền vững cho Đại học RMIT.

Tuy nhiên, tầm nhìn cũng cần được đảm bảo bằng các bằng chứng về tính khả thi, xây dựng một kế hoạch kinh doanh mạnh, một mô hình về tài chính, đề xuất cho cơ cấu điều hành, lập kế hoạch về các nguồn cơ sở vật chất cần thiết, thiết lập khuôn khổ thể chế, đạt được phê duyệt pháp lý và giấy phép cần thiết bởi Chính phủ Việt Nam, hoàn thành các quy trình đánh giá chất lượng đúng hạn, sự phê duyệt đối với việc triển khai dự án của Hội đồng Đại học RMIT và việc thành lập khuôn viên trường. Tôi đã thông báo cho Hội đồng Đại học RMIT về dự án này tại mọi cuộc họp và có được sự phê duyệt của họ về các bước khác nhau trong hành trình, tạo điều kiện cho dự án được triển khai theo tiến độ.

Mỗi một vấn đề đều phức tạp. Ví dụ, kế hoạch kinh doanh yêu cầu: dự đoán số lượng sinh viên, các quyết định liên quan đến cung cấp các chương trình đào tạo và mô hình giảng dạy, tuyển dụng giáo viên và chi phí, dự báo mức học phí, xác định địa điểm, kế hoạch về khuôn viên trường và dự toán chi phí, chi phí địa điểm và chi phí các dịch vụ. Để cho dự án mang tính khả thi, kế hoạch kinh doanh dự kiến rằng vốn đầu tư cần thiết cho dự án để đạt được tính bền vững là xấp xỉ 30 triệu USD. Trong khi RMIT có thể đáp ứng chi phí phát triển ý tưởng và giai đoạn phê duyệt, RMIT không thể cung cấp bất kỳ vốn hoạt động cho dự án. Ý tưởng ban đầu là huy động một nửa số vốn này bằng việc vay vốn dự án từ các Tổ chức Tài trợ Quốc tế, và huy động nửa số vốn còn lại bằng việc mời các nhà đầu tư thương mại trở thành các cổ đông trong dự án. Đối với bất kỳ dự án lớn nào, vốn cần thiết sẵn có là vấn đề mấu chốt.

Để nâng cao khả năng chấp nhận dự án của các nhà đầu tư tiềm năng, chúng tôi đã quyết định làm việc với Ngân hàng Phát triển châu Á và Tập đoàn Tài chính Quốc tế. Cả hai tổ chức đã tiến hành các nghiên cứu thẩm định toàn diện dự án trước khi cho biết là họ sẵn sàng cung cấp các khoản vay thương mại. Sau đó chúng tôi cũng làm việc với các đối tác thương mại tiềm năng nhưng không đạt được bất kỳ quyết định nào, cho đến khi định mệnh can thiệp vào thông qua ông Chuck Feeney, một người đã đọc bản Tin tức Việt Nam, về khả năng của RMIT, một trường đại học của Australia, bắt đầu thành lập một trường đại học quốc tế tại thành phố Hồ Chí Minh. Ông đã hỏi cộng tác viên người Australia của ông là Ron Clarke: RMIT này là gì? Đó có phải là một trường đại học có uy tín? Ron trả lời rằng anh trai của ông đã tốt nghiệp từ đó, và kiến trúc sư người Australia của ông là Darryl Jackson nói rằng ông cũng đã tốt nghiệp từ đó, rằng ông biết Viện trưởng/Giám đốc của Đại học RMIT với tư cách cá nhân và có thể sắp xếp để gặp khi ông viếng thăm Australia vào lần tới nếu như điều đó có thể giúp ích.

Vào tháng Giêng năm 1999, một cuộc họp riêng với Chuck và Ron đã được sắp xếp cho David Wilmoth và bản thân tôi khi Chuck ở Brisbane. Ông đã nêu ra các dự án khác nhau mà ông đang hỗ trợ tại Việt Nam và phía RMIT đã nêu ra những gì chúng tôi đã làm và hy vọng sẽ làm trong tương lai, kết quả từ yêu cầu triển khai việc phát triển một trường Đại học quốc tế tại Việt Nam. Trong chuyến đi tiếp theo của Chuck đến Australia, ông đã gọi điện và nói rằng ông đang ở Melbourne và hỏi liệu ông có thể tới thăm vào ngày mai. Nhờ vậy chúng tôi đã có thể đưa ông tham quan Đại học RMIT, và cập nhật cho ông về dự án Việt Nam. Ông Chuck yêu cầu, và đã được cung cấp, một bản sao của Kế hoạch Kinh doanh của trường Đại học Quốc tế RMIT tại Việt Nam. Khoảng một tháng sau đó, ông lại một lần nữa ở Melbourne và đã tới văn phòng của tôi vào một buổi sáng sớm được báo trước. Lời đầu tiên của ông là "Tôi đã đọc Kế hoạch Kinh doanh và đã quyết định cung cấp cho bạn 15 triệu USD mà bạn đã yêu cầu." Đây là một khoảnh khắc đáng nhớ và hiếm có! Sự hào phóng của nhà từ thiện tuyệt vời này làm việc thông qua tổ chức Atlantic Philanthropies là một sự kiện quan trọng đã làm cho các kế hoạch của trường Đại học Quốc tế RMIT Việt Nam có thể trở thành hiện thực.

Vấn đề vốn tài trợ giờ đây, về nguyên tắc, đã được giải quyết, theo đó Đại học RMIT là chủ sở hữu duy nhất, có thể giải quyết nhiều vấn đề liên quan đến việc xây dựng một trường đại học từ những bước đầu tiên nhất một cách tự tin. Sự hợp tác của Uỷ ban nhân dân thành phố Hồ Chí Minh có tầm quan trọng then chốt trong việc thiết lập các liên kết tại thành phố Hồ Chí Minh và tìm một địa điểm phù hợp ở Nam Sài Gòn, và tôi xin ghi nhận sự hỗ trợ và hợp tác rộng rãi mà chúng tôi có được, và đặc biệt là sự hỗ trợ của Phó Chủ tịch Lê Thanh Hải lúc bấy giờ.

Đáp ứng tất cả những điều kiện được yêu cầu để xây dựng một trường đại học quốc tế tại Việt Nam là một bộ hồ sơ gồm 7 loại tài liệu, phôtô thành 8 bản để trình lên Bộ Kế hoạch và Đầu tư vào ngày 09 tháng 8 năm 1999. Đây là một thành tích vĩ đại và hoàn toàn chuyên nghiệp do Giáo sư David Wilmoth và các cộng sự viên của ông thực hiện. Những bổ sung để làm rõ một số vấn đề, mà phía Đại học RMIT không nắm vững, đã được Bộ Giáo dục và Đào tạo yêu cầu. Tài liệu bổ sung về những vấn đề này đã được cung cấp vào tháng 11 năm 1999 và, theo đó, Bộ GDĐT đã thông báo cho Bộ Kế hoạch & Đầu tư rằng Bộ GDĐT hỗ trợ dự án xin thành lập trường của Đại học RMIT. Vào ngày 22 tháng 12 năm 1999, Bộ Kế hoạch và Đầu tư đã gửi văn bản lên Văn phòng Chính phủ Việt Nam rằng họ chấp thuận việc thành lập Đại học Quốc tế RMIT Việt Nam với 100% vốn đầu tư và quyền sở hữu đối với RMIT với thời hạn là 50 năm.

Thủ tướng Phan Văn Khải đã ký Nghị định phê duyệt đầu tư nước ngoài tại Việt Nam trong các lĩnh vực chăm sóc sức khỏe, giáo dục và đào tạo, và nghiên cứu khoa học và công nghệ vào ngày 06 tháng 3 năm 2000. Sau đó, ông đã thông báo cho Bộ Kế hoạch và Đầu tư và Bộ GDĐT rằng ông đã phê duyệt việc thành lập trường Đại học Quốc tế RMIT Việt Nam và giao Bộ Kế hoạch & Đầu tư cấp giấy phép. Đây là một quyết định tiên phong cho cả Việt Nam và RMIT. RMIT đã được cấp giấy phép đầu tư vào ngày 20 tháng 4 năm 2000. Kết quả này đã đạt được bằng sự cống hiến, cam kết, hợp tác, cân nhắc và thiện chí của nhiều người, những người tin rằng việc hiện thực hóa trường Đại học Quốc tế này có khả năng mang lại lợi ích lớn cho Việt Nam và giới trẻ Việt Nam. Chúng tôi đã rất ý thức về sự tin tưởng được đặt vào RMIT bởi các cán bộ và lãnh đạo của Việt Nam và chúng tôi đã quyết tâm làm tốt hơn sự mong đợi của họ. Sau đó tôi đã ký một thỏa thuận với Chủ tịch nước Việt Nam, theo lời mời của ông, trong văn phòng của ông. Trong chuyến thăm của Thủ tướng Việt Nam đến Australia một năm sau đó, tôi đã gặp ông trong hai dịp, và vì tầm quan trọng của dự án, tôi cũng đã có một cuộc gặp với Thủ tướng Chính phủ Australia tại Tòa Nhà Quốc Hội Canberra.

Phần lớn tiến độ dự án đã đạt được trong thời gian tương đối ngắn, xét về độ phức tạp của những vấn đề chúng tôi đưa ra mục tiêu để đạt được. Tôi phải ghi nhận sự đóng góp của đồng nghiệp của tôi trong nhóm ba người: Tiến sĩ Thu về tầm nhìn và sự kiên trì của ông để đạt được điều đó, khả năng ảnh hưởng của ông đến những người quan trọng trong bộ máy chính quyền Việt Nam bằng những lý luận vị tha của ông vì lợi ích tương lai của người dân Việt Nam, và Giáo sư Wilmoth về tính cẩn thận và khả năng giao tiếp hiệu quả và đầy nhiệt huyết của ông trước nhiều người để đạt được giải pháp cho nhiều vấn đề khác nhau liên quan đến dự án có tính phức tạp này ...

Cầu Mỹ Thuận, một dự án kỹ thuật tuyệt vời được tài trợ bởi Chính phủ Australia và do các chuyên gia Australia thiết kế và thi công, được khánh thành vào ngày 21/5/2000. Buổi chiều cùng ngày, tiếp theo lễ khánh thành tại cầu, một lễ khai trương nhỏ của dự án đã được tổ chức gần địa điểm đề xuất của Trường Đại học quốc tế ở Nam Sài Gòn. Biểu tượng là Australia đã áp dụng công nghệ để xây dựng cây cầu với Việt Nam và hiện đang bắt đầu để xây dựng một cầu lớn hơn giữa nhân dân hai nước Việt Úc thông qua việc thành lập một trường đại học.

Cam kết của Ngân hàng Phát triển châu Á (ADB) và Tập đoàn Tài chính Quốc tế (IFC) đối với thỏa thuận vay vốn được hoàn thành vào tháng 6 năm 2000 và đây là một bước chính thức cuối cùng cần thiết để cho phép lập kế hoạch mở trường đại học vào ngày 1 tháng 1 năm 2001. Một cơ sở tạm của trường ban đầu được mở tại Quận 3. Trường cần được nâng cấp hoàn toàn và xây thêm một khu giảng dạy nhỏ, với ông Chuck Feeney, một lần nữa, đã tự nguyện tài trợ với sự hào phóng của mình. Thông điệp đó là có một trường đại học mới được ra đời trong cộng đồng thành phố Hồ Chí Minh, giáo viên được tuyển dụng và sinh viên được ghi danh học. Trường đại học lúc đó do Trish Roessler, Phó Giám đốc điều hành tại Việt Nam còn Giám đốc là Giáo sư David Wilmoth.

Tôi đã nghỉ hưu với tư cách là Viện trưởng/Giám đốc Đại học RMIT Melbourne vào ngày 1 tháng 10 năm 2000, nhưng vẫn tiếp tục với tư cách là một trong những thành viên của Hội đồng Quản trị của RMIT Việt Nam cho đến tháng 12 năm 2004. Lúc đó cơ sở mới đang được xây dựng ở Nam Sài Gòn và một cơ sở khác đã được khánh thành ở Hà Nội. Tôi rất vui để có thể chúc mừng tất cả những người đã góp phần làm cho tầm nhìn trở thành hiện thực, và sự lớn mạnh của trường đại học thành một tổ chức hỗ trợ nhiều sinh viên và đóng góp vào sự phát triển của đất nước rất đặc biệt này. Vào ngày kỷ niệm 10 tuổi, trường thực sự là một đứa trẻ khỏe mạnh mà tất cả chúng ta có thể tự hào và kỷ niệm, trong khi biết rằng những năm tốt đẹp nhất vẫn còn ở phía trước.

Phụ bản 3:
Một người thầy nặng tình với giáo dục
Việt Nam

Ngô Lê Thông

Năm 1995, tôi thi đỗ vào chương trình MBA của Viện Công nghệ châu Á (AIT) để chuẩn bị hai năm sau, khi tốt nghiệp, sẽ về làm giáo viên giảng dạy tăng cường cho Khoa Kỹ sư kinh tế của Đại học Bách khoa Hà Nội. Sau đó, nếu có nguyện vọng, sau 4 năm giảng dạy cho Khoa Kỹ sư kinh tế, tôi sẽ được quay lại bộ môn cũ ở Khoa cơ khí của trường.

Khi lên Phòng Đào tạo sau đại học để làm thủ tục học, tình cờ nghe chị Tâm, cán bộ của Phòng kể là nhà trường cũng đang tìm cán bộ giảng dạy của trường cho 1 chương trình học bổng cao học của Úc nhưng không học tại Tp Hồ Chí Minh và Bangkok mà học ngay tại Hà Nội, tôi tò mò hỏi. Chị Tâm cho biết đó là chương trình kỹ thuật hệ thống và cho xem tờ giới thiệu. Đọc qua, tôi thấy đây mới là cái mình cần hơn cả vì hồi còn học tập ở Tiệp Khắc vào đầu những năm 1980 tôi có đọc báo kỹ thuật bên đó, thấy họ khen ngành này rất ghê, là cái thực sự mới đối với các nước XHCN hồi đó. Tôi hỏi ngay chị

Tâm, "Liệu có thể cho em đổi sang học ở chương trình này và để 1 bạn trúng tuyển dự bị chương trình AIT thế chân được không?" Chị nói có thể được nhưng sẽ không có sinh hoạt phí như chương trình AIT. Về nhà bàn với bà xã, tôi quyết định xin thôi theo đuổi chương trình AIT và chuyển sang xin học chương trình của Úc.

Sau đó thì 4 giáo viên giảng dạy của Đại học Bách khoa Hà Nội, trong đó có tôi được giới thiệu đến 1 văn phòng đặt tại phố Nhà Thờ để đăng ký vào chương trình này. Đó là lần đầu tiên tôi được gặp Tiến sĩ Nguyễn Xuân Thu, một công dân Úc gốc Việt.

Những kỷ niệm với Tiến sĩ Nguyễn Xuân Thu

Trong quá trình theo học ở chương trình kỹ thuật hệ thống RMIT-VNU Hà Nội, thỉnh thoảng nghe ông kể lại chúng tôi mới được biết, lúc đầu ông định đưa đại học RMIT vào giúp ngành giáo dục đại học Việt Nam thành lập 3 trung tâm nghiên cứu: về chiến lược (đặt tại Hà Nội), về khoa học ứng dụng (đặt tại Tp Hồ Chí Minh), và về khoa học xã hội và nhân văn (đặt tại Huế). Nhưng sau đó theo ông kể lại, qua trao đổi với những người có trách nhiệm tại Bộ Giáo dục và Đào tạo, việc đó tỏ ra chưa có ai sẵn sàng chấp thuận, nhất là chữ "chiến lược", nghe có vẻ "phạm húy". Hình như Đại học Bách khoa Hà Nội cũng được ông và các lãnh đạo của RMIT ưu tiên chọn làm đối tác hợp tác vì đều là 2 trường đại học có nền tảng vững chắc về kỹ thuật và công nghệ. Rồi việc này cũng không thành vì lãnh đạo Bách khoa Hà Nội lúc đó đang bận rộn với những ưu tiên khác trong hợp tác quốc tế (Pháp, Mỹ...). Trong mắt nhiều người, nước Úc hồi đó đang được nhìn nhận là một nước nhỏ, lạc hậu hơn Anh, Mỹ (?), và rất ít người biết rằng Úc đã là một "cường quốc" trong lĩnh vực xuất khẩu giáo dục đại học chất lượng cao. Rất may là Đại học Quốc gia Hà Nội, dưới sự dẫn dắt của cố Giáo sư Nguyễn Văn Đạo đã dang tay đón nhận sự hợp tác này với Đại học RMIT. Kết quả là sự ra đời của Trung tâm phát triển hệ thống (VNU Hanoi - Centre for Systems Development) với tòa nhà trụ sở có phần giúp đỡ về kinh phí của RMIT, đặt tại khuôn viên mới của Đại học Quốc gia Hà Nội, trên đường Xuân Thuỷ bây giờ. Lớp Cao học Kỹ thuật hệ thống (Master of Systems Engineering) khóa 1 của chúng tôi có may mắn được học tập tại tòa nhà này ngay sau khi nó được hoàn thành vào giữa năm 1997.

Trong quãng thời gian đến 1998, Tiến sĩ Nguyễn Xuân Thu làm tư vấn cho RMIT và là người đi tiên phong trong lĩnh vực tư vấn du học. Văn phòng của ông lúc đầu đặt tại phố Nhà Thờ, sau đó chuyển đến phố Nguyễn Khuyến (lúc đầu, lớp chúng tôi cũng học luôn tại tòa nhà văn phòng này, kể cả những lúc có giáo sư bên Melbourne sang giảng bài, sau này mới chuyển về học tại tòa nhà của CSD). Bây giờ có đến hàng trăm trung tâm / công ty tư vấn du học tại các thành phố lớn của Việt Nan, nhưng ngày đó, văn phòng của ông là 1 trong những cơ sở đầu tiên tại Việt Nam. Năm 1998, ít lâu sau khi chương trình học của chúng tôi kết thúc, đại học Quốc gia Hà Nội và Đại học RMIT đã tổ chức 1 buổi lễ nhận bằng Thạc sĩ kỹ thuật hệ thống (Master of Engineering in Systems Engineering) cho cả lớp tại khuôn viên cũ của Đại học Tổng hợp Hà Nội, trực tiếp trao bằng là cố Giáo sư Nguyễn Văn Đạo và Giáo sư David Beanland, hai vị giám đốc của 2 trường VNU Hà Nội và RMIT. Sau đó, ban tổ chức (tôi đoán là sáng kiến của Tiến sĩ Thu) còn mời cả một nhóm các nghệ sĩ đến chơi vài khúc nhạc cổ điển, có cả Nghệ sĩ Nhân dân Lê Dung đến hát mừng. Có 2 chi tiết nhân sự kiện này mà tôi nhớ mãi về sự khiêm tốn và giản dị của ông: lúc chuẩn bị ra hội trường, ông có dặn nhân viên văn phòng chuẩn bị bộ lễ phục (academic gown) cho ông, nhưng gần đến lúc ra ông lại bảo bỏ lại và quyết định chỉ mặc một bộ complet, đeo cravat thôi. Chỉ đến khi tại buổi lễ Giáo sư David Bealand có bày tỏ sự cảm ơn của Đại học RMIT đối với những cống hiến của ông và công bố ông vừa được Đại học RMIT trao danh hiệu Giáo sư. Sau đó tôi có nói với ông là xin phép được gọi ông là thầy thì ông từ tốn bảo "ấy, đừng gọi như thế; tôi không xứng đáng là thầy của các anh chị đâu". Có lẽ vì ông ngại là chưa dạy chúng tôi một cách chính thức trong chương trình mang định hướng kỹ thuật này, mà nghề của ông lại liên quan nhiều đến khoa học giáo dục, xã hội và nhân văn hơn chăng. Thực sự thì chúng tôi đều coi ông là một người thầy mẫu mực và tận tụy. Rồi sau này, có những lần vào phiên dịch cho các khóa đào tạo ngắn hạn cho doanh nghiệp tại Tp Hồ Chí Minh, thỉnh thoảng cùng với các bạn nhân viên văn phòng của ông, chúng tôi lại cùng ông tranh thủ đi ăn trưa với nhau một cách hết sức giản dị ở một hẻm nhỏ trên đường Lê Lợi, ngồi bắc ghế đẩu ngay trong hẻm, hệt như những người bình dân của thành phố.

Ngoài ra, ông còn trực tiếp tham gia tổ chức và quản lý 2 chương trình lớn khác mà RMIT phối hợp tổ chức tại Việt Nam: (1) chương trình đào tạo đội ngũ cán bộ khung của Công ty Ford Việt Nam trong các năm 1996 - 1997; (2) Hội thảo quốc tế về Việt Nam học lần thứ nhất được tổ chức tại Hà Nội vào 7/1998.

Hội thảo quốc tế về Việt Nam học (có sự tài trợ của Quỹ Ford, sự phối hợp tổ chức giữa Đại học Quốc gia Hà Nội mà Giáo sư Phan Huy Lê là người chủ trì, và Đại học RMIT với tư cách là nhà tư vấn quốc tế mà ông là người lo mọi chuyện): tôi và một số bạn trong lớp kỹ thuật hệ thống được ông mời tham gia biên dịch sang tiếng Việt một số tham luận của đại biểu hội thảo. Rồi xảy ra 1 chuyện đáng tiếc mà mãi 5 năm sau ông mới được cấp visa quay trở lại Việt Nam. Lúc đó chúng tôi chỉ nghe mọi người nói thì thào (không ai nói một cách chính thức) là ông bị "cấm vận visa" 5 năm. Đến khi ông được quay trở lại Việt Nam, Giáo sư Đạo có cho con trai và con dâu ra tận sân bay Nội Bài đón ông; một số bạn cùng lớp Kỹ thuật hệ thống khóa 1 chúng tôi cũng theo ra đón ông. Sau này tôi có hỏi Giáo sư Đạo về lý do ông không được về nước trong 5 năm, thầy Đạo chỉ cho biết một cách ngắn gọn rằng đó là 1 chuyện hiểu lầm đáng tiếc và chính thầy Đạo đã đứng ra làm thủ tục mời thầy Thu quay lại Việt Nam. Nhưng cũng chính trong thời gian này, từ bên Melbourne, ông luôn luôn có những đóng góp không mệt mỏi cho ngành giáo dục đại học của Việt Nam. Có 2 việc lớn mà tôi vinh dự là người trong cuộc nên có thể kể ra đây. Thứ nhất là ông tiếp tục bỏ nhiều công sức vào việc xây dựng "nền móng" vững chắc cho Đại học RMIT Việt Nam, mà ngày nay đã là một trong những trường đại học hàng đầu của Việt Nam về chất lượng đào tạo. Thứ hai là từ văn phòng các Dự án lớn của Đại học RMIT bên Melbourne, ông luôn quan tâm giúp đỡ trực tiếp cho sự thành công của dự án Trung tâm Học liệu Đại học Huế, mà theo tôi, cho đến nay vẫn là thư viện điện tử hiện đại và tốt nhất của ngành giáo dục đại học cả nước (theo cách thức mà nó được quản lý và sử dụng, không tính theo số tiền đã đầu tư cho nó).

Kể từ đó, Tiến sĩ Thu thường xuyên qua lại giữa Úc và Việt Nam để thực hiện nhiều dự án cụ thể cho ngành giáo dục nước nhà.

Các khóa đào tạo doanh nghiệp và quá trình xin thành lập Đại học Quốc tế RMIT Việt Nam

Tôi còn nhớ, trong quãng thời gian trước khi ông rời Việt Nam trong 5 năm (sau sự kiện liên quan tới Hội thảo quốc tế nói trên), ông có nói với tôi là liệu có thể tham gia giúp dịch cho các khóa đào tạo ngắn hạn về quản trị tại Tp Hồ Chí Minh hay không. Tôi đã cố thu xếp và thường xuyên bay vào Tp Hồ Chí Minh dịch cho các khóa đào tạo ngắn hạn cho doanh nghiệp tại đó. Ông liên tục tổ chức các lớp đào tạo trong vòng 1 tuần về Lãnh đạo và quản lý, Quản trị nguồn nhân lực, Marketing, Quản lý tài chính... mời giảng viên của Khoa Kinh doanh thuộc Đại học RMIT từ Melbourne sang giảng dạy. Hồi đó, văn phòng tư vấn của ông đóng trên đường Nguyễn Trung Trực, địa điểm đào tạo lúc thì thuê tại khách sạn Norfolk, lúc thì tại trung tâm đào tạo SEAMEO đều trên đường Lê Thánh Tôn, quận nhất. Mặc dù kinh phí đào tạo (vào lúc đó) không phải là nhỏ (cỡ vài trăm USD mỗi học viên), nhưng các doanh nghiệp tại Sài Gòn đã hết sức nhiệt tình cử người tham dự, không biết có phải do tài thuyết phục của ông không. Tôi còn nhớ một số người tham dự những khóa này: chị Nguyễn Mai Thanh, Chủ tịch Công ty REE (lúc đó vừa cổ phần hóa xong), anh Hồ Huy, Chủ tịch Công ty Mai Linh, chị Nguyễn Kim Thoa, Giám đốc Công ty Mỹ phẩm Saigon (lúc đó là Đại biểu Quốc hội), họ không những tham dự tích cực và đầy đủ mà còn cho tất cả các cán bộ chủ chốt của doanh nghiệp của họ tham dự cùng. Còn có cả những cán bộ của các đơn vị không phải doanh nghiệp cũng tham dự như anh Huỳnh Văn Nam, lúc đó là Phó Giám đốc đài truyền hình Tp Hồ Chí Minh, hay anh Nguyễn Khắc Hoàn, nay là Trưởng khoa Quản trị kinh doanh, đại học Kinh tế thuộc Viện Đại học Huế và nhiều anh chị khác nữa mà tôi không nhớ hết tên, nhưng ngày nay, chắc chắn họ vẫn là những người đang có những đóng góp không nhỏ vào sự thành công của đơn vị nơi họ công tác, áp dụng các kiến thức và kỹ năng quản trị hiện đại.

Cũng trong thời gian này, có lẽ hoạt động chính và tâm đắc nhất của Tiến sĩ Thu là việc chuẩn bị cho sự ra đời của Đại học Quốc tế RMIT Việt Nam. Từ văn phòng tư vấn tại đường Nguyễn Trung Trực, ông tiếp tục đôn đáo khắp nơi, lúc thì cùng các cán bộ của RMIT từ Melbourne sang, lúc thì tự mình đến các ban ngành của thành phố, các tỉnh lân cận như Bình Dương, lúc thì ra Hà Nội và soạn các tài liệu để nộp các cơ quan nhà nước xin thành lập Đại học Quốc tế RMIT Việt Nam. Việc xin được quyết định của nhà nước cho thành lập trường đại học này, theo ông cho biết, cũng mất đến mấy năm trời công sức của ông và lãnh đạo trường Đại học Công nghệ Hoàng Gia Melbourne (RMIT University) và sự ủng hộ rất nhiệt tình của lãnh đạo các ban ngành trung ương và thành phố Hồ Chí Minh. Có một điều mà ông cho biết là mặc dù vậy, nơi ông vất vả nhất vẫn là làm việc với bộ máy có liên quan của Bộ Giáo dục và Đào tạo, kể cả khi các ban ngành khác đã có ý kiến chấp thuận và Bộ trưởng Bộ Giáo dục và Đào tạo lúc đó hết sức ủng hộ, mà người được giao trách nhiệm thay mặt Bộ GDĐT vẫn chậm có ý kiến cuối cùng.

Tôi nhớ vào quãng cuối năm 2000, khi không còn điều kiện có mặt thường xuyên tại Việt Nam, ông có liên lạc với tôi và đề nghị tôi tham gia vào dự án thư viện điện tử tại Đại học Huế. Đây là dự án đầu tiên mà Đại học RMIT Việt Nam, vừa mới được thành lập, tiến hành tại Việt Nam với vai trò nhà quản lý dự án. Thư viện điện tử trị giá hơn 6 triệu USD này do một tổ chức từ thiện nổi tiếng của Mỹ là Atlantic Phillanthropies tài trợ. Đích thân ông viết một thư tay giới thiệu tôi với anh Lê Viết Xê, Phó chủ tịch tỉnh Thừa Thiên Huế, vốn xuất thân là một nhà giáo, đề nghị anh hỗ trợ cho dự án. Ông cũng căn dặn tôi cách làm việc với mọi người ở Huế, là địa bàn khá xa lạ với tôi, nhất là trong cách quan hệ xã giao và cẩn thận giới thiệu thêm 2 bạn cùng học tại khóa Kỹ thuật hệ thống là bạn Liên và bạn Hải ở Đại học Huế cùng hỗ trợ. Sau hơn 6 tháng liên tục làm việc tại Huế, ông lại tiếp tục đề nghị tôi hỗ trợ thêm cho dự án Nam Sài gòn của Đại học Quốc tế RMIT Việt Nam. Thế là tôi về thành phố Hồ Chí Minh làm về cơ sở vật chất của trường, lúc đó còn ở 1 khu biệt thự tại quận 3 và được giao thêm công việc hợp đồng thuê 55 hecta đất cho nhà trường tại Nam Sài Gòn. Ngoài ra, tôi vẫn phải đi về Huế để tiếp tục giúp việc cho chuyên gia trưởng của dự án do RMIT Việt Nam mời từ Melbourne sang.

Những khó khăn kéo dài trong đền bù, giải phóng mặt bằng của RMIT Việt Nam: do giá đền bù ban đầu có 16 ngàn đồng /m2, đến 2001-2002 tăng lên 30 ngàn đồng /m2. RMIT là trường công lập của Úc nên không quyết được vì phải đợi ý kiến của chính phủ bang Victoria (có cả 1 cán bộ cao cấp của Bộ tài chính của bang sang thị sát tại Tp Hồ Chí Minh). Tình hình lúc đó cũng khá bất lợi: nội bộ RMIT có nhiều ý kiến không đồng tình, thậm chí tại Úc còn có người kết tội một cách không công bằng rằng nhà tài trợ chính cho dự án, The Atlantic Phillanthropies là kẻ tài trợ cho khủng bố Bắc Ai len do những hoạt động vì hòa giải dân tộc tại đó của người sáng lập tổ chức này (ông Chuck Feeney, một tỷ phú gốc Ai len). Việc này kéo dài mất mấy năm liền, đi kèm với mức tiền đền bù tăng theo thời gian, cuối cùng RMIT Việt Nam phải trả lại phần lớn khu đất đã được Thủ tướng Chính phủ ký quyết định cấp (từ 55 hec ta chỉ xin giữ lại 12,5 hecta để giữ nguyên dự toán tiền đền bù ban đầu). Sau này, khi đi xe cùng tôi lên Thái Nguyên nơi ông tư vấn cho dự án Trung tâm học liệu, Giáo sư David Wilmoth, người trực tiếp phụ trách dự án RMIT Việt Nam mới tâm sự: "Tôi tiếc là đã không nghe theo đề xuất của anh về việc kinh phí đền bù cho RMIT Việt Nam". Tôi có cho ông biết là các đề xuất của tôi đều có tham khảo ý kiến Tiến sĩ Nguyễn Xuân Thu. Ý tưởng lúc đó là tìm thêm sự hỗ trợ của doanh nghiệp đầu tư nước ngoài tại Việt Nam thông qua chia sẻ hợp tác cùng có lợi lâu dài khuôn viên 55 hecta của nhà trường, ví dụ thông qua các trung tâm đào tạo / nghiên cứu.

Có một lần, hồi Giáo sư Nguyễn Văn Đạo vẫn còn làm cố vấn cấp cao cho RMIT Việt Nam (sau khi ông nghỉ hưu) có gọi tôi lại nhà chơi (căn hộ tôi tại Hà Nội ở gần căn hộ của Giáo sư) và hỏi chuyện về cá nhân Tiến sĩ Nguyễn Xuân Thu, ông yêu cầu tôi nói những suy nghĩ thật của mình, đồng thời cũng cho biết là 2 ông vừa có một số trao đổi ý kiến với nhau mà ông thấy là cần phải tìm hiểu thêm. Tôi nói luôn với ông là tôi luôn coi Tiến sĩ Thu là một người thầy thực sự vì tấm gương dấn thân của ông cho sự nghiệp giáo dục đại học của Việt Nam, và mặc dù nước Úc đã là quê hương thứ 2 của ông, tôi chưa bao giờ thấy ông có biểu hiện chối bỏ quê hương của mình, mà ngược lại. Mọi điều Tiến sĩ Thu làm trong suốt thời gian qua ở trong nước và thời gian bị kẹt ở bên Úc đều chủ yếu vì Đại học RMIT Việt Nam; rất nhiều người mà tôi có hân hạnh được làm việc cùng đều ít nhiều có quen biết và được Tiến sĩ Thu khuyến khích, tạo điều kiện đóng góp vào thành công của dự án này. Tôi cũng nói với giáo sư là về mặt công việc thì Tiến sĩ Thu coi dự án RMIT Việt Nam là ưu tiên cao nhất, cũng là tâm huyết của ông. Về mặt quan hệ xã hội thì ông luôn quan tâm giúp đỡ tư vấn cho những người có nguyện vọng và được sang nước Úc du học, cho dù là giúp viết đơn xin học bổng hay là đi học theo diện tự túc kinh phí. Tôi cũng nói với giáo sư là Tiến sĩ Thu thường rất chu đáo trong công việc của nhân viên trong văn phòng và những người thỉnh thoảng có dịp được làm việc cùng ông: ông giải thích lý do và hướng dẫn từ cách thức giữ cho bàn làm việc được gọn gàng, dây điện thoại không được để xoắn quá mức, không được để bụi bám trên nóc tủ hồ sơ, cho đến những kinh nghiệm như cách tặng món quà lưu niệm cho khách, nhất là khách nước ngoài, rồi lý do tại sao lại nên đưa ít nhất 1 người phụ nữ (là cán bộ, không phải nhân viên thường) vào đoàn đàm phán với nước ngoài, v.v. Thậm chí nhiều bạn còn được ông bỏ tiền túi ra giúp đỡ (bạn Hải trong lớp Kỹ thuật hệ thống của tôi ở Huế, một lần ra Hà Nội nghe giáo sư bên Úc sang giảng bài có cho tôi biết là do không có đủ tiền tàu xe, đã được ông tài trợ cho kinh phí đi lại từ tiền túi của mình, điều mà ông không bao giờ nói với ai). Tuy nhiên, ông cũng là một người rất thẳng tính, kể cả cấp trên trực tiếp, nếu trong công việc có điều gì không chuẩn là ông nói ngay, không nể sợ (ví dụ: Giáo sư David Wilmoth, Phó Giám đốc kiêm Trưởng Ban các Dự án lớn của RMIT tại Melbourne) nhưng không bao giờ ông sa vào những chuyện mang hơi hướng cá nhân. Giáo sư Đạo chăm chú lắng nghe và có cho tôi biết là ông và Tiến sĩ Thu vừa có những trao đổi khá thẳng thắn về việc liên quan đến RMIT Việt Nam và vai trò cố vấn của giáo sư tại đó khiến ông phải tìm hiểu thêm. Sau khi tôi trình bày xong, thấy nét mặt giáo sư tươi hẳn lên, tôi đoán chắc là mọi việc sẽ ổn thỏa. Không biết có phải một phần như vậy không mà hôm Tiến sĩ Thu ra Hà Nội, tôi được Giáo sư Đạo mời đi ăn tối với 2 thầy tại nhà hàng chả cá.

Kỷ niệm với Tiến sĩ Nguyễn Xuân Thu thì nhiều, cũng không thể nhớ hết ngay trong một lúc. Chỉ có một bài học mà tôi thấy có thể học được ở ông, đó là mặc dù không có bất kỳ một chức vụ chính thức nào tại Đại học RMIT, chưa kể đến trong ngành giáo dục đại học của Việt Nam, nơi ông là "Việt Kiều", ông xứng đáng được coi là một nhà tổ chức và lãnh đạo (không chính thức) của một công trình để đời là Đại học Quốc tế RMIT Việt Nam. Cùng với những người bạn của mình là các giáo sư David Beanland, cố giáo sư Nguyễn Văn Đạo, giáo sư David Wilmonth, ông là "câu chuyện đằng sau thành công" này, nhất là trong giai đoạn đầu của nhà trường. Ngày nay ở Việt Nam vẫn đang còn loay hoay tranh luận trong xã hội để tìm ra lối thoát cho các trường đại học trong nước, trong khi đó, ít ai để ý đến sự thành công của Đại học Quốc tế RMIT Việt Nam, cũng đáng được coi là một trường đại học "của Việt Nam" vì những gì nó đóng góp cho đất nước này. Trường đại học này đã cho thấy việc huy động được những khoản tiền đầu tư lớn lao cho một trường đại học và những cán bộ giảng dạy có tâm huyết từ khắp nơi trên thế giới về tham gia đóng góp hoàn toàn không phải là một "nhiệm vụ bất khả thi". Tôi nghĩ nếu trả lời được 2 câu hỏi: (1) trường đại học tồn tại để phụng sự cộng đồng nào? Và (2) làm thế nào để phụng sự cộng đồng đó một cách tốt nhất? thì các trường đại học ở Việt Nam sẽ thôi không phải bàn cách thức cải cách giáo dục nói chung và phấn đấu có tên trong các bảng xếp hạng của thế giới nữa mà sẽ đi vào giải quyết những lý do căn bản tại sao họ tồn tại. Nếu có một hội thảo về những bài học thành công của Đại học Quốc tế RMIT Việt Nam thì tôi nghĩ Tiến sĩ Nguyễn Xuân Thu nên được mời là một trong những diễn giả chính tại hội thảo.

Trường Hồng Lam

Quãng đầu năm 2007, khi tôi đang còn làm điều phối cho 1 dự án hợp tác quốc tế của Đại học Bách Khoa Hà Nội thuộc lĩnh vực chuyên môn của tôi thì Tiến sĩ Thu có liên lạc và cho biết ông đang cùng các giáo sư David Beanland và David Wilmoth tư vấn cho một dự án thành lập trường dạy nghề theo mô hình của Úc tại Bà Rịa – Vũng Tàu và mời tôi vào thăm dự án, và cho tôi xem bản kế hoạch dự án. Ông cũng cho biết đang tìm 1 số người có thể chọn để làm hiệu trưởng, trong đó dự kiến có tôi. Thời gian này, văn phòng tư vấn giáo dục của ông ở Tp Hồ Chí Minh cũng khá bận rộn với việc góp ý kiến giúp đỡ cho các cơ sở giáo dục và đào tạo trong cả nước. Các ông đã có những báo cáo tư vấn về chiến lược cho Đại học Huế, Đại học Bách Khoa Hà Nội, trong đó có những tư duy mới (so với những gì đang được áp dụng lúc đó tại Việt Nam) về kiểm định chất lượng giáo dục của các trường... Nhiều ý kiến đóng góp của các ông sau này đã được các trường đó đưa vào các chương trình đổi mới của mình. Công việc của tôi vừa giảng dạy, vừa làm dự án, khá bận rộn nên cũng không để ý nhiều đến dự án trường nghề này. Đến đầu năm 2008, tôi mới chính thức nhận lời với ông nhưng mãi đến giữa năm 2008, tôi mới nộp đơn xin thôi việc tại Đại học Bách khoa Hà Nội, chuyển công tác vào trường Trung cấp nghề Hồng Lam, để theo ông vào góp phần ở một lĩnh vực cũng khác biệt khá nhiều so với những gì tôi đã quen trước đó.

Khi vào trường tôi mới được biết ông đã cố gắng rất nhiều sao cho trong một thời gian ngắn tổ chức mọi việc để đưa trường vào hoạt động trong năm 2007 với tư cách là Hiệu trưởng đầu tiên của trường. Trường trung cấp nghề Hồng Lam (sau này là trường Trung cấp nghề Quốc tế Hồng Lam, rồi trường Cao đẳng nghề Quốc tế Vabis – Hồng Lam, gọi tắt là trường Hồng Lam) do anh Nguyễn Ngọc Mỹ, là chủ tịch tập đoàn xây dựng Vabis (đang có nhiều dự án kinh doanh tại miền Nam và miền Trung), một Việt Kiều tại Úc thành lập. Anh Mỹ, một nhà kinh doanh xuất thân từ một người thợ chuyên nghiệp là người luôn có tâm nguyện giúp đỡ các bạn trẻ tại Việt Nam lập nghiệp bằng nghề, thay vì tìm cách đi theo con đường học vấn khi chưa có điều kiện học lên đại học. Anh được lãnh đạo tỉnh Bà Rịa – Vũng Tàu khuyến khích đầu tư vào lĩnh vực dạy nghề bằng cách thành lập một trường dạy nghề tư thục. Sau này anh Mỹ thường nói với cán bộ nhân viên nhà trường, ví thầy Thu như một người mẹ mang nặng đẻ đau khi nói về việc thành lập trường Hồng Lam. Theo lời anh: "nếu không phải thầy Thu thì chắc không ai có thể thành lập được trường Hồng Lam trong một thời gian ngắn như vậy". Những việc mà ông đã làm bao gồm tuyển dụng nhân viên và giáo viên cho nhà trường, làm việc với các ban ngành trong tỉnh để tổ chức tiếp nhận và hoàn thiện cơ sở hạ tầng (phần hệ thống cứu hỏa, trạm biến áp cho hoạt động đào tạo hàn...), mua sắm cơ sở vật chất (máy móc, thiết bị dạy nghề, hệ thống thiết bị tin học, trang bị phòng học, ký túc xá, thư viện, ...), thiết lập hệ thống làm việc (các quy định, quy trình làm việc cho giáo viên, nhân viên), tổ chức tuyển sinh (học viên học nghề và các khóa đào tạo theo nhu cầu doanh nghiệp). Ngoài ra, một hoạt động quan trọng liên quan đến mô hình hoạt động của nhà trường là chọn một trường đối tác tại Úc và làm việc cùng họ để đưa mô hình giáo dục và dạy nghề kiểu Úc vào trường Hồng Lam. Điều này khiến ông phải di chuyển thường xuyên, làm việc hàng ngày từ sáng sớm đến khuya. Được biết, việc trở thành Hiệu trưởng đầu tiên của nhà trường vốn không phải là nguyện vọng của ông nhưng vì những đòi hỏi của công việc liên quan đến quan hệ chuyên môn với chuyên gia dạy nghề của Úc, cũng như khối lượng công việc cần phải làm trong một thời gian ngắn để đưa trường vào hoạt động theo chỉ đạo của UBND tỉnh, ông đành phải đảm nhận. Bây giờ nhìn lại, tôi cứ thầm nghĩ nếu hồi đó mà giả sử tôi không vướng bận công việc dự án ngoài Hà Nội mà vào tham gia được với ông ngay từ hồi đó để làm Hiệu trưởng đầu tiên của trường Hồng Lam như ông đã đề nghị trước đó thì chắc chắn là tôi sẽ không thể đảm đương nổi một khối lượng công việc lớn và phức tạp như vậy trong một thời gian rất ngắn. Vì vậy tôi thực sự biết ơn vì ông đã giải quyết hầu hết những khó khăn lớn nhất trong thuở ban đầu của trường Hồng Lam, tạo một nền tảng vững chắc cho những người như chúng tôi tiếp tục dựa vào đó để đóng góp phần nhỏ bé của mình.

Quá trình làm việc tương đối ngắn tại trường Hồng Lam để lại trong tôi nhiều ấn tượng tốt đẹp về Tiến sĩ Nguyễn Xuân Thu. Trước hết đó là ý tưởng xây dựng mối quan hệ chặt chẽ giữa nhà trường và doanh nghiệp.

Một trong những hoạt động đầu tiên mà ông yêu cầu tôi tham gia khi mới vào làm trợ lý Hiệu trưởng trước khi ông chính thức thôi nhiệm vụ tại trường để quay về Úc là làm việc với Công ty đóng tàu Aker Yards của Đan Mạch có nhà máy tại Vũng Tàu để tổ chức đào tạo ngắn hạn cho thợ hàn của nhà máy theo tiêu chuẩn quốc tế. Sau này, khi chương trình đào tạo này kết thúc, trường Hồng Lam thường xuyên có mối quan hệ tốt đẹp với Công ty này (hiện nay là Công ty STX) trong việc tuyển dụng cựu học viên học nghề vào làm việc tại Công ty.

Công ty cảng Quốc tế Cái Mép (CMIT): ngay từ khi đang trong giai đoạn chuẩn bị xây dựng khu cảng container rộng 40 hecta tại Cái Mép (Bà Rịa – Vũng Tàu), tiến sĩ Nguyễn Xuân Thu đã có những tiếp xúc tìm hiểu nhu cầu đào tạo của doanh nghiệp này thông qua các cuộc thăm viếng trao đổi tại nhà trường, văn phòng Công ty tại Tp Hồ Chí Minh và hiện trường khu cảng. Trên cơ sở đó, nhà trường đã có được một chương trình hợp tác rất tốt đẹp với CMIT thông qua một số học bổng khuyến học dành cho học viên học nghề của trường với khả năng tuyển dụng sau tốt nghiệp, và cho mượn địa điểm tại trường để CMIT tổ chức đào tạo nội bộ chuyên sâu.

Công ty đóng tàu SMV (Strategic Marine Vietnam) của Úc tại Vũng Tàu: việc hợp tác của trường Hồng Lam với Công ty SMV có thể nói là một mô hình rất mới và thành công tại Việt Nam. Khi tôi về nhận công tác tại trường thì Tiến sĩ Nguyễn Xuân Thu đã tổ chức được các khóa dạy tiếng Anh (cho người Việt Nam) và tiếng Việt (cho người Úc) cho cán bộ nhân viên của SMV. Ông còn thảo luận với SMV về 1 đề án dạy nghề cho đội ngũ công nhân mới của Công ty. Sau khi ông thôi nhiệm vụ Hiệu trưởng để về Úc, trường Hồng Lam đã hoàn tất thỏa thuận này với SMV bằng cách ký 1 hợp đồng đào tạo nghề theo hình thức vừa học vừa làm cho 55 công nhân mới được SMV tuyển dụng. Hợp đồng này kéo dài 2 năm, giúp không những doanh nghiệp có được một đội ngũ thợ lành nghề theo tiêu chuẩn Úc mà còn tạo cơ hội cho các giáo viên và cán bộ nhân viên của nhà trường rất nhiều trong việc quản lý và phối hợp với doanh nghiệp thực hiện các chương trình đào tạo nghề hiện đại (1 ngày học toàn phần tại trường, các ngày còn lại vừa học vừa làm ngay tại nhà máy).

Sau này, trên nền tảng này, nhà trường đã có được một mô hình đào tạo theo nhu cầu doanh nghiệp được một số doanh nghiệp đầu tư nước ngoài trong các khu công nghiệp trong tỉnh đánh giá cao (như các Công ty Meisheng Textile Vietnam, Công ty cảng Bà Rịa Serec, Công ty BlueScope Vietnam...).

Rèn luyện ý thức: một trong những yêu cầu mà Tiến sĩ Nguyễn Xuân Thu đặt ra cho trường Hồng Lam là xây dựng ý thức cho học viên, những người thợ tương lai. Từ những việc rất nhỏ như khi vào nhà ăn cần tránh vứt bừa bãi giấy ăn xuống sàn, thói quen vào lớp đúng giờ, mặc trang phục đúng quy định cũng được ông thường xuyên quan tâm nhắc nhở thông qua các cuộc họp với thầy và trò của nhà trường. Ở các nước công nghiệp thì có lẽ điều này là không cần thiết nhưng tại một xã hội nông nghiệp như Việt Nam, mọi việc đối với các em đều mới, đều phải học từ đầu.

Chính sách của nhà nước đối với trường tư: một trong những băn khoăn trăn trở của ông đối với ngành dạy nghề là một khi các trường tư thục được tham gia đào tạo nghề, nhất là các nghề công nghiệp, có chi phí đào tạo cao (về vật tư, máy móc thiết bị dạy nghề) thì làm sao để có thể được hưởng các chính sách như đối với các trường công lập trong cùng lĩnh vực. Thông qua những đề xuất khi thì trực tiếp với UBND tỉnh, khi thì qua trao đổi với báo chí trong nước về chủ đề dạy nghề, ông đều có những góp ý xác đáng. Tuy nhiên cho đến nay, vì nhiều lý do, lĩnh vực dạy nghề tại Việt Nam nói chung vẫn gặp rất nhiều khó khăn khi học viên tốt nghiệp tiếp xúc với thực tế nơi họ được tuyển dụng. Ông thường cho rằng những lý do chính có thể là tâm lý học cao đỗ đạt của các gia đình Việt Nam và sân chơi chưa bình đẳng cho các trường dạy nghề ngoài công lập là những khó khăn lớn trong việc xây dựng được một đội ngũ những người thợ thực sự chuyên nghiệp tại Việt Nam.

Ngô Lê Thông, PhD (STU, Slovakia), IWI

Nguyên Hiệu trưởng Trường Hồng Lam (2008-2010)
Bộ phận Quản lý Chất lượng, Công ty Xây lắp Dầu khí Miền Nam, Vũng Tàu, Việt Nam

Phụ lục 4:
Xây dựng một hệ thống giáo dục đại học có hiệu quả cho nền kinh tế tri thức

Lao Động Cuối Tuần, Thứ Bảy, 12.11.2011 | 10:51 (GMT + 7)

Tiến sĩ Nguyễn Xuân Thu *(Bài viết bằng tiếng Anh, bản dịch tiếng Việt của Tiến sĩ Ngô Lê Thông)*

Kể từ khi được thành lập năm 2001 với vỏn vẹn 30 sinh viên tại một khuôn viên nhỏ thuê tạm cho đến nay sau 10 năm, Đại học Quốc tế RMIT Việt Nam đã có một khuôn viên mới hiện đại và bề thế với hơn 6000 sinh viên đang theo học và đã có 4000 người tốt nghiệp ra trường.

Câu chuyện thành công này là trường hợp đầu tiên của một cơ sở giáo dục 100% vốn nước ngoài tại Việt Nam. Là một người quan tâm đến nền giáo dục đại học và cao đẳng của đất nước, tôi muốn nhân dịp này được chia sẻ một vài suy nghĩ về giai đoạn phát triển này của nền giáo dục hiện nay của Việt Nam.

Đâu là những yếu tố dẫn đến thành công của Đại học Quốc tế RMIT Việt Nam?

Khi nộp đơn xin giấy phép đầu tư, lãnh đạo của Đại học RMIT Australia, nhà đầu tư 100% vốn nước ngoài, đã cam kết với Chính phủ Việt Nam quyết tâm theo đuổi ba mục tiêu. Trước hết, đó là cung cấp một nền giáo dục chất lượng cao. Thứ hai, là giảng dạy các chương trình đào tạo trong các lĩnh vực từ kinh doanh, sư phạm đến kỹ thuật và công nghệ, đồng thời cấp văn bằng của Đại học RMIT cho người tốt nghiệp. Thứ ba, là áp dụng một mô hình quản trị có hiệu quả theo phong cách phương Tây tại cơ sở đại học mới này tại Việt Nam.

Về mục tiêu thứ nhất, Đại học RMIT Việt Nam là một thành viên của Đại học RMIT Australia. Từ năm 2005, Đại học RMIT được tạp chí Times của Anh quốc xếp hạng thuộc nhóm 230 trường đại học đứng đầu thế giới. Cùng với những tiêu chí khác, chất lượng cao và một số lượng lớn sinh viên quốc tế theo học tại trường Đại học RMIT đã góp phần vào thứ hạng đó. Hiện nay có khoảng 10% sinh viên quốc tế (không mang quốc tịch Việt Nam) đang theo học tại cả hai (TPHCM và Hà Nội), làm cho Đại học RMIT Việt Nam trở thành một trường hợp độc đáo tại Việt Nam.

Mục tiêu thứ hai: từ chỗ chỉ có vài khóa học trong năm 2001, ngày nay Đại học RMIT Việt Nam đã có trên 15 chương trình đào tạo các bậc từ cao đẳng, đại học, cho đến sau đại học, và trong các lĩnh vực ngành nghề từ kinh doanh, thiết kế, truyền thông, tiếng Anh, cho đến kỹ thuật và công nghệ. Đã có hơn 100 tỷ đồng (tương đương 5 triệu USD) học bổng đã được cấp cho sinh viên của trường. Với một trường đại học non trẻ, đây là một nỗ lực có ý nghĩa rất lớn.

Đối với mục tiêu thứ ba, là áp dụng một mô hình thí điểm trong quản trị đại học, hãy còn tương đối sớm để có thể đánh giá. Tuy vậy, quyết tâm nghiêm túc của các cán bộ lãnh đạo và quản lý của cả trường Đại học RMIT Việt Nam và trường đại học mẹ ở Úc, cùng với việc quản lý một cách minh bạch bằng các phương pháp của văn hóa kinh doanh phương Tây đã tạo ra một sự khác biệt thật lớn lao so với những trường đại học khác tại Việt Nam. Nhiều vị khách trong nước và quốc tế đến thăm các khuôn viên của trường Đại học RMIT Việt Nam cũng đều nhận thấy sự khác biệt này.

Tóm lại, với 10 năm ngắn ngủi trong hoạt động của mình, Đại học RMIT Việt Nam đã tiến bộ vượt bậc trong hướng đi đã được đặt trước cho nó. Trong thành công và niềm tự hào này cần ghi nhận sự đóng góp của mọi cấp chính quyền ở Việt Nam về mặt tầm nhìn, chính sách và sự hỗ trợ dành cho nhà trường, của Chính phủ và phái bộ ngoại giao Australia tại Hà Nội và tại TPHCM, của cán bộ và nhân viên Đại học RMIT Việt Nam, và sau cùng nhưng không kém phần quan trọng, của mọi sinh viên, phụ huynh và bạn bè.

Đâu là những thách thức khi Việt Nam chuyển đổi thành một nền kinh tế tri thức?

Hầu như mọi người ở khắp nơi trên thế giới ngày nay đều công nhận rằng giáo dục là then chốt đối với phát triển và tiến bộ. Điều này đã khích lệ nhiều nước và các tổ chức nghề nghiệp quốc tế, cũng như các định chế tài chính đầu tư nhằm tìm cách đổi mới trong lĩnh vực giáo dục và nghiên cứu để đạt được những mục tiêu trong cuộc sống.

Các kết luận của những dự án nghiên cứu, các Hội thảo quốc tế, các diễn đàn tư vấn chiến lược từ Châu Âu, Đông Á, cho đến Bắc Mỹ đã đưa ra những khuyến nghị hối thúc các chính phủ, các tổ chức quốc tế, các nhà khoa học, và các nhà giáo gấp rút hành động vì một hành tinh phát triển bền vững và hòa bình.

Tại Việt Nam, điều hiển nhiên là Chính phủ Việt Nam đã đưa ra hai chiến lược quốc gia cho giai đoạn từ năm 2011 đến 2020. Một cho Phát triển Kinh tế và Xã hội và một cho Phát triển Khoa học và Công nghệ. Các bộ ngành của Việt Nam, đặc biệt là Bộ Giáo dục và Đào tạo và Bộ Khoa học và Công nghệ đã xây dựng và triển khai nhiều chính sách tốt, và đã tạo nên tiến bộ lớn trong 20 năm qua. Tuy nhiên, tiến bộ này vẫn chưa giúp được Việt Nam trong việc tạo ra một lực lượng lao động có thu nhập cao hoặc trung bình. Để thành một nước mạnh trong khu vực, Việt Nam còn có nhiều việc phải làm. Việt Nam cần nỗ lực cao nhất để tạo ra một nền kinh tế tri thức. Chúng ta không được phép coi đây là một giấc mơ, mà nó phải là một kỳ vọng thực tế.

Trong bối cảnh chung này của sự phát triển, cũng như các nước khác tại Đông Nam Á, Việt Nam vẫn còn phải đối mặt với nhiều trở ngại. Nền kinh tế vẫn còn tụt hậu sau nhiều nước trong khu vực. Khoảng cách giàu nghèo ngày càng tăng. Có những sự khác biệt rất lớn giữa thành thị và nông thôn, miền núi. Các cơ sở giáo dục đại học và cao đẳng ngoài công lập đang ở vào thế đặc biệt bị bất lợi và kết quả mà họ đạt được là chất lượng thấp dưới mức tưởng tượng. Sự phối hợp là rất lỏng lẻo giữa các cơ sở giáo dục này và khối doanh nghiệp, giữa các tổ chức nghề nghiệp và những bộ ngành có liên quan. Việc giám sát chất lượng giáo dục chỉ mang tính chất tạm bợ. Và các hoạt động nghiên cứu tại các trường đại học tiếng tăm trong nước cũng chỉ có tầm vóc nhỏ bé. Đó chỉ là một vài trong những trở ngại.

Để đạt được những mục tiêu của mình, Bộ Giáo dục và Đào tạo và Bộ Khoa học và Công nghệ phải đóng vai trò tích cực hơn nữa trong việc đưa ra chính sách sáng tạo mới và giám sát việc thực hiện chính sách, đồng thời ít chú trọng hơn vào những nhiệm vụ quản lý mang tính tác nghiệp.

Các chính sách phi tập trung hóa trong ngành giáo dục đại học và cao đẳng cũng cần được đem ra áp dụng một cách chính trực.

Trụ cột "các nguồn lực dồi dào", do học giả Jamil Salmi đề xuất, mang tính sống còn đối với nền giáo dục có chất lượng. Để có thể tạo dựng được một nền kinh tế tri thức, Chính phủ Việt Nam, Bộ Giáo dục và Đào tạo, các bộ ngành có liên quan, và các cơ sở giáo dục đại học và cao đẳng cần hợp tác với khối doanh nghiệp trong nước, với cộng đồng kinh doanh quốc tế tại Việt Nam, và với các định chế tài chính quốc tế như Ngân hàng Thế giới và Ngân hàng Phát triển Châu Á, cũng như với các tổ chức từ thiện quốc tế để tìm được những khoản biếu tặng và những khoản tài trợ dựa trên cơ sở thành tích hoạt động, nhằm giúp cho các trường đại học và cao đẳng thuộc khối công lập và đặc biệt là khối ngoài công lập của Việt Nam đưa ra được những chương trình đào tạo có chất lượng nhằm đáp ứng những đòi hỏi cấp bách của Việt Nam về công bằng xã hội và cuộc sống có chất lượng cao. Họ cần cộng tác chặt chẽ với nhau để tạo ra những kết quả tích cực.

Các trường đại học và cao đẳng tại các vùng sâu, vùng xa, vùng cao cần được nhận ưu tiên cao trong việc tạo dựng nguồn lực con người có khả năng, và cần có đủ kinh phí tài trợ vì đây là những cơ sở đào tạo trong nhiều thập kỷ đã phải đứng ngoài cuộc do không có đủ kinh phí và do thiếu vắng những chính sách toàn diện.

"Tập trung tài năng" là một phần không thể thiếu của chất lượng giáo dục. Sinh viên của các cơ sở giáo dục công lập cũng như ngoài công lập cần được nhà nước đầu tư nhiều hơn nữa thông qua học bổng và các khoản vay. Công tác đào tạo, nghiên cứu và ứng dụng công nghệ mới cần được phối hợp với nhau một cách thật nhịp nhàng và cần được giám sát chặt chẽ. Chương trình học bổng "Dự án 322" và "Chương trình tài năng" của Bộ Giáo dục và Đào tạo cần được mở rộng ra cho cả các cơ sở giáo dục ngoài công lập và cần được đúc kết một cách độc lập với các khuyến nghị đúng đắn nhằm tạo điều kiện cho mọi bên quan tâm có thể giúp đào tạo được những người tốt nghiệp có năng lực hơn.

Việt Nam hiện có hơn 200 trường đại học và một số lượng gần như vậy các trường cao đẳng. Đa số các trường này đều mới được thành lập hoặc mới được nâng cấp từ cao đẳng lên bậc đại học. Công tác đào tạo có chất lượng và quản trị tại các trường này, đặc biệt là những trường ngoài công lập thực sự cần được cải thiện. Trong công trình "Thách thức của việc thiết lập các trường đại học tầm cỡ thế giới", Jamil Salmi cho rằng không thể có được nền giáo dục có chất lượng nếu các cơ sở giáo dục đại học và cao đẳng được quản lý và quản trị một cách yếu kém. Nói chung nhiều người đang có kỳ vọng các định chế tài chính quốc tế và mọi cấp chính quyền tại Việt Nam sẽ dành ưu tiên cao cho việc khắc phục nhược điểm này. Sự nghiệp xã hội hóa giáo dục như được nêu trong các văn bản pháp quy của Việt Nam sẽ khó có thể thành công nếu các cơ sở giáo dục ngoài công lập không được đầu tư đúng mức bằng các khoản thuế, khoản vay và các khoản đầu tư dài hạn.

Kể từ khi Đại học Quốc tế RMIT Việt Nam được thành lập năm 2001, ngày nay Việt Nam mới chỉ có ba trường đại học quốc tế, nhưng đã có đến hơn 1300 dự án đầu tư nước ngoài vào lĩnh vực giáo dục và đào tạo. Tuy vậy, hầu hết đó chỉ là những lớp dạy tiếng Anh, các khóa kinh doanh và công nghệ thông tin, cùng một số các chương trình sau đại học do các cơ sở giáo dục đại học và cao đẳng ở trong nước cùng thực hiện với đối tác nước ngoài. Không còn nghi ngờ gì, ở một chừng mực nào đó, các đối tác nước ngoài cũng đã làm thay đổi bộ mặt bên ngoài của giáo dục Việt Nam.

Nhiều người làm công tác giáo dục đã thống nhất rằng giáo dục của nước ngoài tại Việt Nam sẽ được cải thiện nhiều và sẽ đóng góp đáng kể cho tăng trưởng kinh tế và xã hội của Việt Nam nếu có được tầm nhìn dài hạn và các chiến lược phát triển sáng tạo, và nếu có được sự giám sát định kỳ nội bộ từ bên trong lẫn từ các giới chức có thẩm quyền bên ngoài.

www.ingramcontent.com/pod-product-compliance
Lightning Source LLC
Chambersburg PA
CBHW031428270326
41930CB00007B/611